आपल्या स्नेहीजनांना पुस्तके भेट द्या

'Sokol Griho Haralo Jar' या बंगाली पुस्तकाचा अनुवाद

शोकोल ग्रिह हारालो जार

जिचे सगळे घरच हरवले, तिचे निर्भय प्रकट मुक्तचिंतन

तसलिमा नासरिन

अनुवाद

मंजिरी धामणकर

D9900304

मेहता पब्लिशिंग हाऊस

Please contact us at **Mehta Publishing House, Pune.**

Email : production@mehtapublishinghouse.com

Website : www.mehtapublishinghouse.com

SOKOL GRIHO HARALO JAR by TASLIMA NASRIN

Copyright © Taslima Nasrin

Translated into Marathi Language by Manjiri Dhamankar

शोकोल ग्रिह हारालो जार / अनुवादित ललित

अनुवाद : मंजिरी धामणकर

author@mehtapublishinghouse.com

मराठी अनुवादाचे व प्रकाशनाचे हक्क मेहता पब्लिशिंग हाऊस, पुणे

प्रकाशक : सुनील अनिल मेहता, मेहता पब्लिशिंग हाऊस,
१९४१, सदाशिव पेठ, माडीवाले कॉलनी, पुणे ३०

मुखपृष्ठ चित्र : प्रार्थना अनंत फाटक

प्रथमावृत्ती : एप्रिल, २०२०

P Book ISBN 9789353174446

E Book ISBN 9789353174453

E Books available on : play.google.com/store/books
www.amazon.in

अनुवादकाचे मनोगत

'तसलिमा नासरिन' या नावाबद्दल नेहमीच एक गूढ आकर्षण वाटायचे. पण एक वाचक यापलीकडे तिच्या लिखाणाशी संबंध येईल, असे वाटले नव्हते. जेव्हा 'मेहता प्रकाशन'कडून तसलिमाच्या नवीन पुस्तकाच्या मराठी भाषांतराबद्दल विचारणा झाली; तेव्हा आधी वाटले हे जमेल का, कारण आतापर्यंत बहुतांशी ललित पुस्तके लिहिण्याचा, अनुवादित करण्याचा अनुभव होता; पण 'हो' म्हणून टाकले.

प्रत्यक्ष जेव्हा भाषांतराला सुरुवात केली; तेव्हा तसलिमाचे परखड विचार, स्पष्टोक्ती, परिणामांचा विचार न करता जे मनापासून वाटले ते, कंगोरे न घासता, थेट मांडण्याची निर्भयता, धृती याने मी अवाक होत गेले. माझा पिंड ललित लेखनाचा असल्यामुळे सुरुवातीला तिच्या जहाल शब्दांना जरा मवाळ मराठी प्रतिशब्द लिहिण्याकडे कल झुकू पाहत होता, पण वेळीच स्वतःला दटावले आणि तिच्या रोखठोक शैलीशी इमान राखण्याचा मनापासून प्रयत्न केला.

या लेखिकेने काय काय भोगले आहे, हे वाचताना अनेक वेळा घशात आवंढा आला. मानवजातीच्या कल्याणाची तिची तळमळ हृदयाला स्पर्श केल्याशिवाय राहत नाही. आणि हा नुसता कोरडा आशावाद नाही, तर त्यासाठी स्वतःच्या आयुष्याचे मोल द्यायची तिची तयारी आहे.

या भाषांतराच्या प्रक्रियेत माझ्या बंगालीच्या शिक्षिका अपर्णा झा आणि माझी मैत्रीण सोनाली घोष यांचे मोलाचे मार्गदर्शन मिळाले.

हे पुस्तक भाषांतरासाठी माझ्याकडे दिल्याबद्दल 'मेहता प्रकाशना'चे आभार.

अनुक्रमणिका

मुलींच्या पोशाखाविषयी लोकांना का इतका मस्तकशूळ?

मध्यंतरी अमेरिकेचे अध्यक्ष ट्रम्प यांनी एक विधान केले, व्हाइट हाउसमध्ये काम करणाऱ्या सर्व मुलींनी 'मुलींसारखे कपडे घालावेत'. मुलींसारखे कपडे म्हणजे मुलींचे अंगप्रत्यंग उठून दिसतील, असे कपडे असे ट्रम्प महाशयांना अभिप्रेत होते. इकडे भारतात त्याच्या बरोबर विरुद्ध घटना घडली. मुंबईतील गव्हर्नमेंट पॉलिटेक्निक कॉलेजच्या प्राचार्या स्वाती देशपांडे म्हणाल्या, "हल्ली काही मुलींना लहान वयातच पॉलिसिस्टिक ओव्हरी हा आजार होतो, असे कानावर येते. पुरुषांसारखे कपडे घातले की मुली पुरुषांप्रमाणेच विचार करू लागतात, त्यांच्यासारखेच वागायला, बोलायला लागतात, स्वतःला पुरुषच समजायला लागतात. त्यामुळे लहान वयापासूनच त्यांची मातृत्वाची स्वाभाविक इच्छाच नष्ट होते आणि त्या पॉलिसिस्टिक ओव्हरीसारख्या आजाराची शिकार होतात." दरम्यान कॉलेजमधील 'ईव्ह टीजिंग'(मुलींची छेडछाड) बंद करण्यासाठी स्वाती देशपांडे यांनी कॉलेजच्या कॅन्टीनमध्ये मुलामुलींची वेगवेगळे बसायची व्यवस्था केली होती.

मुलींनी स्त्रीसुलभ पोशाख – म्हणजे सलवार कमीज- घालावा, असाही आदेश दिला होता. पुरुषांचे कपडे घातले की काय हानी होते, ते तर आधी सांगितलेच होते. आता मला असा प्रश्न पडतो, की इतके अज्ञ असूनसुद्धा ट्रम्प युनायटेड स्टेट्स ऑफ अमेरिकेच्या राष्ट्राध्यक्षपदी आणि स्वाती देशपांडे एका महाविद्यालाच्या प्राचार्यपदी विराजमान होऊच कसे शकतात?

प्राचार्य महोदयांच्या या अतर्क्य विधानाच्या विरोधात फेसबुक आणि ट्विटरवर अनेकांनी विविध प्रकारच्या पोशाखांतील मुलींचे फोटो पोस्ट केले. भारतीय मुली – ज्यामध्ये वैज्ञानिक, वैमानिक, जलतरणपटू, फुटबॉल, बेसबॉल खेळाडू, धावपटू, गिर्यारोहक, पोलीस आणि लष्करातील स्त्रिया, मुली यांचे फोटो होते. या सर्व स्त्रियांचे पोशाख अर्थातच पुरुषांपेक्षा वेगळे नव्हते. # ड्रेसलाईकइंडियनविमेन अशा हॅशटॅगसहित मुलींनी शॉर्ट्स, टी-शर्ट्समधले स्वतःचेही खूप फोटो पोस्ट केले. असे कपडे घातलेल्या मुली-स्त्रियांना पॉलिसिस्टिक ओव्हरीचा आजार नव्हता. हा आजार असला, तरीही त्यामुळे मातृत्वाची इच्छा मुळीच नष्ट होत नाही. पॉलिसिस्टिक ओव्हरी सिंड्रोम हा एक असा आजार आहे, ज्यात स्त्रियांच्या हॉर्मोन्समध्ये गडबड

होते. तपासणी केल्यावर असे दिसते, की गर्भाशयाच्या जवळ जे अंडाशय असते, त्यात अनेक अंडी तयार होतात. हा सिंड्रोम कोणत्या कारणामुळे होतो, ते अजूनपर्यंत नीटसे समजलेले नाही; पण असे पाहण्यात आले आहे की मधुमेह, उच्च रक्तदाब असेल, अति प्रमाणात इन्सुलिन घेतले असेल, वजन खूप वाढले असेल, गर्भाशयाचा कर्करोग झाला असेल; तर हा सिंड्रोम होतो. यामुळे मासिक पाळी अनियमित होते, दाढीमिशा फुटतात, अंगावर चट्टेसुद्धा उमटतात. गर्भधारणा होणे कठीण होते. मात्र यावर इलाज आहे. अनेक मुलींना हा रोग होतो, पण त्या त्यातून बऱ्याही होतात. मात्र मुली कोणते कपडे घालतात, काय विचार करतात, काय काळजी करतात याचा या रोगाशी काहीही संबंध नाही, यत्किंचितही नाही.

मुलींनी पुरुषांसारखे कपडे घातल्यामुळे त्यांना पॉलिसिस्टिक ओव्हरी सिंड्रोम होतो आणि त्यांची मातृत्वाची इच्छा नष्ट होते, हा अद्भुत विचार प्राचार्य बाईंच्या मनात कसा काय उद्भवला, हे जाणून घेण्याची मला फार इच्छा आहे. कदाचित हा आजार झालेली अशी एखादी मुलगी त्यांनी बघितली असावी, जिने पुरुषासारखे कपडे घातले होते आणि त्या अशा निष्कर्षाप्रत पोचल्या असाव्यात, की असे कपडे घातले की हा रोग होतो. हा आजार झालेली एखादी मुलगी मर्सिडीज गाडी चालवताना त्यांना दिसली असती तर न जाणो, म्हणाल्या असत्या की मर्सिडीज चालवल्यामुळे हा रोग होतो. खरे तर पॉलिसिस्टिक ओव्हरी सिंड्रोमशी बाईंना काही देणेघेणे नाही, त्यांचा आक्षेप आहे तो मुलींच्या पोशाखावर. या आक्षेपाचे कारण एकतर त्यांची मानसिक समस्या किंवा त्यांचा मूर्खपणा.

मूर्खपणा अनेक जणांच्यात असतो, ट्रम्पमधेही आहेच. ट्रम्पना वाटते, की मुलींमध्ये बांधेसूद तरुण शरीरापलीकडे विशेष काही नसते म्हणून तरुणींनी असे पोशाख घालावेत, ज्यामुळे पुरुषांची कामवासना उद्दीपित होईल. ट्रम्पप्रमाणेच स्वाती देशपांडे यांचासुद्धा स्वतःच्या मर्जीनुसार पोशाख करण्याच्या मुलींच्या स्वातंत्र्यावर विश्वास नाही. स्वाती देशपांडे आणि स्त्रियांना बुरखा घालण्याची सक्ती करणारे मुसलमान मौलवी यांची मानसिकता सारखीच. एकाच उद्देशाने ते मुलींना अंग झाकायला सांगतात. घाटदार स्त्रीदेहाचे सौष्ठव बघून पुरुष निश्चितच इतके उत्तेजित होतील की त्यामुळे समाजात भयंकर खळबळ माजेल. पुरुषांना त्यांची कामवासना ताब्यात ठेवणे अशक्य होईल. आणि तिकडे ट्रम्पना स्त्रीचे शरीर अनावृत्त पाहिजे. ट्रम्पसारख्या लोकांनी ठरवूनच टाकले आहे, की कामवासना उद्दीपित करणे एवढेच स्त्रीचे काम.

दोघांची मानसिकता भिन्न असली, तरी दोन्ही पक्षांच्या मानसिकतेमुळे स्त्रियांना त्रासच भोगावा लागतो. त्यांपैकी कोणीच स्त्रियांना एक व्यक्ती म्हणून मान देत नाही. एक स्त्रीचे शरीर आवृत्त करू पाहतो, तर दुसरा अनावृत्त. दोन्ही पक्ष तितकेच

स्त्रीद्वेष्टे. स्त्रियांना जर आत्मसन्मान, आत्मविश्वास टिकवायचा असेल तर एकच उपाय आहे, तो म्हणजे कुठल्याच पक्षाचे मत ग्राह्य न धरता स्वतःच्या मर्जीप्रमाणे चालणे, जे आवडेल ते करणे, जे कपडे घालावेसे वाटतील ते घालणे. साडी नेसावीशी वाटली तर साडी, जर सलवार कमीज तर सलवार कमीज; जर शर्ट पॅन्ट, शॉर्ट्स - टी-शर्ट, बिकिनी, स्कर्ट-टॉप्स घालावेसे वाटले तर ते. आता काहीजण असेही म्हणू शकता, की जर बुरखा घालण्याची इच्छा झाली तर बुरखासुद्धा. होय, अगदी बुरखासुद्धा. आधी, बुरखा घालण्याची कोण्या स्त्रीची इच्छा आहे की नाही, याबद्दलच मी फारच साशंक आहे. बुरख्याची सक्ती असते म्हणून स्त्रिया बुरखा घालतात. आवड, हौस म्हणून कोणी बुरखा घालेल, यावर माझा मुळीच विश्वास नाही. काहीच न घालण्याची इच्छा झाली, तर काहीही न घालण्याचे स्वातंत्र्य माणसाला असावे हे उचित नव्हे काय? होय, ते उचितच आहे.

ज्याप्रमाणे पूर्वी पुरुषांची म्हणून समजली जाणारी कामे आता फक्त पुरुषांची राहिली नाहीत, त्याचप्रमाणे एके काळी पुरुषांचे म्हणून जे ठरावीक पोशाख होते तसे आता पुरुषांचे पोशाख नसतात. पुरुष जी कामे करतात, ती स्त्रियाही करू शकतात, हे स्त्रियांनी सिद्ध केले आहे. स्त्रिया हाती शस्त्र घेऊन युद्धभूमीवर लढू शकतात, पोलीस खात्यात जाऊन चोर-दरोडेखोरांना पकडू शकतात, विमान चालवू शकतात, अवकाशात विहार करू शकतात; डॉक्टर, इंजिनिअर होऊ शकतात, महान वैज्ञानिक बनू शकतात, शारीरिक श्रमाची कामे करू शकतात आणि कारकुनीही करू शकतात. ज्या त्या पेशाचा-व्यवसायाचा जो निर्धारित पोशाख असेल, तोच त्या स्त्रीचा पोशाख. स्त्रिया ज्याप्रमाणे वेगवेगळ्या विद्यांत पारंगत त्याचप्रमाणे त्यांचे पोशाखही भिन्न भिन्न. स्त्रियांचा पोशाख कोणत्याही एका विशिष्ट पोशाखापुरता मर्यादित नाही. कोणतेही कपडे घालायचा जसा त्यांना जन्मसिद्ध अधिकार आहे, तसाच व्यवसायसिद्ध अधिकारही आहे.

मुलींचा पोशाख हा पुरुषांनी त्यांचा राजकारणाचा मुद्दा बनवलाय. स्त्रियांवर अत्याचार झाले, तर तो दोष म्हणे त्यांच्या पोशाखाचा. समाज असभ्य, अशिक्षित आहे. समाज अजूनही स्त्री दुय्यम आहे असे मानतो, तिच्याकडे फक्त भोग्य वस्तू म्हणून पाहतो; हे ते मान्य करणार नाहीत, यामुळे उद्विग्नही होणार नाहीत. उलट स्त्रियांना आदेश, उपदेश देत बसतील – तोकडे कपडे न घालता अंगभर कपडे घाला, असे नको तसे घाला, जीन्स नको सलवार घाला, सलवार नको साडी नेसा. तज्ज्ञ सतत सांगत असतात, की बलात्कारासारखे अपराध स्त्रियांच्या पोशाखांमुळे घडत नाहीत पण तरीही कोणाला हे पटवून घ्यायचेच नसते, की स्त्रिया किंवा त्यांचा पोशाख अत्याचार, बलात्काराला जबाबदार नाही; तर जबाबदार आहे अत्याचार करणारा पुरुष, त्याचा स्त्रीद्वेष; कारणीभूत आहे त्याचे अज्ञान, मूर्खपणा, पुरुषप्रधानता.

बरे, पुरुषांवर अत्याचार झाला, तर त्याचे खापर त्यांच्या पोशाखावर फोडले जाते का? फोडले तरी पोशाखात बदल करण्यासाठी सूचना, उपदेशांचा भडिमार पुरुषांवर केला जातो का? खरोखर, स्त्रियांवर होत असलेल्या अन्यायाला सीमा नाही, अंत नाही.

◆

भारतातील असहिष्णुता

काही दिवसांपूर्वी 'पद्मावती' चित्रपटाच्या शूटिंगच्या दरम्यान सुप्रसिद्ध दिग्दर्शक संजय लीला भन्साळी यांच्यावर 'राजपूत करणी सेना' नावाच्या एका गटाने हल्ला केला. चित्रपटात पद्मावती आणि अल्लाउद्दीन खिलजी यांची जवळीक दाखवली होती, ती त्यांना पसंत नव्हती. संजयने इतिहास बदलला, असा आरोप होता. ऐतिहासिक व्यक्तिरेखांविषयी पुस्तक लिहिताना, चित्र किंवा चित्रपट काढताना लेखक, चित्रकार किंवा दिग्दर्शक त्यात स्वतःचे कल्पनास्वातंत्र्य घेतोच, त्यात नवीन काही नाही. दोष संजय लीलाचा नाही. कलाकाराच्या स्वातंत्र्यावर घाला घातल्यावर इतर काहीही निर्माण होवो, कलाकृती मात्र निर्माण होत नाही. पद्मावतीची कथा इतिहासात आहे, पण पद्मावती नावाची कोणी स्त्री मुळात होती की नाही याबद्दल अनेक इतिहासकारांच्या मनातच भरपूर शंकाकुशंका आहेत. काही महिन्यांपूर्वी चित्रपट दिग्दर्शक करण जोहरवरही हल्ला झाला होता. का! तर, त्याच्या 'ऐ दिल है मुश्किल' या चित्रपटात फवाद खान नावाच्या एका पाकिस्तानी अभिनेत्याला घेतले, यावर 'महाराष्ट्र नवनिर्माण सेना' नावाच्या एका गटाचा आक्षेप होता म्हणून! पाकिस्तानच्या हल्ल्यांमध्ये भारतीय सैन्य मृत्युमुखी पडत असताना आणि आपल्या देशात इतके अभिनेते असताना, पाकिस्तानसारख्या शत्रुराष्ट्रातील अभिनेते कशाला आणायला हवेत? करण जोहरच्या देशप्रेमाबद्दल त्यांनी शंका व्यक्त केली. अखेर करण जोहरने प्रतिज्ञापत्र दिले, की त्यांच्या चित्रपटांत ते इतर एकही पाकिस्तानी अभिनेता घेणार नाहीत. संजय लीला भन्साळीसुद्धा दहशतीखाली आहेत किंवा नाही, त्यांनाही त्यांच्या चित्रपटाची कथा बदलण्यास भाग पाडतायत की नाही, हे माहीत नाही.

महाराष्ट्राचे मुख्यमंत्री देवेंद्र फडणवीस यांनी स्वतःच्या ऑफिसमध्येच करण जोहर आणि महाराष्ट्र नवनिर्माण सेनेचे प्रमुख राज ठाकरे या दोघांच्या भेटीची व्यवस्था केली. त्या भेटीत राज ठाकरे यांनी करण जोहरना भारतीय सेनेच्या कोषागारात नुकसानभरपाईपोटी पाच कोटी रुपये जमा करण्यास सांगितले. या हल्ल्यांसाठी राजपूत करणी सेना किंवा नवनिर्माण सेनेच्या एकालाही अटक झाली नाही. त्यांना त्यांच्या दुष्कृत्यांबद्दल शासन व्हावे, असा आग्रह ना कट्टर हिंदुत्ववाद्यांनी

धरला ना कट्टर मुसलमानांनी. माझ्यावरही मुसलमान कट्टरपंथीयांनी हल्ला केला होता. तेही महाराजासारखे उजळ माथ्याने फिरतायत. माणसांच्या भाषण आणि अभिव्यक्ती स्वातंत्र्यावर कट्टरपंथीयांचा विश्वासच नसतो, पण प्रजासत्ताकावर विश्वास ठेवून जे राजकारणी सत्तेत आले आहेत, ते नागरिकांच्या भाषण स्वातंत्र्याच्या मूलभूत अधिकाराची पायमल्ली करण्याचे धाडस कसे करू शकतात? भारतातील अनेक मुख्यमंत्री तसेच करत आहेत. धर्मीय मूलतत्त्ववादी किंवा कट्टरपंथीयांनी कितीही अन्याय केला तरी मुख्यमंत्रीच जर त्याचे समर्थन करू लागले, तर भिन्न मते असलेल्या लोकांनी जायचे तरी कुठे? कलाकार, लेखकांनी करायचे काय? माझ्या बाबतीतही हेच दिसून आले. पश्चिम बंगालमधील काही धर्मांध उग्रवाद्यांनी 'तसलिमा गो बॅक'च्या घोषणा दिल्या, म्हणून मुख्यमंत्र्यांनी तसलिमाला राज्यातून हद्दपार केले. एवढेच नव्हे, तर भाषणस्वातंत्र्याला विरोध करणाऱ्या कट्टरपंथीयांच्या गळ्यात हार घातले. सरकार बदलले, तरी हार घालणे बंद झाले नाही.

तसेच २०१० साली शाहरुख खानच्या 'माय नेम इज खान' चित्रपटाच्या बाबतीतही शिवसेना या कट्टरपंथी हिंदू गटाने गोंधळ घातला होता. शाहरुखला त्याच्या आय.पी.एल. टीममध्ये पाकिस्तानी क्रिकेटपटूंची निवड करायची होती म्हणून त्यांना राग आला. एम. एफ. हुसेनला हिंदू मूलतत्त्ववाद्यांच्या अत्याचारांमुळे देश सोडून पलायन करावे लागले. हुसेनचा दोष काय, तर सरस्वतीचे चित्र काढताना त्याने तिला निर्वस्त्र दाखवली. स्त्रीच्या सन्मानाविषयी ज्यांना इतकी आस्था आहे आणि तिचा विनयभंग झाला म्हणून ज्यांचा मस्तकशूळ उठतो, ते स्त्रियांवर बलात्कार करणाऱ्या किंवा खून करणाऱ्यांच्या विरोधात मुळीच तुटून पडत नाहीत. देवीला निर्वस्त्र करायचा अधिकार चित्रकाराला नाही, पण रक्तामांसाच्या स्त्रीला घरात, बाहेर कुठेही निर्वस्त्र करण्याचा; तिच्यावर बलात्कार करण्याचा पुरुषांना मात्र अधिकार आहे.

मी 'जयपूर लिटरेचर फेस्टिवल'साठी गेले आहे, हे कळताच काही मुस्लीम मूलतत्त्ववादी एकत्र जमले. 'तसलिमा गो बॅक'च्या घोषणा दिल्या. त्यांचा दावा होता, की तसलिमाने तिच्या *'लज्जा'* नावाच्या पुस्तकात इस्लामचा आणि इस्लामच्या प्रेषिताचा अपमान केला आहे. त्यामुळे लिटरेचर फेस्टिवलमध्ये तिचा सहभाग खपवून घेतला जाणार नाही. मी लिहिलेले एकही पुस्तक राजस्थानी मुस्लीम मूलतत्त्ववाद्यांनी वाचलेले नाही, याची मला खात्री आहे. *'लज्जा'* ही बांगलादेशातील अल्पसंख्याकांवरील हल्ल्याची, त्यांच्या असुरक्षिततेची, त्यांच्या देशत्यागाची कहाणी आहे. *'लज्जा'* पुस्तकात इस्लामविषयी एकही वाक्य नाही, इस्लामच्या प्रेषिताविषयी तर नाहीच नाही. *'लज्जा'* न वाचता, त्यातील गोष्ट माहीत नसताना लेखिकेवर आरोप करणारे मुसलमान ढोंगी तर खरेच, पण निखालस खोटारडेसुद्धा. भारतातील

दांभिक राजकारण्यांप्रमाणे मुंडी हलवणारे लिटरेचर फेस्टिवलचे पदाधिकारी यांचेच आप्त. त्यांनी सांगून टाकले, मुस्लिमांना तसलिमा यायला नको आहे, त्यामुळे तसलिमाला ते कधीही आमंत्रण देणार नाहीत. झाले, प्रश्न मिटला. पण प्रश्न कधी अशा प्रकारे मिटतात का? या प्रकारांमुळे भाषणस्वातंत्र्यावर आणखीनच घाला घातला जातो, मूलतत्त्ववाद्यांच्या भाषणस्वातंत्र्यविरोधी उद्योगांना अधिकच खतपाणी मिळते. परंतु 'जयपूर लिटरेचर फेस्ट'मध्ये हिंदू मूलतत्त्ववादी गट आर.एस.एस.च्या दोन बड्या प्रसिद्ध नेत्यांचा सहभाग होता. त्यांना हिंदू राष्ट्रच दृढ करायचे होते; ज्या राष्ट्रात मुसलमानांना स्थान नाही, स्थान असले तरी अधिकार मात्र मुळीच नाहीत. पण या हिंदुत्ववादी आर.एस.एस.च्या नेत्यांच्या उपस्थितीला मुसलमान मूलतत्त्ववाद्यांनी आक्षेप घेतला नाही, आक्षेप घेतला तो माझ्या उपस्थितीला. हिंदूंवर अत्याचार झाले तर त्यांच्या बाजूने जशी मी उभी राहते, तशीच मुसलमानांच्याही बाजूने उभी राहते. या मूलतत्त्ववाद्यांच्या मानवाधिकारांसाठी मीसुद्धा लढणारच. पण मग मूलतत्त्ववादी, मुस्लिमांच्या शत्रूविरुद्ध घोषणा न देता माझ्याविरुद्ध का देतात? याचे उत्तर सरळ आहे. कारण माझ्याविरुद्ध काय वाटेल ते केले, मला हाकलून दिले, माझ्या मस्तकासाठी बक्षीस जाहीर केले; तरी त्याबद्दल त्यांना काहीही शासन होत नाही, कोणीही त्यांच्या या रानटीपणाला विरोध करत नाही, उलट अशा अघोरी मागण्या मान्य करतात, मागणी मान्य नसेल तरी ओठ शिवून बसतात. संजय लीला भन्साळीवरच्या हल्ल्याचा निषेध सहसा कलाकार साहित्यिकच करतात, पण तसलिमाच्या भाषणस्वातंत्र्याच्या बाजूने मात्र कोणीही उभे राहत नाही. कदाचित त्याचे एकमेव कारण म्हणजे हिंदू मूलतत्त्ववाद्यांपेक्षा मुस्लीम मूलतत्त्ववाद्यांना माणसे अधिक घाबरतात. मुस्लिमांची मते मिळवण्यासाठी त्यांच्यापुढे हात पसरायची राजकारणी मंडळींची नेहमीची सवय असते, त्यांना खूश करण्यासाठी राजकारणी असली कामे करायला मागेपुढे पाहत नाहीत.

हिंदू आणि मुसलमान कट्टरपंथीय दोघेही भारतात चांगलेच फोफावले आहेत. अगदी पूर्वीपासून त्यांचे अस्तित्व होते, कधीकधी तर अगदी भयंकर रूपात होते; त्यामुळे कलाकार, साहित्यिकांच्या स्वातंत्र्याच्या विरोधात आजकाल ते त्रिशूल आणि तलवार रोखून बेपर्वाईने उभे आहेत. यांना परास्त केले नाही, तर समाजच नेस्तनाबूद होईल. धर्मीय शासन दृढ होईल. हळूहळू भविष्यकाळ मागे हटेल, भूतकाळाच्या दिशेने जाऊ लागेल, अंधकार युगाच्या दिशेने जाईल.

मला वाटते, सबंध जगातच धर्मांध आणि मूलतत्त्ववाद्यांचा जयजयकार होतो आहे. अमेरिकेचे व्हाइस प्रेसिडेंट माईक पेन्स तर म्हणाले, की परिवर्तनावर त्यांचा विश्वासच नाही, विश्वास आहे तो बायबलमधील आख्यायिकांवर. प्रेसिडेंट ट्रम्प यांच्या पदभार ग्रहण करण्याच्या दिवशी सहा ख्रिश्चन धर्मगुरूंची भाषणे झाली.

अमेरिकेच्या इतर कोणत्याही प्रेसिडेंटच्या शपथविधीला इतक्या धर्मगुरूंना आमंत्रण दिले गेले नव्हते. असा स्त्रीद्वेष्टा, वर्णद्वेषी, नखशिखांत व्यापारी वृत्तीचा माणूस आतापर्यंत कधीही अध्यक्षपदी नियुक्त झाला नव्हता, निवडणूक जिंकलाही नव्हता. सत्ता मिळाल्याबरोबर ट्रम्प महाशयांनी सात मुस्लीम देशांच्या नागरिकांना अमेरिकेत प्रवेश करायला मनाई केली. त्याच मुस्लीम देशांत पुष्कळ सेक्युलर, पुरोगामी माणसे राहतात, निरुपद्रवी मुस्लीम राहतात. त्यांचे हिंडण्याफिरण्याचे स्वातंत्र्य ट्रम्पनी का हिरावून घेतले? ट्रम्प यांची बदनामीच झाली, पण त्यामुळे त्यांचे काही बिघडते असे मला वाटत नाही.

युरोपमध्येसुद्धा कट्टर उजवे लोकप्रिय आहेत. असहिष्णुता चहूकडे आहे. पण संस्कृती टिकवायची असेल, तर सगळ्या अतिरेकी मतवादाचा निषेध केला पाहिजे, त्याला नकार दिला पाहिजे. उदारमतवादी आणि अतिरेकी मतवादी यांचे सख्य नको.

◆

बहिष्कारालाही काही सीमा असते

सगळ्यालाच एक सीमा असते. पण माझ्यावर बहिष्कार टाकण्याला, मला वाटते, कोणतीच सीमा नाही. देश बंदी घालतो, राज्य बंदी घालते, राजकारणी बंदी घालतात, प्रकाशक बंदी घालतात, संपादक बंदी घालतात, पुस्तकमेळे बहिष्कार घालतात, साहित्य उत्सव बंदी घालतात. चहूकडे मी निषिद्ध. कित्येक वर्षे मला वाळीत टाकलेले, अनेक वर्षे मी भाषणस्वातंत्र्यासाठी लढा देते आहे. वारंवार हरते आहे. असे म्हणतात, की तलवारीपेक्षा लेखणी ताकदवान असते, पण शेवटी आढळून येते की विजय तलवारीचाच होतो, लेखणीचा नाही.

'जयपूर लिटरेचर फेस्ट' हा जगातला सर्वांत मोठा साहित्य उत्सव. नेहमी सुमारे पाच लाख लोक या उत्सवात सहभागी होतात. युरोप-अमेरिकेतील विख्यात लेखकांचीही तिथे मांदियाळी असते. मोठ्या मोठ्या व्यावसायिक संस्था उत्सवात आपली जाहिरात करण्यात धन्यता मानतात, उत्सवाचे उद्घाटन करण्यात सरकारला धन्यता वाटते. हार्पर कॉलिन्स, पेंग्विन शानदार मेजवान्या देऊन धन्य होतात. याच उत्सवात मला या वर्षी आमंत्रित केले होते. पण माझ्या उपस्थितीला पाच अज्ञ, असभ्य, अशिक्षित कट्टरवाद्यांनी आक्षेप घेतल्यावर, मी असे ऐकले की, उत्सवाच्या आयोजकांनी सांगितले, 'तुमची मागणी आम्ही विनातक्रार मान्य करतो आणि प्रतिज्ञा करतो की आम्ही तसलिमाला यापुढेही कधी जयपूर लिटरेचर फेस्टिवलसाठी आमंत्रण पाठवणार नाही.' बस, माझ्यावर बहिष्कार. माझ्यावर जितक्या सहजतेने बहिष्कार घातला जातो, तितक्या सहजपणे कदाचित जगात कोणावरही बंदी घातली जात नसेल. बहुतेक मी एकटी असल्यामुळेच हे होत असावे. माझ्यावर बंदी घातल्यामुळे कोणाचेच, कसलेच नुकसान होण्याची शक्यता नाही.

एकदा का तुम्ही मूलतत्त्ववादी शक्तींच्या समोर मस्तक झुकवले की पुन:पुन्हा झुकवावेच लागते. २०१० साली सलमान रश्दींना जयपूर लिटरेचर फेस्टिवलचे आमंत्रण आले होते. जयपूरच्या मुस्लीम मूलतत्त्ववाद्यांनी रश्दींच्या विरुद्ध असलेला प्रक्षोभ बघितला आणि सांगून टाकले, की आम्ही रश्दींना जयपूरमध्ये शिरूच देणार नाही. लिट फेस्टच्या आयोजकांनी मूलतत्त्ववाद्यांची मागणी मुकाट्याने मान्य केली. रश्दींच्या प्रत्यक्ष उपस्थितीला हरकत घेतली इथपर्यंतसुद्धा ठीक आहे, पण त्यांनी

स्काइपवर बोलणे, लिट. फेस्टमध्ये सहभागी झालेल्यांनी त्यांना मॉनिटरवर बघणे यावरसुद्धा त्या असभ्य लोकांचा आक्षेप होता. शेवटपर्यंत याच कार्यक्रमाविषयी वाद चालू होता. मला कधीच जयपूर लिट. फेस्टचे आमंत्रण आले नव्हते. या वर्षी प्रथमच बोलावणे आले. जरी कार्यक्रमपत्रिकेत माझ्या सुरक्षिततेसाठी माझ्या नावाचा उल्लेख केला नव्हता, फक्त माझ्या *'एकजाईल', 'निर्वासन'* या पुस्तकांचा उल्लेख केला होता, तरी मला माहीत होते की माझा कार्यक्रम दुपारी ३.४५ ला होता. त्या दिवशी – सोमवारी सकाळी मी नाश्ता घेतला नाही. विचार केला, की गरम पाण्याने अंघोळ करून, हॉटेलमध्येच जेवण करून पावणेतीनच्या सुमारास बाहेर पडेन. फेस्टिवलच्या ठिकाणी पोचायला चाळीसएक मिनिटे लागणार होती. आदल्या रात्रीच मला सांगण्यात आले होते, की माझ्या कार्यक्रमाच्या फक्त दोन मिनिटे आधी मी फेस्टिवलला पोचायचे आणि कार्यक्रम संपल्यावर शून्य मिनिटात फेस्टिवलमधून बाहेर पडायचे. आदल्या दिवशीच मला जाण्या-येण्यासाठी त्यांनी एका भुयारी मार्गाची व्यवस्था केली होती. त्याच भुयारातून मी मंचावर जायचे, असे ठरले होते; पण दुपारी बारा वाजता एका कार्यकर्त्याचा फोन आला, की माझा ३.४५चा कार्यक्रम रद्द झाला आहे आणि मला त्याआधी कार्यक्रम करायचाच असेल, तर मला लगेच फेस्टिवलच्या ठिकाणी पोचले पाहिजे. साडेबारा वाजता मला मंचावर जायला पाहिजे. मी पोचू शकले नाही, तर हा कार्यक्रमही त्यांना रद्द करावा लागेल. उपाशीपोटी, अंघोळ न करताच पट्कन साडी नेसून मी बाहेर पडले. भाषणस्वातंत्र्याचे मूल्य चुकते करण्यासाठी बाहेर पडले, मूलतत्त्ववाद्यांच्या अन्यायकारक मागणीला आव्हान देण्यासाठी बाहेर पडले, मंचावर जाऊन भाषण करण्याचे कोणतेही आकर्षण नसतानाही बाहेर पडले. तेव्हा माझे सुरक्षारक्षक हॉटेलमध्ये नव्हते, तरीही निघाले. मला कार्यकर्त्यांनी आधी कधीतरी कळवले होते, की मशिदीत मौलव्यांनी माझ्याविरुद्ध प्रक्षोभ व्यक्त केला आहे. त्यामुळे सुरक्षिततेच्या कारणासाठी निर्धारित वेळेच्या काही तास आधीच मला उपस्थित राहायला सांगितले असणार, असा मी अंदाज बांधला. माझी उपस्थिती ही एक प्रकारे भाषणस्वातंत्र्याची बाजू उचलून धरणारी प्रतीकात्मक उपस्थिती ठरेल, असे वाटून मी त्या कार्यकर्त्याची सूचना मान्य केली. त्या लोकांनी जी गाडी पाठवली, त्यातूनच मी घाईघाईने फेस्टिवलला गेले. मंचावर माझ्याशी सलील त्रिपाठी यांनी वार्तालाप केला. कार्यक्रमाची फक्त वेळच बदलली नाही, तर अवधीसुद्धा बदलला होता. एका तासाऐवजी अर्ध्या तासाचीच मुलाखत झाली. मंचाभोवती अनेक पोलिसांचा घेरा होता, फेस्टिवलचे कार्यकर्ते होते. मुलाखत संपताच तातडीने माझे सुरक्षारक्षक मला घेऊन तिथून निघाले. थेट हॉटेल गाठले. मी जयपूरमध्ये जवळजवळ चार दिवस होते, पण फेस्टिवलची मजा काही उपभोगता आली नाही. हॉटेलमध्येच बसून राहावे लागले. पहिल्या दिवशी अगदी हौसेने

वेगवेगळ्या सत्रांना हजेरी लावून प्रेक्षकांप्रमाणे लेखकांची भाषणे ऐकली. मध्येच कार्यकर्त्यांनी मला तिथून बाजूला केले, कुठल्या तरी कारणावरून कोणाचे तरी कोणाशी भांडण लागले म्हणून. भांडण माझ्यासंबंधी नव्हते तरीही. मला नंतर बजावण्यात आले, की मी फेस्टिवलमध्ये इकडेतिकडे फिरू नये, कोणत्याही कार्यक्रमाला हजर राहू नये. का? जस्ट इन केस, माझ्या आणि फेस्टिवलच्याही सुरक्षेच्या कारणासाठी. आजवर आयुष्यात अनेक साहित्य उत्सवांत मी सहभागी झाले आहे, पण कुठल्याच फेस्टिवलमध्ये मी इतकी नकोशी झाले नव्हते.

रात्री उत्सवाच्या सगळ्या सुरस कथा ऐकल्या, पण आयोजकांपैकी कोणीच मला कुठल्या सत्राला जाण्याविषयी काहीच बोलत नव्हते. एका रात्री मी एकटीच डिनरला गेले. बघते तो काय; लाइव्ह म्युझिक, खाण्यापिण्याची रेलचेल. हजारो लेखक, वाचक मजा करतायत; पण मला जाणवले की या सगळ्या आनंदसोहळ्यात मी अनाहूत आहे. सोमवारी रात्री लेखकांसाठी गाला डिनर होते. नाही, त्याचेही मला आमंत्रण नव्हते. संध्याकाळी विमानतळावर पोचले, तर कळले की माझी फ्लाइट रात्री बारा वाजता सुटणार आहे. मी इतक्या लवकर आले याचे एअरलाइन्सच्या लोकांना आश्चर्य वाटले, कारण फ्लाइट उशिरा सुटणार आहे, असा एसएमएस दुपारीच पाठवला होता म्हणे. पण संयोजकांनी माझे तिकीट काढले असल्यामुळे एसएमएस त्यांना गेला असणार, मला नाही आला. त्यांनी विचार केला असावा, की इतर लेखकांबरोबर गाला डिनरमध्ये बसण्याऐवजी मी एअरपोर्टवर बसणे बरे. जस्ट इन केस. समारंभ निर्विघ्नपणे पार पडायचा असेल, तर वादग्रस्त व्यक्ती कोणाला आसपास नको असतात.

संपूर्ण लिट. फेस्टमध्ये मला जाणवत होते, की माझी उपस्थिती कोणालाही नको आहे. स्त्रीद्वेष्ट्यांच्या, मूलतत्त्ववाद्यांच्या, तथाकथित संस्कृतिरक्षकांच्या कंपूत माझी उपस्थिती नको असते हे मला माहीत होते, पण आता कळले की उदारमतवाद्यांच्या गटातही मी अस्पृश्यच.

दुसऱ्या दिवशी सगळ्या वृत्तपत्रांत वाचले, की दहा–बारा मूलतत्त्ववाद्यांनी– ज्यांनी मी लिहिलेली एकही ओळ वाचलेली नाही याची मला खात्री आहे- माझ्या विरोधात घोषणा दिल्या. मला याचीही पुरेपूर खात्री आहे, की मी गुजरातमधील मुस्लीम दंगलग्रस्तांना मदत म्हणून जितकी रक्कम दिली, त्याच्या एक टक्काही मदत या लोकांनी दिली नसेल. २०१२ साली मूलतत्त्ववाद्यांची मागणी मान्य केल्यानंतर २०१७ सालीसुद्धा त्यांची मागणी मान्य करणे लिट. फेस्टच्या पावरफुल लोकांना भागच होते. पाच जणांच्या पुढे पाच लाख लोक हरले. का? ते पाच जण काय महाकाय राक्षस होते? आणि बाकीचे पाच लाख लोक सगळे भित्रे, पळपुटे, पुचाट? की आणखी काही?

मला माहीत आहे, की माझ्यावर बंदी घालण्याइतके सोपे दुसरे काही नाही. कारण माझ्यावर बंदी घालण्याला - उजवे असोत की डावे, जहाल असोत की मवाळ, पुरुष असो की स्त्री - कोणीच विरोध करत नाही. आयुष्यात खूप काही बघावे लागले. मुखवट्यामागचे चेहरेही अनेक बघितले.

माझ्या चिंता, काळज्यांची व्याप्ती जितकी वाढते, तितक्या माझ्या प्रत्यक्ष उपस्थितीची ठिकाणे कमी होत जातात. जितक्या जास्त लोकांचा विचार करते, तितकी मी अधिकच एकटी होत जाते. 'हे विश्वचि माझे घर' असा जितका मी विचार करते, तितकी मी बहिष्कृत होत जाते, वाळीत टाकली जाते. भाषणस्वातंत्र्याच्या गप्पा खूप जण करतात, पण फारच थोडे जण या स्वातंत्र्याचा मान राखतात.

◆

पाठ्यपुस्तकांचे परिवर्तन

शाळेच्या पाठ्यपुस्तकातील एखाद्या लेखक किंवा कवीचे लेखन वाचताना तो लेखक हिंदू की मुसलमान याबद्दल माझ्या लहानपणी कधीच कोणतीच टीका ऐकली नाही. लेखन चांगले आहे, मुलांच्या मानसिक विकासाला साह्यभूत आहे; एवढेच बघितले जायचे. आज एकविसाव्या शतकात जेव्हा जग अधिक सुसंस्कृत झाले आहे, अधिक प्रगत झाले आहे असे बोलले जाते; तेव्हा पाठ्यपुस्तकातील धडे, कविता हिंदूने लिहिल्या की मुसलमानाने याची लोक चर्चा करतात. मुस्लीम देशात हिंदूंनी लिहिलेली कविता किंवा धडा पाठ्यपुस्तकातून काढून टाकला पाहिजे, असे सरकारचे धोरण आहे. बांगलादेशातील मुलांच्या तथाकथित आनंदासाठीचे हे उद्योग, उपद्व्याप बघून मी घायाळ होते. नाही, मला आश्चर्य वाटत नाही. मी आयुष्यात माणसांची इतकी दुष्कृत्ये, अत्याचार, अनाचार, निष्ठुरता, निर्बुद्धता पाहिली आहेत की कशानेच मी आता अवाक होत नाही, पण घायाळ मात्र होते.

एके दिवशी आझम खान नावाच्या माणसाने फेसबुकवर लिहिले, ‘पाठ्यपुस्तकातून हिंदू अज्ञेयवादी लेखकांची पुस्तके बाद करायची असतील तर मग सर जगदीशचंद्र बोस कसे बरे चालतील? उच्च माध्यमिक पुस्तकांतून ज्यू शास्त्रज्ञ आइनस्टाईन, नासाचा शास्त्रज्ञ रुदरफोर्ड, न्यूटन, आधुनिक शास्त्रज्ञ स्टीफन हॉकिन्स यांचे आणि यांच्याबद्दलचे लेखनसुद्धा काढून टाकले पाहिजे. या सगळ्याच्या बदली गंडेदोरे, मंत्रजल; भूत, प्रेत, पिशाच, आत्मा दूर करायला, दारू बनवायला शिकवले पाहिजे. देशातील सगळी इस्पितळे बंद केली पाहिजेत. उपचारशास्त्रातील ९९ टक्के भाग याच हिंदू, ज्यू, नासाचे लोक, नास्तिक यांनी लिहिलेला आहे. इस्पितळातील डॉक्टरांच्या जागी मदरश्यातील मौलवींची नियुक्ती केली पाहिजे. मद्य व्यवसायाच्या माध्यमातून ते लोकांना बरे करतील. भिन्न धर्म, भिन्न श्रद्धा असलेल्या लोकांबद्दल जिथे घृणा आहे, तिथे त्यांचे लेखन, त्यांच्या परिश्रमातून मिळालेल्या सोयी सुविधांचा उपभोग घेण्याची काही आवश्यकता नाही. तिरस्कार करायचा तो पूर्णतेने केला पाहिजे, अर्धवट करून काही होणार नाही.’

पण आझम खान बरोबरच बोलत आहेत. याचे उत्तर सरकार देऊ शकेल का? हिंदूंना मारून मारून बांगलादेशातून हाकलून देत आहेत. भारत-बांगलादेश फाळणी

झाली, तेव्हा तीस टक्के हिंदू होते, आज ती संख्या खाली गेली आहे. हिंदूंवर होणारे अत्याचार रोखण्यासाठी जर सरकारने पावले उचलली, तर कोणी हिंदू आपली मातृभूमी सोडून जाणार नाही. एक वेळ अशी येईल, की बांगलादेशात एकही हिंदू राहणार नाही. हे भूषणावह आहे का? पाकिस्तानातही हिंदूंची संख्या कमी होते आहे. मुसलमान आहे म्हणून हिंदू, ज्यू, ख्रिश्चन यांचा किंवा इतर धर्मीयांचा तिरस्कार केलाच पाहिजे का? केला नाही तर सच्चा मुसलमान होताच येणार नाही का? मुसलमानांनी आता आत्मपरीक्षण करावे. त्यांनी विचार करावा, की पंधराशे वर्षांपूर्वी असलेले धर्माचे स्वरूप तसेच ठेवायचे की काळानुसार त्यात बदल करायचे? सगळ्याच धर्मांच्या माणसांनी आपापल्या धर्मात काही ना काही परिवर्तन केले आहे. इतर गोष्टींप्रमाणे धर्माचेही प्रत्यावर्तन होत असते. ख्रिश्चन लोक आता चर्चच्या नियमांप्रमाणे चालत नाहीत, त्यांचे ते कुप्रसिद्ध 'इन्क्विझिशन'ही आता नाही. ईश्वराकडे कटाक्ष टाकला म्हणून आता कोणाचा खून केला जात नाही. भारतातही हिंदू स्त्रियांवर धर्माची भयंकर बंधने होती, ती आता नाहीत. स्त्रीद्वेष्टे ज्यूसुद्धा आता बदलले आहेत. तेही आता स्त्रियांच्या समान अधिकारांच्या बाजूने बोलू लागले आहेत. सभ्य, सुशिक्षित, सजग लोकच परिवर्तन किंवा प्रत्यावर्तनाची बाजू उचलून धरतात. पण आम्ही मात्र पुढे जाण्याऐवजी मागेमागेच का हटतो आहोत? आम्ही सभ्यता, सुसंस्कृतपणाच्या दिशेने न जाता पुन्हा रानटीपणाच्या दिशेने मागे जाणार आहोत का? हिंदूंबद्दल किंवा इतर धर्मीयांबद्दलचा द्वेष फक्त कट्टरवाद्यांपुरताच सीमित आहे, असेही नाही. सगळ्यांच्याच हृदयात या विद्वेषाचे अस्तित्व विराजमान झालेले जाणवते. बांगलादेशानेसुद्धा इस्लामच्या काही नियमांत परिवर्तन केले आहे. आणखीही परिवर्तन होणे गरजेचे आहे, किंवा धर्माला व्यक्तिगत श्रद्धेचे स्वरूप देऊन समान अधिकाराच्या पायावर पारिवारिक नियम निर्माण करणे योग्य ठरेल. डाव्या विचारसरणीचे, हिपोक्रिट्स आजकाल मुबलक आहेत.

पाकिस्तानी शासनकर्त्यांनी एकदा रवींद्रसंगीतावर बंदी घातली होती. हा आदेश इतका भयंकर आणि चुकीचा होता, की ताबडतोब त्यांना त्याच्यावर विचार करणे भाग पडले. एखादा कवी मुसलमान नाही किंवा इस्लामवर श्रद्धा ठेवत नाही, हा अपराध मानून त्याचे लेखन पाठ्यपुस्तकांतून काढून टाकण्याचा नियम योग्य नाही हे बांगलादेशी सरकारलाही कळेल, अशी मी आशा करते. एखादा लेखक – मग त्याचा धर्म, लिंग, आदर्श, भाषा, देश कोणताही असो; त्याचे लेखन आपले प्रबोधन करणारे, प्राण फुंकणारे, आपली संवेदनशीलता समृद्ध करणारे असेल, तर काय वाट्टेल ते करून मी ते वाचणारच. त्याचे लेखन फक्त माझ्यासाठीच नव्हे तर सर्वांसाठीच फायद्याचे असेल. सरकारला सांप्रदायिक होणे शोभत नाही. जे जीना भारताच्या फाळणीला, हिंदू-मुसलमानांच्या मध्ये तेढ निर्माण करण्याला कारणीभूत

होते, त्यांनाही स्वतःची चूक लक्षात आली, तेही जातिभेदाच्या विरोधात बोलले.

असे ऐकले, की पाठ्यपुस्तकांमध्ये मुस्लीम धर्मगुरूंच्या चरित्रांचा अंतर्भाव केला आहे. ही चरित्रे वाचून मुले-मुली निश्चितच इस्लामकडे आकृष्ट होतील. माणसाला धार्मिक बनवणे हाच मूळ हेतू आहे की माणसाला सत्यवादी, निष्ठावान, आदर्शवान माणूस म्हणून घडवणे जास्त महत्त्वाचे आहे? धर्माबद्दल सर्वांनाच माहिती असावी, केवळ आपल्याच नव्हे तर इतर धर्मांविषयीसुद्धा. आसपासची नवीन पिढी चिंतनशील, युक्तिवादी, विज्ञानमनस्क अशी तयार होण्यासाठी आपण काहीतरी प्रयत्न करायला नकोत? केवळ धर्मगुरू, प्रेषित वगैरेंचीच चरित्रे का? न्यूटन, कोपर्निकस, गॅलिलिओ, आइन्स्टाईन, व्हर्जिनिया वूल्फ, मेरी विल्स्टनक्राफ्ट, सिमॉन द बोव्होया यांची चरित्रे शिकवणेही आवश्यक आहे. फक्त बंगाली विद्वानांच्याच का, जगातल्या मोठमोठ्या विद्वान, पंडितांच्या गोष्टी; त्यांनी काय म्हटले आहे, काय लिहिले आहे, कशा प्रकारे जीवन व्यतीत केले, हे सगळेही माहीत पाहिजे. सीमित परिघाच्या बाहेर पडून विराटाकडे गेले पाहिजे, केवळ बांगलादेशाचेच नव्हे तर विश्वाचे – ब्रह्मांडाचे अपत्य बनले पाहिजे.

कट्टर मुसलमान आणि दहशतवादी मुसलमानांबद्दल जगभरातील लोकांच्यात संताप आहे. सामान्य, निष्पाप मुसलमानसुद्धा लोकांच्या रोषाला बळी पडत आहेत. आता बांगलादेशातील मुसलमानांना कट्टर किंवा दहशतवादी बनण्याची चिथावणी न देता सहिष्णू मानव बनण्यासाठी उद्युक्त केले पाहिजे. जगातील सर्वांसह - इतर धर्मीयांसहसुद्धा - आपण खेळीमेळीने राहिले पाहिजे, फक्त मुसलमानांच्या बरोबरच राहण्याचा आग्रह धरणे, हा मूर्खपणा आहे. मुसलमानांवर संकट आले तर मुसलमान पुढे येत नाहीत, हे स्वतःच्या डोळ्यांनी पाहिले आहे. सिरियातील निर्वासितांना कुठल्याही मुस्लीम देशाने आश्रय दिला नाही, इतर धर्मीय देशांनीच दिला. मुस्लीम देशांमध्ये तरी काय आढळते? मुसलमानच मुसलमानांची हत्या करत आहेत. या हत्यासत्रापासून आपण फार दूर नाही. आपल्याला ज्याप्रमाणे दहशतवादी बनायचे नाही, तसेच दहशतवादाची शिकारही व्हायचे नाही. देश धर्मनिरपेक्ष, सहनशील बनवून; माणसाला माणूस बनवून, माणसात माणसाबद्दल आपलेपणा निर्माण करणे याशिवाय आजच्या घडीला दुसरे काहीच महत्त्वाचे काम नाही. समाज स्वस्थ आणि सुंदर व्हायला हवा असेल, तर लहान मुलांना खऱ्या अर्थाने सुशिक्षण देण्यास प्राधान्य देणे फार गरजेचे आहे. मुलांच्या पाठ्यपुस्तकांना सांप्रदायिकतेतून मुक्त केले, तरच मुलांनासुद्धा असांप्रदायिक पद्धतीने घडवणे शक्य होईल.

◆

जी पुस्तके बघायला तुम्हाला भीती वाटते, तीच पुस्तके तुमच्यासाठी योग्य

१) 'जे पुस्तक बघायला तुम्हाला भीती वाटते, ते खरे पुस्तकच नाही, ते पुस्तक तुम्ही वाचत नाही.

जे पुस्तक तुम्हाला अंध करते, जे पुस्तक तुम्हाला बद्ध करते; ते पुस्तक तुम्ही हातात धरत नाही.'

हे बडबडगीत या वर्षी चौथ्या किंवा पाचव्या इयत्तेच्या पाठ्यपुस्तकातून काढून टाकले, असे माझ्या कानावर आले. कारण असा आक्षेप घेतला गेला, की या बडबडगीतात धर्मग्रंथाचा विषय आला आहे आणि धर्मग्रंथ शिकण्यावर बंदी आहे. विज्ञानाचे पुस्तक मार्ग प्रकाशित करते, ज्ञान देते; त्यामुळे ज्या ज्या विषयांतून आपल्याला ज्ञान मिळते असे विज्ञान, इतिहास, भूगोल, साहित्य इत्यादी शिकावे, असे सांगितले गेले.

पण मला वाटते, की जे पुस्तक तुम्हाला अंध करते, तेच पुस्तक तुमच्यासाठी योग्य आहे. सगळ्या प्रकारची पुस्तके सगळ्यांनी – लहान, किशोरवयीन मुलांनीसुद्धा वाचावीत. त्यांनाही कळले पाहिजे, की धर्म कशाला म्हणतात. धर्माचे संक्षिप्त वर्णन, धर्माचा सुरुवातीपासूनचा इतिहास कळला पाहिजे. केवळ आपल्या आई-वडिलांचा धर्मच नव्हे तर इतर धर्मांविषयीसुद्धा माहीत करून घेतले पाहिजे. अस्तित्ववाद, युक्तिवाद, मानववाद असे धर्मातील पर्याय, उलटसुलट मते यांबद्दलही जाणून घेतले पाहिजे. त्यानंतर मग वयात आल्यावर बुद्धीनुसार माणूस स्वतःच निर्णय घेईल की मुळात तो कोणत्या एका धर्माचे पालन करणार आहे की नाही, करणार असल्यास कोणत्या धर्माचे किंवा कोणत्या श्रद्धेचे.

धार्मिकांनी कितीही पटवायचा प्रयत्न केला, की धर्म आणि विज्ञान यांत काहीही विवाद नाही, तरी वास्तविक धर्म आणि विज्ञान हे दोन्ही पूर्णपणे परस्परविरोधी मतप्रवाह आहेत. एकावर विश्वास असेल, तर दुसऱ्यावर विश्वास ठेवायचा प्रश्नच येत नाही. पण अनेक जण दोन्हीवर विश्वास ठेवण्याचा आग्रह करतात. उत्क्रांतिवादावर विश्वास ठेवल्यावर निर्मितिवादावर नक्की कसा विश्वास ठेवायचा, कळत नाही. काही काही शास्त्रज्ञ म्हणतात, की मेंदूत एकेका भागात एकेक श्रद्धा भरलेली असते. त्यांत दोन परस्परविरोधी श्रद्धांचा संघर्ष होत नाही.

२) लहानपणी शाळेत वर्ण परिचयाच्या पुस्तकात वाचले होते – 'अ पासून अजगर, आ पासून आंबा, ओ पासून ओल (ओल – सुरण). आता मात्र असे ऐकले की, ओ पासून ओडना (डोके झाकायचा रुमाल) पाहिजे.' असे लिहिणे अपेक्षित आहे. ओडना पाहिजे, बुरखा पाहिजे, हिजाब पाहिजे हे सगळे म्हणजे उपरोक्त मतवाद्यांचा प्रचार आहे. एका प्रजासत्ताकात सर्व धारणांच्या मतांचे अस्तित्व पाहिजे. कोणतेतरी एकच मत, तेसुद्धा बहुसंख्याकांचे मत मान्य असेल तर त्यालाच शाळेच्या पाठ्यपुस्तकांत प्राधान्य दिले जाते, ते बरोबर नाही. ओडना फक्त मुलीच वापरतात, मुले नाही; पण वर्ण परिचय हे पुस्तक मुले-मुली दोघेही शिकतात. इयत्ता पहिलीपासूनच मुलामुलींनी मुलीच्या ओडनाबद्दल शिकायचे. मुलींचे शरीर झाकून ठेवण्याविषयी शिकायचे. तारुण्याबद्दल काही माहिती व्हायच्या आधीच तारुण्याविषयी, शरीराविषयी लाज, संकोच आणि भीती यांची जाणीव करून देण्याचा प्रयत्न होतो आहे, आणि हे बालकांच्या आयुष्यातील शैशव हिरावून घेण्याचे षड्यंत्र नाही तर दुसरे काय?

मुलींना ओडना घेण्याचा जसा अधिकार आहे, तसा न घेण्याचाही अधिकार आहे. अक्षरओळख शिकवताना, ओडना घ्यायला पाहिजे हे शिकवणे म्हणजे त्या लहान मुलांच्या डोक्यात ओडना ही वस्तू घुसवणे, पोशाखासंबंधात ओडनाला उच्चस्थान देणे किंवा ओडनाला अनिवार्य पोशाखाचा दर्जा देणे. हिजाब किंवा बुरख्याबाबतसुद्धा एकच तत्त्व लागू होते. कोणत्याही नियमाला शालेय पुस्तकात उचलून धरण्याचा अर्थ असा होतो, की तोच नियम श्रेष्ठ नियम आहे, याच्या बाहेर जाणे अनुचित असते. ज्या ओडना घालू इच्छित नाहीत, त्यांची रवानगी मग नियम मोडणाऱ्यांच्या गटात. ज्या मुली ओडना घालत नाहीत, त्या खरे म्हणजे नियम मोडणाऱ्या नसतातच, त्या ओडना न घालण्याचा नियम पाळतात. ओडना घेणे आणि ओडना न घेणे, या दोन्ही नियमांपैकी त्यांनी ओडना न घेण्याचा नियम निवडला आहे. यामुळे त्यांच्या मानसन्मानाला जरा अधिक बाधा येण्याचा प्रश्नच नाही. लहान मुले जे काही बघतात, ऐकतात, वाचतात; तेच शिकतात. जगात भिन्न भिन्न मते आहेत. त्या सर्व मतांबद्दल पहिल्यापासूनच मुलांना शिक्षण देणे उचित आहे. फक्त कुठल्यातरी एकाच मतप्रवाहाबद्दल माहिती असणे, त्यालाच प्राधान्य देणे किंवा त्याचेच गोडवे गाणे म्हणजे मुलांच्या अधिकारावर गदा आणणे. मुलांना जर एखादा मतप्रवाह शिकवायचा असेल, तर त्याच मतप्रवाहाच्या विरोधी मतांचेही त्यांना ज्ञान दिले पाहिजे. केवळ पुरुषवाद शिकवून चालणार नाही, स्त्रीवाद या पुरुषवादाच्या उलट्या मताविषयीही माहिती दिली पाहिजे. असे न केल्यास सर्व काही जाणण्याच्या अधिकारापासून मुले वंचितच राहतील. लहानग्यांच्या अधिकाराचे उल्लंघन करण्याचा अधिकार मोठ्यांना नाही.

शाळांमध्ये लहान मुले आणि किशोरवयीन मुलांना धर्मीय मतवाद शिकवण्यासाठी मूलतत्त्ववादी अनेक महिने, वर्षे ओरड करत आहेत. काही महिन्यांपूर्वी त्यांनी पाच प्रकारच्या मागण्या केल्या होत्या. एक – विनाविलंब शिक्षणसंस्कृतीतील अनइस्लामिक प्रक्रिया बंद केल्या पाहिजेत, दोन – पाठ्यपुस्तकांमध्ये इस्लामी भावधारा पुनःप्रस्थापित केली पाहिजे. तीन – पाठ्यपुस्तकांतून इस्लामी भावधारा हटवण्यात सहभागी असलेल्या, आणि प्रश्नपत्रिकेत इस्लाम आणि मुसलमानांबद्दल द्वेष पसरवणाऱ्या व्यक्तीच्या विरुद्ध कठोर धोरण ठेवले पाहिजे. चार – कौमी मदरश्यांमधील शिक्षणावर नियंत्रण ठेवण्याचे षड्यंत्र बंद केले पाहिजे. पाच – एकाच वेळी धर्महीन, सेक्युलर शिक्षणनीती रद्द करून बहुसंख्यांकांच्या चैतन्यपूर्ण (चेतनासमृद्ध) शिक्षणनीतीचे सुसूत्रीकरण करण्यासाठी पुढाकार घेतला पाहिजे.

मूलतत्त्ववाद्यांची मागणी मान्य करून इस्लामी भावधारा पुनःप्रस्थापित करण्यासाठी सरकार पुढाकार घेते आहे का? जी भावधारा बी एन पी जमातीच्या अमलात होती, तीच भावधारा अवामी लीगच्या अमलातसुद्धा राहील, याबद्दल मला मुळीच शंका नाही. दोन्ही सरकारांमध्ये अनेक फरक असूनसुद्धा मला विशेष काही वेगळे आढळले नाही.

बांगलादेशात कोणतेही सरकार असो, राहो; देशाला मूलतत्त्ववादी बनवायचे की धर्मनिरपेक्ष देश म्हणून घडवायचे, याविषयी त्यांना निर्णय घ्यावा लागेल. मूलतत्त्ववाद्यांना चुचकारल्याचे दुष्परिणाम मला पावलोपावली जाणवत आहेत. मूलतत्त्ववादातून जे दहशतवादी जन्मतात; ते देशातील विरोधी, प्रगतिशील आवाजाला कसे चिरडून टाकतात ते आपण पहिले आहे; मुक्त विचारांना कसा अडसर घालतात, संभावनांचा कसा सर्वनाश करतात, ते पाहिले आहे. त्यापेक्षा लोकशाही प्रस्थापित करण्याच्या कार्याकडे का नाही वाटचाल करायची? लोकशाही म्हणजे फक्त मते आणि निवडणुका नाहीत; तर समाजात, कुटुंबात, सर्वत्र लोकशाही नांदली पाहिजे. लोकशाही रुजली तरच स्त्री – पुरुषांचे समान अधिकार प्रस्थापित होतील. लोकशाहीत सर्व जण समान असतात, लोकशाही शासनाखाली कोणी विषमतेची शिकार होत नाही. खरोखरच लोकशाहीमध्ये दरिद्री, खालच्या जातीचे, स्त्रिया, समलिंगी, लिंगबदल केलेले – अशांचे अधिकार श्रीमंत, उच्च जातीचे, पुरुष यांच्या अधिकारांपेक्षा यत्किंचितही कमी नाहीत. खरेच, लोकशाहीमध्ये सर्व विषमता दूर होते. जातिभेद राहत नाही. लोकशाहीत आपल्या सर्वांची एकच जात होऊन जाते – मनुष्यजात. स्वतःला एकदा का मनुष्यजातीतले मानले, की मग दुसरा कोणी इतर धर्माचा, इतर जातीचा, भिन्न वर्णाचा, भिन्न देश-भाषा – संस्कृतीचा असा विचारच मनात येणार नाही. आपली सर्वांची खरोखरच आजच्या घडीला माणूस हीच जात आहे. चांगला-वाईट, लोभी-निर्लोभी, सज्जन-दुर्जन, क्रूर-

दयाळू अशा सर्वांना सामावून घेणारी सर्वसमावेशक माणूस ही जात. आपणच कोणी कोणी प्रयत्न करू या जेणेकरून आपल्यावर अत्याचार होणार नाहीत, आपल्या हत्या होणार नाहीत, आपल्याला भोगायला लागणार नाही, आपणच आपल्याला फसवणार नाही, दुःख, वेदना देणार नाही.

आपणच आपल्यात सुधारणा केली नाही, स्वास्थ्य राखले नाही तर कोण करणार? स्वतःशिवाय आपले असते तरी कोण?

◆

बांगला अकॅडमीच्या महानिदेशकांनी काय केले

बांगला अकॅडमीच्या महानिदेशकांना झालय तरी काय? वर्षागणीक ते राष्ट्रीय पुस्तकमेळ्यात पुस्तक प्रकाशकांचा पुस्तके विकण्याचा अधिकार हिरावून घेत आहेत. जे वर्षभर वाट बघत असतात, की या एका महिन्यात पुस्तके चांगली विकली जातील, त्यांनाच प्रदर्शनात पुस्तक विक्रीचा अधिकार नाही. पुस्तक प्रदर्शनात सहभागी व्हायचे म्हणूनच जे पुस्तके प्रकाशित करतात, त्यांना अचानक कळते की त्यांना तिथे बंदी आहे. शामसुज्जामान खान अनेक वर्षे अकॅडमीच्या महानिदेशकपदी विराजमान आहेत. फालतू कारण दाखवून त्यांनी २०१५ साली 'रोदेला प्रकाशन' संस्थेला पुस्तक मेळ्यात यायला बंदी घातली. २०१६ मध्ये 'ब-द्वीप प्रकाशना'ला बंदी घातली. पुस्तक लिहिण्याच्या अपराधाबद्दल 'ब–द्वीप'चे लेखक, प्रकाशक शामसुज्जोह माणिक तुरुंगात आहेत. किती भयंकर भयंकर अपराधी जामिनावर बाहेर येतात, पण माणिक मात्र बाहेर येऊ शकत नाहीत. लागोपाठ दोन वर्षे दोन प्रकाशन संस्थांना निषिद्ध करून, त्यांना धिक्कारून पुन्हा नवीन उत्साहाने आणखी एका प्रकाशनाला बंदी केली. २०१७-१८साठी बिचाऱ्या 'श्रावण प्रकाशना'वर बंदी. श्रावण प्रकाशनाचा दोष काय? तर त्याच्या प्रमुखांनी महानिदेशकांच्या, नाना प्रकारची कारणे दाखवून अभिव्यक्ती स्वातंत्र्याविरुद्ध जाण्यावर टीका केली. हे सर्व बघून पक्की खात्रीच पटते, की बांगला अकॅडमी ही एक आदर्श अधःपतित अकॅडमी आहे. जी अकॅडमी मुक्त विचारांच्या बाजूने उभी राहणे अपेक्षित आहे, ती मुक्त विचारांच्या विरोधात उभी आहे.

बांगला अकॅडमी आधीही लेखकांच्या अभिव्यक्तीच्या विरुद्ध होती, याला मी स्वतः साक्षी आहे. मला चांगले आठवते -

'१९९१ साल. पुस्तक प्रदर्शन सुरू झाले. पूर्ण फेब्रुवारी महिना प्रदर्शन होते. १७ फेब्रुवारीची संध्याकाळ होती. प्रदर्शनात गोंधळाची चाहूल लागली. तो का, कशाबद्दल, मला काहीच माहीत नव्हते. एक भलेमोठे बॅनर घेऊन एक मोर्चा विद्याप्रकाशच्या समोरून गेला. प्रदर्शनात बॅनर घेऊन मोर्चा? हे आता कशाला? याआधी तर कधी असे काही पाहिले नव्हते. तो मोर्चा का, कशासाठी या प्रश्नाचे उत्तर कोणाकडूनच मिळेना. अचानक बघते तर काय, माझा सहकारी मुलगा माझी

पुस्तके घाईघाईने टेबलावरून काढत होता. पुस्तकांच्या शेल्फवरून मुलाचा सहकारी माझी पुस्तके खाली काढत होता. तेवढ्यात मुहम्मद नुरुल हुदा आणि रफीक आझाद यांनी मला स्टॉलमधून बाहेर नेले. मला बांगला अकॅडमीच्या मूळ दालनात घेऊन गेले. महानिदेशकांच्या दालनात. झाले होते असे, की माझ्याविरुद्ध प्रदर्शनात मोर्चा निघाला होता. तसलिमा नासरिनला नेस्तनाबूद करू इच्छिणाऱ्या गटानेच हा मोर्चा काढला होता. मला चिरडून टाकण्यासाठी हा मोर्चा. प्रदर्शनातील पुस्तकांच्या स्टॉल्सना कमिटीचे लोक धमकी देऊन आले होते, की माझी पुस्तके कोणीही ठेवायची नाहीत. जर ठेवली, तर त्यांचा स्टॉल तोडून नाहीतर जाळून टाकला जाईल. त्याचबरोबर माझी पुस्तके ज्या स्टॉल्सवर होती, तिथून काढून टाकली. मी अवाक होऊन बसून राहिले. खोलीत आणखीही काही लेखक बसले होते. फाजलूम आलमसुद्धा उठून माझ्या मागे आले होते. भीतीने त्यांचा चेहरा, डोळे विस्फारले होते. महानिदेशकांच्या खोलीत याबद्दलच चर्चा चालली होती. मोर्चा का काढला, कोणी काढला प्रदर्शनातली अस्थिरता कशी काय दूर करता येईल, बॅनरवर काय लिहिले होते, याबद्दलच लेखकांची कुजबुज चालली होती. महानिदेशकांनी अचानक मला विचारले, "हा मोर्चा का निघाला? तुमच्यावर त्यांचा काय आरोप आहे?" "काय आरोप आहे, ते काही मला माहीत नाही," मी म्हणाले. महानिदेशक गंभीर स्वरात म्हणाले, "बॅनरवर खूपच अश्लील गोष्टी लिहिल्या आहेत. तुम्हाला काय वाटते, हे सगळे ते का करतायत?" "बहुतेक माझ्या लिखाणामुळे." "लिहितात तर अनेक जण. इथे हे जे लेखक आहेत, ते सगळेच पुस्तके लिहितात. त्यांच्याविरुद्ध तर कधी पुस्तक प्रदर्शनात मोर्चा निघाला नाही. तुमच्याच विरुद्ध का?"

फजलूम आलम उच्चस्वरात म्हणाले, "का म्हणजे काय? त्यांना काय माहीत का मोर्चा निघाला ते. ज्यांनी काढला त्यांना माहीत. आणि तसलिमा नासरिनचे लिखाण सगळ्यांनाच समजते का? त्यांचे लेखन इतरांप्रमाणे तडजोड करणारे नसते."

लेखकांमध्ये गदारोळ सुरू झाला. 'आम्ही तडजोड करणारे लिहितो असे म्हणायचे आहे की काय त्यांना?' महानिदेशकांनी गोंधळ शांत करून कपाळाला आठ्या घालून माझ्याकडे बघितले आणि म्हणाले, "स्त्री असून तुम्ही पुरुषांप्रमाणे का लिहिता? त्यामुळेच या भानगडी होतात."

मी चटकन उत्तर दिले, "मी कशाला पुरुषांसारखे लिहीन? मी माझ्याच मताप्रमाणे, आवडीप्रमाणेच लिहिते." बसलेल्या लेखकांच्यात चुळबुळ सुरू झाली.

"सगळ्यांनाच सगळे शोभत नाही, हे तुम्हाला कळत नाही का?" महानिदेशकांच्या ओठांच्या कोपऱ्यात कुत्सित हसू चमकत होते. लेखकांच्या उसाश्यांमुळे त्या हास्याला ओठांच्या कोपऱ्याचा आश्रय घ्यावा लागत होता.

"तुमचे लेखन मी वाचतो. तुम्ही ज्या भाषेत लिहिता, तशा भाषेत इतर कोणी स्त्री लिहिते का?"

मी गप्प.

"नाही लिहीत."

महानिदेशकांच्या वक्तव्यावर लेखकांनीही माना डोलावल्या. 'नाही लिहीत.'

मी तोंड आवळले.

"तुमचे लेखन खूपच अश्लील असते."

आता मी दातओठ खाऊन म्हटले, "माझे लिखाण काही जणांना अश्लील वाटते, काहींना नाही."

मुहम्मद नुरुल हुदा यांनी बाहेर जाऊन माइकवरून घोषणा केली की मेळ्यामध्ये कोणीही मोर्चा घेऊन येऊ नये, त्यामुळे मेळ्याचे वातावरण खराब होते. कोणाची काही तक्रार असेल, तर त्यांनी मेळा समिती सदस्यांकडे ती नोंदवावी. मोर्चातील लोकांना त्यांनी शांत होण्यास सांगितले.

तेवढ्यात मेळ्यात 'आग – आग' असा ओरडा झाला. खोलीत बसलेले काही जण काय झाले बघायला खिडकीकडे धावले. मेळ्याच्या मैदानात पुस्तके जळत होती. माझी पुस्तके जिथे जिथे मिळाली, ती मोर्चेकऱ्यांनी मैदानाच्या मध्यभागी जमा करून पेटवून दिली होती.

माझा सहकारी मुलगा महानिदेशकांच्या खोलीच्या बाहेरच्या व्हरांड्यात उभा होता. मी उठून त्याच्याजवळ गेले. अचानक घडलेल्या घटनेने तो भांबावून, घामेजून गेला होता. त्याचीही दातखीळ बसल्यासारखी झाली होती.

"हा मोर्चा कोणी काढला भाऊ? काही माहीत आहे का?"

त्याने मान हलवली. त्याला माहीत नव्हते.

महानिदेशक आणि मेळा समितीच्या सदस्यांनी बांगला अकॅडमीच्या उपनिदेशकांशी चर्चा करून मला सांगितले, "तुम्ही मेळ्यात न येणेच बरे."

"म्हणजे काय? का यायचे नाही मी?"

फाझलूम आलम म्हणाले, "का नाही यायचे त्यांनी? त्यांचा काय दोष?"

"त्यांच्या येण्याने मेळ्यात गोंधळ माजेल, म्हणून नाही यायचे."

मला सांगण्यात आले, की मेळ्यात जर तुमच्यावर हल्ला झाला, तर त्याची जबाबदारी मेळा समिती घेऊ शकणार नाही. तुमच्या सुरक्षिततेसाठी तुम्ही पुस्तकमेळ्यात न येणेच श्रेयस्कर. माझ्यामुळे मेळ्यातील वातावरण बिघडावे, मेळा उद्ध्वस्त व्हावा हे त्यांना नको होते.

फझलूम आलम म्हणाले, "असे कसे, तुम्ही मेळा समितीचे सदस्य आहात, तुम्ही त्यांच्या सुरक्षेची व्यवस्था करा."

महानिदेशकांनी कपाळाला आठ्या घालून फझलूम आलम यांच्याकडे बघितले. त्या नजरेत प्रश्न होता, 'हा कोण माणूस उगीच आवाज करतोय! याला तर मी ओळखतही नाही.'

"काही पोरेटोरे माझ्याविरुद्ध मोर्चा काढतात म्हणून मला मेळ्यात यायला बंदी का म्हणून? अनेक जणांना तर माझे लिखाण आवडते.'' या माझ्या प्रश्नाचे उत्तर त्यांच्याकडे नव्हते. माझा कोणताही युक्तिवाद महानिदेशकांनी मानला नाही. शेवटी काहीच निष्कर्ष निघाला नाही. महानिदेशक त्यांच्या म्हणण्यावर ठाम होते. त्यांची सूचना हीच होती, की मी मेळ्यात येणे योग्य नाही. मी स्त्री असूनही पुरुषांप्रमाणे लिहिते, माझे लिखाण अश्लील असते, माझे लिखाण मुळातच काही फार चांगले नसते; त्यामुळे माझ्याविरुद्ध मोर्चा निघणे, माझी मुस्कटदाबी होणे स्वाभाविकच आहे. त्यात आश्चर्य करण्यासारखे काहीच नाही. म्हणूनच मी मेळ्यापासून दूर राहणे, हे माझ्या सुरक्षिततेपेक्षा मेळ्याचे वातावरण चांगले, सुस्थिर राहण्यासाठी आवश्यक आहे.

पोलिसांच्या व्हॅनमधून मला घरी पाठवण्यात आले. नंतर काही दिवसांनी कुठून कोण जाणे माझ्या प्रकाशकाने काही धट्टेकट्टे लोक आणले. त्यांचे काम म्हणजे मला मेळ्यात घेऊन जायचे आणि मेळा संपल्यावर पुन्हा घरी आणून सोडायचे. त्या अनोळखी बलदंड माणसांबरोबर मी २१ फेब्रुवारीला मेळ्यात गेले खरी, पण आधीसारखा उत्स्फूर्त आनंद काही मनात उमलेना, तरीही माझ्या सहकाऱ्याबद्दल माझ्या मनात कृतज्ञता दाटून आली. माझ्या मदतीला एकही लेखक आला नाही, मेळा समितीच्या सदस्यांनीही पाठ फिरवली; अशा वेळी माझ्या सहकाऱ्याने हा उपाय शोधला नसता तर घोर निराशेने मला घरातच बसून राहावे लागले असते. ज्या दोन दिवशी मेळ्यात गेले, विद्याप्रकाशच्या स्टॉलमध्येच बसून राहिले. मेळ्याच्या मैदानात जरा फेरी मारावी, चहाच्या स्टॉलवर जाऊन चहा प्यावा अशी प्रबळ इच्छा झाली; तरी जाऊ शकले नाही. स्टॉलमध्ये फार वेळ बसवेना. तास दोन तास बसून घरी परतले. इतका खटाटोप करून मी मेळ्यात गेले, हीच मोठी घटना होती. जरी भीती नावाची कुरूप वस्तू कुठल्या कचऱ्याच्या ढिगावर फेकू शकले नाही, जरी माझ्या सहकाऱ्याची नजर काळजीने सतत भिरभिरत होती; तरी त्याच्या मनाला विजयाची शांती अल्पशी का होईना लाभली. फझलूम आलम चिंतेने उसासत सुरक्षित अंतरावरून फेऱ्या मारत होते. पुस्तकमेळा समितीचे सदस्य कपाळाला सतराशेसाठ आठ्या घालून माझ्याकडे बघत होते. मूर्तिमंत उपद्रवाकडे बघणे त्यांना रुचत नव्हते. माझ्यासारख्या एका मूर्तिमंत समस्येच्या मेळ्यातील उपस्थितीमुळे काय अघटित घडेल कोण जाणे! मेळ्यात काही जाळपोळ सुरू झाली म्हणजे? त्यापेक्षा मला एकटीलाच कुठेतरी नेऊन जाळून टाकले, तर मेळा तरी वाचेल. मेळ्यातील

स्टॉलमध्ये माझी पुस्तके नाहीत. बरीचशी पुस्तके मला नेस्तनाबूद करू इच्छिणाऱ्या गटाने हिसकावून घेतली होती, बरीचशी जाळून टाकली होती. कुठल्या कुठल्या स्टॉलमध्ये होती, ती टेबलाखाली लपवून ठेवली होती.

सालाबादप्रमाणे बांगला अकॅडमीने काव्यवाचनाचा समारंभ केला. आदल्या वर्षी मला काव्यवाचनासाठी आमंत्रण होते. या वर्षी मात्र आमंत्रण नाही.

अशाच प्रकारे बांगला अकॅडमीने माझ्यावर बहिष्कार टाकला. नंतर तर पूर्ण देशानेच बहिष्कार टाकला. सगळ्या लेखकांनी तेव्हाही मौन धारण केले होते, आजही ते गप्पच आहेत. देशात गप्प बसण्याची संस्कृती तयार होते आहे. विशेषतः अभिव्यक्ती स्वातंत्र्याच्या बाजूने तथाकथित लढा देणाऱ्या मंडळींमध्ये ही संस्कृती अधिकच लोकप्रिय आहे. ते कदाचित 'पावरफुल' लोकांच्या 'हो' ला 'हो' करतील; पण स्वतःचे वेगळे मत मांडणार नाहीत, कारण उगीच त्यांच्या मतामुळे कधी कोणी अडचणीत यायला नको. आपली सोय झाली की झाले. इतरांच्या गैरसोयी, त्रासाबद्दल त्यांना काही देणेघेणे नाही. देशाचे कितीही नुकसान झाले, तरी अकॅडमीचे महानिदेशक एखाद्या प्रकाशनसंस्थेला मेळ्यात स्टॉल लावायला बंदी करू शकतात आणि लेखक, कवी मूग गिळून गप्प बसू शकतात, असा माझा ठाम निष्कर्ष आहे.

◆

दहशतवाद हा कोणत्याच समस्येचा उपाय नाही

गेल्या सोमवारी काही तासांत तुर्कस्तान आणि जर्मनीतील अंकारा आणि बर्लिन शहरांमध्ये पुन्हा एकदा क्रूर हत्याकांड घडले. अंकारामध्ये एका पोलीस अधिकाऱ्याने गोळी झाडून रशियन राजदूताची हत्या केली. बर्लिनच्या रस्त्यावर ख्रिसमसच्या फुललेल्या बाजारात एका माणसाने भरधाव ट्रक चालवून बारा जणांना चिरडले, ४८ जणांना जखमी केले. तिकडे स्वित्झर्लंडमधील झूरिक शहरात एकाने मशिदीत घुसून मुसलमानांच्या दिशेने गोळ्या झाडल्या.

स्वित्झर्लंडमधील मशिदीत ज्या माणसाने गोळ्या झाडल्या, त्यामागे कुठल्या इस्लामी दहशतवादी गटाचा हात नव्हता असे म्हणतात. मशिदीपासून थोडे दूर जाऊन शेवटी त्याने स्वतःवरही गोळ्या झाडून आत्महत्या केली. का त्याने इतरांना मारले, का आत्महत्या केली; ते अजून काही स्पष्ट झालेले नाही.

बर्लिनमधील ट्रक ड्रायव्हर पाकिस्तानी निर्वासित आहे, असे आधी वाटले होते, पण नंतर कळले की तो दहशतवादी नव्हता, खरे दहशतवादी पळून गेले होते. बर्लिन हल्ल्यातील दहशतवादी इस्लामी दहशतवादी होते की नव्हते, हे अजूनही आपल्याला माहीत नाही. इसिसचे म्हणणे आहे, की दहशतवादी त्यांच्यामुळे प्रभावित झालेले होते. जर्मनीतील काही जण म्हणतात, की फ्रान्समधील नीसमधून ट्रक हल्ल्याचे शिक्षण घेतलेल्या जिहादींनीच बर्लिनमध्ये हे हत्याकांड घडवून आणले, तर काहीही दहशतवादी कृत्य झाले की पुरावे मिळण्याच्या अगोदरच मुस्लीम निर्वासितांकडे संशयाने अंगुलीनिर्देश करू नये, अशी काही जण विनंती करतात.

अंकारामध्ये ज्या पोलीस अधिकाऱ्याने रशियन राजदूताची हत्या केली, त्याने 'जिहाद' म्हणजेच धर्मयुद्धासाठी प्राण अर्पण करण्याच्या हेतूनेच ती हत्या केली. अल-कायदाची पुस्तके वाचूनच त्याचा जिहादचा श्रीगणेशा झाला होता. जिहादी आपल्या आयुष्याला अगदी तुच्छ लेखतात. मृत्यूचे भय वगैरे त्यांना नसतेच. अवघ्या २२ वर्षांचा मेलभूत; रशियाचा राजदूत आंद्रे कार्लोव याला स्वतःच्या खिशातून शस्त्र काढून ठार मारतो, मारल्यावर आकाशाकडे बोट दाखवून म्हणतो, 'अल्लाहु अकबर, आलेप्पो लक्षात ठेवा, सीरिया लक्षात ठेवा.' म्हणजे रशियाने

आलेप्पोमध्ये मुसलमानांना मारून जो अन्याय केला, त्याचे शासन आज त्यांना मिळाले. अल-कायदाने मेलभूतला हत्येचे उत्तर हत्येनेच द्यायला शिकवले होते.

'अल्लाहु अकबर' – हे दोन शब्द मी लहानपणी माझ्या आजोबांच्या तोंडून ऐकले होते. आजोबा भल्या पहाटे उठून सशब्द नमाज पढायचे. त्यांच्या उच्चारणात विलक्षण पवित्रता, सच्चेपणा, आदर आणि समर्पणभाव असायचा. तेच 'अल्लाहु अकबर' आता दहशतवाद्यांच्या तोंडून ऐकायला येते. माणसांची हत्या करता करता, खून पाडता पाडता आरोळी ठोकून ते 'अल्लाहु अकबर'चा उद्‌घोष करतात. माझा तर थरकाप होतो. सर्व धर्मांमध्ये हिंसा, द्वेष, हत्येच्या घटना आहेत; पण म्हणून एक जिहादी सोडले तर इतर कोणी माणसे ईश्वराच्या नावाने खून करतात का? 'अल्लाहु अकबर' – लहानपणी पहाटेच्या साखरझोपेत कानावर पडलेल्या त्या मधुर शब्दद्वयांचे कधीतरी जणू अपहरणच झाले.

तिकडे जॉर्डनमध्ये कोण्या सुरक्षारक्षकाला मारून टाकले. इसिस सेनेने अभिमानाने छाती फुलवून जाहीर केले, की हे कर्तृत्व त्यांचेच होते. जॉर्डनच्या सरकारने इराक आणि सीरियामधील मुसलमानांवर बॉम्ब टाकले, त्याचा हा निषेध. डोनाल्ड ट्रम्प यांनीसुद्धा इलेक्टोरल कॉलेजचे मत मिळाल्यावर त्यांच्याप्रमाणेच दहशतवादी हल्ल्याचा निषेध केला. धास्ती वाटते, की या निषेधाला बुश यांच्यासारखे वळण तर लागणार नाही? या- त्या देशांतून कलुषित हुकूमशाही प्रशासन अचानक हल्ला करून लाखो निरपराधांना मारून तर टाकणार नाही? मुसलमानांचे खून झाले या रागाने, द्वेषाने किंवा या निमित्ताने पुन्हा नवे कट्टरपंथी दहशतवादी गट तर निर्माण होणार नाहीत?

मनाला सगळ्यात जास्त लागते, ते म्हणजे- जिहादींची दहशतवादी कृत्ये बघून बघून जगातल्या सामान्य माणसांच्या मनात मुसलमानांबद्दल घृणा वाढते आहे. ज्या मुसलमानांचा दहशतवादाशी काहीही संबंध नाही, त्यांनी का हा तिरस्कार भोगावा? जगातील बहुतांश मुसलमान दहशतवादापासून दूर आहेत, तरी बहुतेक मुसलमानांवर जगाचा आज अविश्वास का? या प्रश्नाचे समाधानकारक उत्तरच नाही. कालच मला एक जण म्हणाले, "कोण दहशतवादी आहे, कोण नाही, ते बाहेरून कळतच नाही; त्यामुळे कुठल्याच मुसलमानांना मी जवळ करत नाही." मुसलमानांमध्येसुद्धा अनेक जण नास्तिकतेकडे झुकलेले आहेत, चहूकडे चाललेली दहशतवादी भयंकर कृत्ये बघून तेही शरमिंदे होतात, लज्जित होतात.

देशोदेशी साम्राज्यवादी शक्ती दहशतवाद पसरवत आहेत. शक्तिशाली अणुबॉम्ब टाकत आहेत, त्यात निष्पाप मुसलमानांचा बळी जातो आहे. पॅलेस्टिनी मुसलमानांवर इस्त्राईल बुलडोझर फिरवतो आहे. काश्मीरमध्ये भारतीय सेना विचार न करता मुसलमानांची हत्या करते आहे. या सर्व कारणांमुळेच की काय मुसलमान जिहादी गटांत नावे नोंदवत आहेत. पण मुसलमान समाजाची हे जिहादी काही प्रगती साधत

आहेत का? नुकसान न करता आजपर्यंत त्यांनी कोणाचे भले केले आहे का?

मुसलमानांसाठी जे काही सर्वांत आवश्यक आहे, जे केल्याने त्यांची उन्नती होईल ते आणखी काहीही असो, जिहाद नक्कीच नाही. ते आहे शिक्षण, सजगता. तो आहे समानाधिकार आणि समता असलेला समाज. ती आहे धर्मनिरपेक्षता, विज्ञानमनस्कता. पण किती जणांना हे जाणून घ्यायचे आहे, मान्य करायचे आहे?

आपण इसिसच्या बाबतीतही पाहिले आहे, की विशाल परशक्तीच्या विरुद्ध चाकू, बंदुका घेऊन काही जण मैदानात उतरले, वर्षभर मुसलमानांचीच डोकी उडवली, मुलींना ताब्यात घेऊन त्यांना भोगदासी बनवले. हा असा समाज कोणाला अपेक्षित आहे का?

ज्यू लोकांवरही अत्याचार झाले, पण त्यांचे जथे त्या अत्याचारांचा सूड घेण्यासाठी माणसांची मुंडकी उडवायला निघाले नाहीत. त्यांनी स्वतःला सुशिक्षित बनवले. स्वास्थ्याचा, आरोग्याचा विचार केला. फक्त आर्थिकच नव्हे तर नैतिक उन्नतीकडेही लक्ष दिले, विज्ञानाचा विचार केला. आज जगात शिक्षण, संशोधन, विज्ञान, भौतिकशास्त्र या सगळ्या क्षेत्रांत उच्चस्थानी ज्यू लोक आढळतात. दरवर्षी नोबेल पुरस्कार पटकावतात. खून, रक्तपाताद्वारे माणसाला स्वर्गात स्थान मिळेल किंवा साम्राज्यवादी शक्तींच्या विरुद्ध क्रांती करता येईल, हे कोण्या बुद्धिवंताचे विचार असतील असे वाटत नाही. बुद्धी इतकी भ्रष्ट होणे योग्य आहे का? अनेक जण म्हणतात, मुसलमान मूर्ख किंवा रानटी असतात. जे मूर्ख किंवा रानटी नाहीत, त्यांनाही ही निंदा ऐकावी लागते.

दहशतवाद हे कोणत्याच समस्येचे उत्तर नाही. कोणत्याही संप्रदायासाठी नाही. आजच्या मुसलमान दहशतवाद्यांना विचारलेत तर ते सांगतील, अमेरिकेचा दहशतवाद त्यांना पसंत नाही. अमेरिकेच्या दहशतीचा बदला घेण्यासाठीच ते आज दहशतवादी बनलेत. माझा प्रश्न असा आहे, 'तुम्हाला जर बंदुका पसंत नाहीत, तर तुम्ही स्वतः का बंदूक हाती घेता? तुम्ही जर हत्या करण्याच्या विरोधात आहात, तर तुम्ही का हत्या करता?' वास्तविक, दहशतवादी दहशतवाद पसरवण्यासाठी काहीतरी निमित्त शोधत असतात, त्यांना दहशतवाद आवडतो. म्हणूनच तर शत्रूचा दहशतवाद बघून त्यांनाही दहशतवादी बनण्याची इच्छा होते. शत्रू इतर अनेक चांगल्या गोष्टी पण करतात, त्या करायला हे का उद्युक्त होत नाहीत? काही चांगले करण्याची; वैज्ञानिक, अंतराळवीर किंवा इतर हजारो क्षेत्रांत काही बनण्याची स्वप्ने ते का बघत नाहीत?

मुसलमानांना जर स्वतःचे हित साधायचे असेल; स्वतःला सभ्य, सुशिक्षित म्हणून घडवायचे असेल; तर आपल्या संविधानात, आपल्या कायद्यांत, स्वतःच्या शिक्षण आणि संस्कारांत रुतलेल्या धर्माला बाहेर काढून व्यक्तिगत विश्वास,

श्रद्धेच्या गाभाऱ्यात स्थानापन्न केले पाहिजे. व्यक्तिगत श्रद्धेच्या गाभाऱ्यातून धर्माला बाहेर काढण्यात धोका आहे, याला इतिहास साक्षी आहे. आपणही ते प्रत्यक्ष पाहिले आहे. रानटी लोक धर्माच्या, ईश्वराच्या नावाखाली हत्या करतात. सुसंस्कृत देशांमध्ये – म्हणजे ज्या देशांत मानवाधिकार, समानाधिकार, स्त्रियांचे अधिकार, समता आणि शांती सर्वांपेक्षा अधिक प्रमाणात आहेत, तिथे सगळे जण आपापला धर्म आपापल्या श्रद्धेनुसार आचरतात, देशाच्या कामकाजात धर्माला नाक खुपसू देत नाहीत. जगात नाना मतांच्या, नाना धर्मांच्या, विविध भाषांच्या, नाना संस्कृतींच्या, भिन्न लिंगांच्या, भिन्न रंगांच्या माणसांना सुखासमाधानाने एकत्र नांदायचे असेल, तर याशिवाय अन्य उपाय नाही.

◆

बुद्धिजीवी दिवस

एकाहत्तर साली माझे वय लहान होते. देश स्वतंत्र झाल्यावर एक नवीन झेंडा हातात घेऊन बाजारात, मैदानात, घाटावर मी स्वातंत्र्याचा उत्सव साजरा केला. दरवर्षी सोळा डिसेंबरला भल्या पहाटे उठून घराच्या गच्चीवर जाऊन मी झेंडा फडकवायचे, माझ्या देशाचा झेंडा. एकाहत्तर सालानंतर या देशाला मी माझाच समजत आले. पण माझा देश आता माझा नाही. अर्थात मनोमन मी तो माझाच मानते. गुप्तपणे, समर्पणभावाने तो माझाच आहे असे मला वाटते. देशाच्या शत्रूंनी मला दोन दशकांपूर्वी त्याच देशातून हाकलून देऊन घोषणा केली, की हा देश तुझा नाही. हे शत्रू त्या शत्रूंचे बांधव किंवा मुलेच म्हणायला हवीत- ज्यांना देशाचे स्वातंत्र्य नको होते, ज्यांनी एकाहत्तर साली आमच्या स्त्रियांवर अत्याचार केले, ज्या शत्रूंनी देशातील बुद्धिजीवींची हत्या केली, ज्यांनी अगणित निरपराध माणसांची हत्या केली.

क्रूर शत्रूंनी आमच्या परिवारातील सर्वांना खूप यातना दिल्या. आमची घरेदारे, संसाधने लुटली. एकाहत्तर साली कसेतरी प्राण वाचवून नऊ महिने एका गावातून दुसऱ्या गावात पलायन करत काढले. भयाण अंधारात रेड्याच्या गाडीत बसून अनोळखी घरात जाऊन आश्रय घेतला. शत्रूंनी लावलेल्या आगीत गावामागून गावे जळताना पाहिली. ज्या शत्रूंनी क्रूर पाकिस्तानी सैन्याबरोबर माझे घर लुटले, मला अनिश्चिततेच्या गर्तेत लोटून दिले; तेच आज देशाचे स्वकीय आहेत. आणि मी आणि माझी मते नखशिखांत निषिद्ध.

त्यांनी चुटकीसरशी बुद्धिजीवींची हत्या केली. ते आज निश्चिंतपणे, सुरक्षितपणे, बुद्धिजीवींच्या हत्यांचे वेळापत्रक बनवत आहेत आणि एकेका बुद्धिजीवीची हत्या करत आहेत. त्यांना कोणी पकडत नाही, त्यांचा कोणी धिक्कार करत नाही. त्यांना त्याची लाज, शरम वाटत नाही. खरे सांगायचे तर त्यांना कोणतीही शिक्षा होत नाही. मी जर देशात असते, तर कैक वर्षांपूर्वीच त्यांनी मला ठार मारून टाकले असते. बांगलादेश जेव्हा दरवर्षी चौदा डिसेंबरला 'बुद्धिजीवी हत्या दिवस' पाळतो, तेव्हा मला वाटते, असा दिवस केवळ एकाच दिवसापुरताच का सीमित ठेवायचा? मुक्त विचारांच्या, मुक्त बुद्धीच्या लोकांची तर देशात सर्वत्र सततच हत्या होत आहे. साधारणपणे अत्याचारांना काही सीमा असते, पण ही नृशंसता अमर्याद आहे.

वर्षाच्या कोणत्याही दिवशी खून होण्याच्या भीतीने आमचे बुद्धिजीवी, मुक्तचिंतक तटस्थ राहतात. फक्त कट्टरवादीच आम्हाला त्रास देतात असे नाही, तर भाषणस्वातंत्र्यविरोधी कायदे करून सरकार मुक्तचिंतकांना अटक करते, तुरुंगातही टाकते.

असे दिसते, की जे आजकाल होणाऱ्या मुक्तचिंतकांच्या हत्याकांडाच्या विरोधात एकही शब्द उच्चारत नाहीत, ते एकाहत्तरच्या बुद्धिजीवी हत्याकांडाच्या आठवणीने मात्र आजही रडतात. पंतप्रधानसुद्धा तेच करतायत. याला ढोंग नाही तर काय म्हणायचे? एकाहत्तर साली मुस्लीम मूलतत्त्ववाद्यांच्या विरुद्ध आम्ही बंगाली लोक लढलो. पाकिस्तानच्या सांप्रदायिक शासनाविरुद्ध लढलो. एक असांप्रदायिक, प्रजासत्ताक, धर्मनिरपेक्ष राष्ट्र निर्माण केले – बांगलादेश त्याचे नाव. बांगलादेश – हे नाव उच्चारताच एके काळी मन मोराप्रमाणे नाचू लागे. तेच मन आज कुठे आहे? ते मन कोणी भिन्नभाषिक, भिन्नदेशींनी येऊन नष्ट केले नाही, नष्ट केले आम्हीच. आम्हीच स्वतंत्रतेच्या शत्रूंना आंजारले-गोंजारले. आम्हीच आमच्यावर अत्याचार करणाऱ्यांना, खुन्यांना बसायला सिंहासन दिले. रोजच आम्ही आमचे असांप्रदायिक आदर्श भिरकावले जाताना बघत आहोत. पण काही बोलत नाही. ज्या दहशतवाद्यांनी आम्हा लोकांच्या हत्या केल्या, त्यांचे पुनर्वसन आम्हीच करतो आहोत, त्यांच्या हातून आमचेच खून होताना पाहतो आहोत. पाहतो, पण काही बोलत नाही. बोलत नाही कारण आम्हीच आतल्या आत अर्धेअधिक मूलतत्त्ववादी आहोत, अर्धेअधिक असांप्रदायिक आहोत. हेच 'आम्ही' देशातील बहुसंख्याक लोक, आणि बहुसंख्याक लोकांचे प्रतिनिधी माननीय मंत्रिगण.

आमच्या असांप्रदायिक स्वतंत्र राष्ट्राने स्वतःमध्ये बरेच बदल केले आहेत. सांप्रदायिकतेच्या दिशेने वाटचाल सुरू केली आहे. आज त्याचा एक राष्ट्रधर्म आहे. स्वतंत्र आणि परतंत्र राष्ट्रांच्या शासकांत आज मला काही फरक दिसत नाही. सत्ताधारी जाणून आहेत की सत्तेत टिकून राहण्यासाठी कट्टरपंथीयांचे आशीर्वाद आवश्यक आहेत. आमचे सत्तापिपासू शासक खुर्ची टिकवण्यासाठी 'उलामा लीग', 'हेफाजते इस्लाम' नावाच्या भयंकर कट्टरपंथीय गटांना आश्रय, आधार देत राहतात.

अर्थात, याची सुरुवात झाली नव्वदच्या दशकात. माझ्या विरुद्ध जेव्हा लाखो कट्टरपंथीयांनी मोर्चे काढले, माझ्या मस्तकाची किंमत निश्चित केली गेली, मला मारून टाकण्याची उघड उघड धमकी देण्यात आली; तेव्हा सरकारने कट्टरपंथीयांची बाजू घेऊन माझ्यावर खटला भरला आणि मला कायमचा देशत्याग करण्यास भाग पाडले. सरकारला तरी खुर्चीचा लोभ होता, पण त्या वेळच्या सुशील, बुद्धिजीवी समाजाने याला विरोध तर केलाच नाही, उलट– 'काय गरज आहे असे काहीतरी लिहायची'– यासारखे शेरे मारून हा माझा व्यक्तिगत प्रश्न समजून त्याला बगल

दिली, हे बघून मी अचंबित झाले. आजचा बांगलादेश हा त्या टाळाटाळीचेच फलित आहे. एकापेक्षा एक प्रगतिशील, पुरोगामी ब्लॉगर्स; लेखक, शिक्षक, विद्यार्थी आहेत ते अशा प्रकारची कृत्ये होत आहेत तरी गप्प राहून फक्त बघ्यांची भूमिका घेत आहेत. कट्टरपंथीयांनी देश व्यापला तरी त्यांचे काही जात नाही. चकचकीत पदके, पुरस्कार घेऊन ते मृतवत (मिंधे) झाले आहेत. भरपूर पैसा असूनसुद्धा वैद्यकीय उपचारांसाठी त्यांना सरकारी मदतीची अपेक्षा असते. अशांना बुद्धिजीवी म्हणताना माझी जीभ कचरते.

सध्या बांगलादेशात दहशतवादाने डोके वर काढले आहे. गुलशन कॅफेमधील भयंकर दहशतवादी घटनेनंतर सरकारची तत्परता बघून मला वाटले, की शेवटी आतातरी सरकार कट्टरपंथीयांना गोंजारणे बंद करेल, पण घटनेनंतर काही दिवसांतच महत्त्वाचे आरोपी हसनत आणि तहमिद सुटले.

ज्यांना ओलीस ठेवण्याची मागणी केली होती, ते हातात हत्यारे घेऊन त्या युद्धखोरांच्या बरोबर निवांतपणे चालताना त्या घटनेच्या व्हिडीओमध्ये दिसत होते. अशा भयंकर अपराध्यांनासुद्धा जामीन मंजूर होतो, पण पुस्तक प्रकाशित केल्यामुळे शिक्षा झालेल्या 'रोदेला प्रकाशना'चे मालक शामसुजोहा माणिक यांना अजूनही जामीन मंजूर झालेला नाही. सरकारला हत्याकांड मान्य आहे, पण भिन्न मत मान्य नाही; यावरून ते किती असंस्कृत, अज्ञ, अशिक्षित असेल याची सहज कल्पना करता येते.

उद्या बांगलादेशचा विजयदिन साजरा होणार आहे. ज्या कट्टरपंथी अपशक्तीविरुद्ध नऊ महिने लढून आम्ही विजय मिळवला, तीच कट्टरपंथी अपशक्ती आज आमच्या स्वतंत्र देशात स्वातंत्र्य उपभोगत आहे. त्यांना शंभर टक्के भाषणस्वातंत्र्य आहे, आणि समाजाचे हित साधू पाहणारे, स्त्री-पुरुष समानाधिकाराची, मानवाधिकाराची, समतेची इच्छा करणारे आम्ही मात्र आज देशाचे शत्रू, आम्हाला भाषणस्वातंत्र्य नसल्यासारखेच. आमचे आधीचे शत्रूच आज देशाचे हितचिंतक म्हणून मिरवत आहेत, तेच आज 'जामाती इस्लामी', 'हेफाजते इस्लाम' यांच्याशी एकजूट करून आहेत.

ते आज बुद्धिजीवींना शिव्या घालोत, नष्ट करोत; त्यांना सात खून माफ. त्यांच्या भाषणस्वातंत्र्याला कोणी विरोध करतात? ते जेव्हा उघड उघड लेखकांच्या मस्तकाची किंमत जाहीर करतात, तेव्हा कोण त्यांना सांगतात की हा अन्याय आहे? त्यांना कोण अटक करतात? माझ्या मस्तकाची किंमत ज्याने प्रथम जाहीर केली, त्याला अवामी लीगने पक्षात आमंत्रित करून नेता बनवले. आता आणखी काय अकल्याण बघायचे राहिले आहे? या देशाला आता माझा देश म्हणायला मला लाज वाटते. हा देश आता या देशाच्या शत्रूंचा आहे. बुद्धिजीवी हत्यादिन आणि

विजयदिन दोन्ही दिवसांना आज काही अर्थ नाही.

आमच्या देशात आज काही आदर्शच राहिले नाहीत. ज्यांनी आदर्श नष्ट केले, तेच आज - देश कोणत्या मार्गाने जाईल; बुद्धिजीवींनी काय लिहावे, काय लिहू नये; काय बोलावे, काय बोलू नये; देशात कोणी राहावे, कोणी राहू नये; कोणी जगावे; कोणी जगू नये – याचे निर्णय घेत आहेत. त्यांचा निर्णय तोच अंतिम निर्णय. त्यांच्या निर्णयाच्या उलट निर्णय घेण्याची सत्ता सत्ताधाऱ्यांनादेखील नाही.

◆

सेक्स वर्कच्या नावाखाली वेश्याव्यवसाय कायदेशीर करण्याचे षड्यंत्र

ज्या सरकारी, बिनसरकारी संघटना वेश्यांसाठी काम करतात, त्या मुख्यतः वेश्याव्यवसाय नामक महिलांचा होणारा भयंकर छळ टिकून राहण्यासाठी काम करतात, त्यातून असहाय मुलींची मुक्तता करण्यासाठी नाही. बहुतेक स्त्रीवादी वेश्यांचा उल्लेख 'सेक्स वर्कर्स' असा करतात. वेश्यांना कामगार म्हणून स्वीकृती मिळावी, अशी त्यांची इच्छा आहे. त्यांना वाटते, की बहुतांश मुलींना हा व्यवसाय पसंत आहे म्हणून त्या स्वेच्छेने हा पेशा पत्करतात. काही थोड्याच स्त्रीवादी संस्था किंवा थोडेच स्त्रीवादी वेश्याव्यवसाय म्हणजे महिलांचा छळ आहे असे मानतात आणि ही घाणेरडी प्रथा नामशेष व्हावी, अशी त्यांची इच्छा आहे. ते अल्पवयीन मुलींना वेश्यावस्तीतून बाहेर काढण्यासाठी प्रयत्न करतात.

स्त्रिया स्वच्छेने वेश्या होत नाहीत. कोणीही स्त्री छंद म्हणून, आवड म्हणून, धडपड करून वेश्या होत नाही. इतर कोणताही व्यवसाय करण्यासाठी जो काही संघर्ष करावा लागतो, तो सर्व फुकट गेल्यावरच ती वेश्या बनते. असे होत नाही की एखाद्या मुलीसमोर डॉक्टर व्हायचे, इंजिनिअर व्हायचे, शिक्षक व्हायचे, बँकर व्हायचे की वेश्या व्हायचे असे पर्याय खुले असतात आणि ती वेश्या होण्याचा पर्याय निवडते. तसे होत असते तर आपण म्हणू शकलो असतो, की ती स्वखुशीने वेश्या बनते. आवडीचे काही करायला मिळत नाही म्हणूनच मुलींना वेश्या होणे भाग पडते. महिलांना वेश्या बनण्यास पुरुष भाग पाडतात. जर मुलगी वेश्या बनली, तर कोणत्या न कोणत्या कारणामुळे, सक्तीने, नाइलाजाने होते. सक्तीने करणे आणि स्वेच्छेने करणे, यांत जमीन-अस्मानाचे अंतर आहे. महिला स्वखुशीने अवहेलना, अपमान, अत्याचार यांची शिकार होणे कशा पसंत करतील? महिला स्वेच्छेने लैंगिक छळ सहन करत नाहीत. कोणीही महिला हौसेने आगीत उडी घेत नाही. सतीच्या अग्नीत स्त्रियांना ढकलून देऊन असे पसरवले जात असे, की त्यांनी स्वेच्छेने त्यात उडी घेतली. वेश्याव्यवसाय कायदेशीर करण्यासाठी विविध स्त्री संघटना तर आहेतच, मानवाधिकार संघटनासुद्धा ओरड करण्यात मागे नाहीत. वेश्याव्यवसाय वैध करणे म्हणजे स्त्रियांच्या छळाला कायदेशीर मान्यता देण्यासारखे आहे. ज्या देशांत वेश्याव्यवसाय वैध आहे, ते देश लोकशाहीप्रधान देश नाहीत.

केवळ शासन प्रस्थापित करणे म्हणजे लोकशाही नाही. मानवाधिकार निश्चित करणे, स्त्री-पुरुषांना समान अधिकार देणे म्हणजे लोकशाही. कोणतीच लोकशाही किंवा संस्कृती पुरुषांनी स्त्रियांचा छळ करण्याला, यातना देण्याला मान्यता देण्याचा प्रयत्न करणार नाही. जर केला, तर त्या लोकशाहीचे नाव संपूर्ण पुरुषशाही आणि त्या संस्कृतीचे नाव रानटीपणा याशिवाय दुसरे असूच शकत नाही.

मध्यंतरी बांगलादेशातील दौलतदिया वेश्यावस्तीतील आयुष्य यूट्यूबवर पाहिले. तिथे दोन हजार वेश्या राहतात. त्यातील साठ टक्के मुली अठरा वर्षांच्या खालील वयाच्या. त्याच घाणेरड्या वातावरणात राहून राहून, आयुष्यात काही बदल करता येऊ शकतो – हा विचारच कोणाच्या डोक्यात उसळी मारून वर येत नाही. बांगलादेशात एकूण किती हजार मुलींना वेश्या बनवले जाते कोणास ठाऊक. पैशाची निकड म्हणून बाप आपल्या मुलींना विकतात, प्रतारणा करणारे प्रियकर विकतात, नवरे जबरदस्तीने आपल्या बायकांना वेश्यावस्तीत पाठवतात; जेणेकरून त्या शरीरविक्रय करून मिळालेल्या पैशातून नवऱ्याच्या दारूचा आणि संसाराचा खर्च भागवतील. वेश्याव्यवसाय; आणि स्त्रियांची आणि लहान मुलांची तस्करी यांचे अतूट नाते आहे. दोन्ही एकमेकांना पूरक आहेत. जे ठामपणे सांगतात की वेश्यावस्तीतील सर्व महिला प्रौढ आहेत, त्यांनी स्वेच्छेने हाच पेशा निवडला आहे, ते खोटे बोलतात. वेश्यावस्तीतील बहुतांश मुली अल्पवयीन असतात, बहुतांश जणी जबरदस्तीने, फसवून किंवा पळवून आणलेल्या असतात. साधारणतः मुलगी बारा-तेरा वर्षांची असताना वेश्या म्हणून जगू लागते. या वयात पुरुषांच्या विविध प्रकारच्या अत्याचारांपासून स्वतःला वाचवायची तिची क्षमता नसते.

वेश्याव्यवसाय हा कोणत्याही अर्थाने पेशा नाही. तो शारीरिक, मानसिक छळच आहे. वेश्याव्यवसाय करून स्त्रिया दारिद्र्यमुक्त होत नाहीत. शरीरविक्रय धंद्यात कोट्यानुकोटी रुपयांची उलाढाल होते, पण तो पैसा यातना भोगणाऱ्या स्त्रियांच्या हाती लागत नाही. स्त्रिया दररोज तस्करीच्या आणि दलालांच्या भयंकर दहशतीची शिकार बनतात. स्त्रियांना या लैंगिक यातनांतून सुटका हवी असते, पण त्यांना बाहेर पडू दिले जात नाही. वेश्यावस्ती ही तुरुंगाइतकीच भयावह असते. तुरुंगातून एक वेळ माणूस सुटू शकतो, पण मेल्याशिवाय किंवा मृत्युपंथाला लागल्याशिवाय वेश्यावस्तीतून सुटका नाही.

दरिद्री बांगलादेशातील दरिद्री मुली मुख्यतः गरिबी आणि फसवणुकीच्या विळख्यात सापडल्यामुळे वेश्यावस्तीत आहेत. कोवळ्या मुलीची नाजूक शरीरे गिऱ्हाइकांना आकर्षित करू शकणार नाहीत या भीतीने, गुरे विकताना त्यांना धष्टपुष्ट बनवण्यासाठी ओराडेक्सन नावाचे स्टिरॉइड देतात, त्याचप्रमाणे त्या लहान मुलींना अंग भरण्यासाठी स्टिरॉइड देतात. ओराडेक्सन स्टिरॉइड मुलींना पुष्ट करते

खरे, पण त्या औषधामुळे शरीराची हानी होते. वेश्याव्यसायामुळे आयुष्याचेच इतके नुकसान होते, की स्टिरॉइडमुळे होणारी हानी त्यांना हानी वाटतच नाही. त्यांचे अंग भरले, तरी गुरांप्रमाणे त्यांचे मूल्य वाढत नाही. गुरांपेक्षाही त्या कितीतरी स्वस्तात विकल्या जातात. विचित्र वाटले तरी आज हेच वास्तव जगाचे चित्र आहे.

जगात स्त्रियांचे लैंगिक शोषण चालू आहे. प्रदीर्घ काळापासून हे शोषण होत आले आहे. याला जगातील प्राचीनतम पेशा म्हणून लोकांची फसवणूक करण्याचे प्रयत्न होत असले, तरी वास्तविक हा काही प्राचीनतम पेशा नाही. उलट स्त्रियांवर होणारा हा जगातील प्राचीनतम जुलूम आहे. फक्त प्रौढ स्त्रियांनाच नव्हे, तर लहान मुलींच्या बाबतीत पण हेच घडत आहे. आज जगात बहुतेक सर्व ठिकाणी लहान मुलींवर जबरदस्ती करून, त्यांना भीती घालून अत्याचार करून, मारून, अर्धमेले करून भोगदासी बनवले जात आहे. पुरुषांची कामवासना भागवण्यासाठी, त्यांच्या क्षणिक शरीरसुखासाठी लाखो, कोट्यवधी असहाय स्त्रिया-मुलींना, बालिकांना जिवंत राहण्यासाठी सर्व सुखांचे विसर्जन करावे लागते. माणूस असूनही माणसाच्या न्यूनतम अधिकारांपासूनसुद्धा वंचित राहणे त्यांना भाग पडत आहे. वेश्याव्यवसायाची साधी व्याख्या म्हणजे – 'पुरुषांनी स्त्रियांचा केलेला लैंगिक छळ.' आणखी स्पष्ट बोलायचे झाले, तर वेश्याव्यवसाय म्हणजे पुरुषांनी स्त्रियांचे केलेले लैंगिक उत्पीडन. अत्याचार, शारीरिक यातना, मानसिक यातना, स्त्रियांवर असलेले पुरुषांचे आधिपत्य, स्त्रियांच्या मानवाधिकाराचे उल्लंघन. हे सगळे जरी लोकशाहीप्रधान देशांत कायद्याने निषिद्ध असले, तरी त्या देशांच्या वेश्यावस्तीत राजरोस सुरू असते. एखाद्या स्त्रीशी जितका म्हणून जास्तीत जास्त घृणास्पद, हिडीस, धक्कादायक, कटू, चंगळवादी, निकृष्ट व्यवहार करता येणे शक्य आहे; पुरुष तसा व्यवहार वेश्यांशी खुशाल करतात. जरी कायद्याच्या दृष्टीने असे वागणे हा अपराध असला, तरी वेश्याव्यवसायाला कायदेशीर मान्यता मिळाल्यावर हे सर्व अपराधसुद्धा आपोआपच वैध मानले जातील.

माणसावर घृणास्पद आणि अमानवी अत्याचार होत असत म्हणून आज जगात गुलामगिरी निषिद्ध आहे. पण आज जगातून वेश्याव्यवसायाचे समूळ उच्चाटन करण्यासाठी का पुढाकार घेतला जात नाही? त्यासाठी जी कारणे सांगितली जातात, ती खरी कारणे नाहीत. 'हीच प्रथा चालत आलेली आहे, ही चालू राहणारच,' किंवा 'वाईट चालीच्या मुली याच धंद्याला लागणार.' खरे सांगायचे तर ही प्रथा स्त्रियांच्या वाईट चारित्र्यामुळे टिकलेली नाही, तर सामर्थ्यवान आणि बदफैली पुरुषांनी कपटाने टिकवून ठेवली आहे, असे म्हणणे योग्य ठरेल. टिकवून धरल्याशिवाय ती टिकलेली नाही. ग्राहक आहे म्हणूनच धंदा टिकून आहे.

आज वेश्याव्यवसाय, लैंगिक शोषण हा जगातील महत्त्वाचा आणि सर्वांत मोठा तर खराच पण द्रुतगतीने वाढणारा व्यापार आहे. या व्यापाराचा कच्चा माल

म्हणजे अभागी, अनाथ मुलींची शरीरे; दरिद्री आणि फसवल्या गेलेल्या स्त्रियांची शरीरे.

जोपर्यंत पुरुष स्त्रीला भोग्यवस्तू मानतो, तोपर्यंत तो स्त्रीला वेश्या बनवत राहणार, वेश्यावस्ती टिकवून ठेवणार. भोगदास्यत्वालाच संभोग म्हणत राहणार. माझ्या किंवा तुमच्या विरोध करण्याने कितीसा फरक पडेल? वेश्याव्यवसायाचे निर्मूलन करण्याची जबाबदारी सरकारलाच उचलावी लागेल. सरकारने ही जबाबदारी उचललीच पाहिजे.

◆

लहान मुलींबद्दल भोगलालसा

लग्नासाठी मुलीचे वय अठरा आणि मुलाचे एकवीस असावे, अशी अट घालून 'बालविवाह विरोधी कायदा' करण्याच्या प्रस्तावाला सरकारने निर्णयात्मक अनुमोदन दिले. तेव्हा, 'विशेष संदर्भात' न्यायालयाचा आदेश घेऊन आणि आईवडिलांच्या परवानगीने अल्पवयीन मुलींचा विवाह करण्याची तरतूद पण याच कायद्यात केली. अल्पवयीनची व्याख्या म्हणजे विवाहाच्या वेळी एकवीस वर्षे पूर्ण न केलेला मुलगा आणि अठरा वर्षे पूर्ण न केलेली मुलगी.

जर त्यात 'विशेष संदर्भाची' भानगड ठेवली नसती, तर हा कायदा अत्यंत सुसंस्कृत कायदा झाला असता. 'विशेष संदर्भाच्या' बाबतीत बांगलादेशच्या मंत्रिमंडळाने सांगितले, 'अविवाहित मुलीला जर मूल असेल, तर अशा प्रकारच्या केसमध्ये तिला संरक्षण देण्यासाठी ही तरतूद आहे. कित्येक प्रकारच्या समस्या दिसून येतात म्हणून विवाह होऊन जातात. या गोष्टी कायदेशीर करण्यासाठी ही प्रक्रिया आहे. आमच्या देशात तर दहा-अकरा वयाच्या मुलीसुद्धा पळून जाऊन लग्न करून गरोदर राहतात. अशा समस्या आहेत, म्हणूनच ही व्यवस्था केली आहे.' मंत्रिमंडळाला असे म्हणायचे आहे, की ज्या अल्पवयीन मुली पळून जाऊन लग्न करतात, त्यांचा विवाह, या कायद्यामुळे अवैध गणला जाणार नाही. हाच कायदा बालविवाह मोठ्या चतुराईने वैध ठरवतो, पण यामुळे बालविवाह कसे रोखले जातील, हे काही मला समजत नाही. कायद्यात विशेष संदर्भाचा उल्लेख आहे, पण अमुक एक वय निर्धारित केलेले नाही. पन्नास वर्षांच्या एखाद्या पुरुषाने सहा वर्षांच्या एखाद्या मुलीशी विवाह केला, तरी त्या विवाहालासुद्धा हा कायदा वैध घोषित करू शकतो. न्यायालयाच्या परवानगीशिवाय केलेल्या बालविवाहाबद्दलसुद्धा किरकोळ तुरुंगवास, दंड याशिवाय कोणती जबर शिक्षा नाही.

लग्नासाठी मुलीचे किमान वय अठरापेक्षा कमी करावे की नाही, याबद्दल २०१३ साली कॅबिनेटमध्ये झालेल्या एका बैठकीत प्रथम चर्चा झाली, तेव्हा विविध स्तरांतून याला विरोध झाला. महिला व बालविकास मंत्रालयाने या बाबतीत एका कायद्याचा मसुदा तयार केला, त्यात 'विशेष परिस्थितीत' मुलीचे लग्नाचे किमान वय १५ वर्षे करण्याचा प्रस्ताव केला गेला. महिला व बालविकास खात्याचे त्या

वेळचे राज्यमंत्री म्हणाले, 'प्रेमात पडून मुलगी मुलाबरोबर पळून गेली, किंवा मुलगी मुलाच्या घरी जाऊन स्वतःच्या घरी परत आली आणि तिचा घरच्यांनी स्वीकार केला नाही, किंवा लग्नाआधीच गर्भवती राहिली – अशा प्रकारच्या परिस्थितीत लग्नाचे किमान वय पंधरा करावे की नाही याबाबत सरकार विचार-विनिमय करत आहे.' याबद्दलचा निर्णय होण्यापूर्वी मातामृत्यू व बालविवाह रोखण्यासाठी प्रसारमाध्यमांच्या प्रतिनिधींच्या समवेत घेतलेल्या एका मतविनिमय सभेत सत्ताधारी पक्षाच्या दोन संसद सदस्यांनीसुद्धा मुलीचे लग्नाचे किमान वय कमी करण्याच्या प्रस्तावाला त्यांची हरकत असल्याचा मुद्दा उचलून धरून म्हटले, 'कोणत्याही प्रकारची अट ठेवली, तरीही मुलीचे लग्नाचे किमान वय अठरापेक्षा कमी करणे उचित नाही.' एका समारंभात मानवाधिकार कमिशनचे चेअरमन बांगलादेश सरकारला सतर्क करत म्हणाले, 'मुलीचे लग्नाचे किमान वय कमी केले तर धर्मांध गटांना प्रोत्साहन मिळेल'. 'सेव्ह द चिल्ड्रेन'च्या एका अहवालात स्त्रियांना, मुलींना निरोगी, चारचौघांप्रमाणे सामान्य जीवन जगता यावे म्हणून बालविवाहाला सर्वाधिक प्रतिबंध केला पाहिजे, असे नमूद केले आहे.

इतक्या अडचणी आहेत, तरीही मुलींचे लग्नाचे वय अठरापेक्षा कमी करण्यासाठी बांगलादेश सरकार उतावीळ आहे. मला तर अशी भीती वाटायची, की अठरावरून अचानक एके दिवशी तेरावर वय आणतील. पण आता हा असा कायदा केला आहे, जो आणखीनच भयंकर आहे. या कायद्यामुळे कुठल्याही वयाच्या मुलीचे लग्न होऊ शकते. बांगलादेशसारख्या देशात 'न्यायालयाची अनुमती' केवळ भाषालंकार म्हणूनच वापरली जाऊ शकते.

माणूस जितका सुसंस्कृत होईल, तितका स्त्रियांच्या बाबतीतला रानटीपणा कमी होईल. ज्या देशात मुली बालविवाहाची शिकार बनतात, त्या देशात मुलींचे लग्नाचे किमान वय वाढवणे, हे त्या देशाच्या सुसंस्कृत होण्याचे लक्षण आहे. बांगलादेशातही हेच करायचे होते, पण आता ते वय आणखी कमी होते आहे. जगातील सर्वांत जास्त बालविवाह ज्या देशांत होतात, त्या सगळ्या अप्रगत, रानटी देशांमध्ये बांगलादेश हा अग्रगण्य देश आहे. बांगलादेशात दर तीन मुलींमागे एका मुलीचा बालविवाह होतो. म्हणजे ६८ टक्के मुलींचे बालविवाह होतात. बांगलादेशापेक्षा जास्त बालविवाह फक्त तीन देशांत होतात. ते म्हणजे आफ्रिकेतील नायजेरिया, चाद आणि माली.

आपल्या सर्वांनाच माहीत आहे, की अठरा वर्षांपेक्षा कमी वयाची मुलेमुली प्रौढ नसतात, ती मुलेच असतात. बांगलादेशातसुद्धा अठरापेक्षा कमी वयाच्या मुलामुलींना प्रौढ गणले जात नाही. मग अल्पवयीन मुलांचे विवाह जाणूनबुजून का वैध ठरवत आहेत? पुरुषांना कोवळ्या कुमारिकांना कायद्याच्या झंझटाविनाच उपभोगता यावे

किंवा त्यांच्यावर अत्याचार करता यावेत, याची व्यवस्था करत आहेत काय?

अल्पवयीन मुलींचे विवाह झाले, तर त्याचे काहीही सामाजिक किंवा अर्थनैतिक फायदे नाहीत, उलट नुकसानच आहे हे काय कोणाला माहीत नाही का? अल्पवयीन मुली नवऱ्याच्या अत्याचारांना, छळाला सहजच बळी पडतात. आयुष्यभर अशिक्षित राहतात, कारण लग्नानंतर त्यांना शाळा सोडायला भाग पाडले जाते. लैंगिक संक्रमित रोगांची शिकार होण्याची भीती पण खूपच. गर्भधारणेसाठी शरीर, मन परिपक्व होण्याआधीच त्यांना दिवस राहतात. लहान वयात गर्भधारणा आणि बाळंतपण झाल्यामुळे दरवर्षी हजारो मुली मृत्यू पावतात. खरे सांगायचे, तर एखाद्या मुलीचा बालविवाह होणे म्हणजे तिला मृत्यूच्या खाईत लोटण्यासारखेच आहे.

या कायद्याचे दुष्परिणाम स्त्रियांनाच भोगावे लागतात. लहान मुलींबद्दलच्या पुरुषांच्या वासनेची जीभ दिवसेंदिवस लांब लांब होत चालली आहे. मुलींवर बलात्कार करणाऱ्यांपासून बिचाऱ्या मुलींची सुटका नाही. मुलींच्या तस्करांपासूनदेखील सुटका नाही. या कायद्याच्या माध्यमातून सरकार वास्तविक बलात्कार वैध ठरवण्याची तयारी करत आहे. गरीब मुलींना तशाही नाना यातना भोगाव्या लागतात, जवळजवळ सर्व अधिकारांपासून त्या वंचित राहतात. त्यांच्या छळाला आता कायदेशीर मान्यता देण्याची व्यवस्था होत आहे. ज्या वयात एखादी मुलगी अगदी असहाय असते, त्याच वयात तिचा विवाह वैध करण्यात येतो आहे. हे बरेचसे आजन्म कारावासाप्रमाणेच आहे – कोणत्याही अपराधाविना जन्मठेप.

अथवा अपराध असलाच तर तो एकच – मुलगी म्हणून जन्माला आल्याचा अपराध. वेश्यावस्तीतून ज्याप्रमाणे असहाय मुली बाहेर पडू शकत नाहीत, त्याचप्रमाणे स्त्री-पुरुष भेदभावाच्या जाळ्यामधूनही मुक्त होऊ शकत नाहीत. त्यामुळे मुलींनी शिकून स्वावलंबी होणे अत्यंत आवश्यक आहे. सुशिक्षित आणि स्वावलंबी स्त्रिया अशिक्षित आणि परावलंबी स्त्रियांच्या तुलनेत सामाजिक, आर्थिक, मानसिक, शारीरिकदृष्ट्या कितीतरी चांगल्या परिस्थितीत आहेत. एखाद्या मुलीचे लहान वयात लग्न होणे म्हणजे तिचे आरोग्य, शिक्षण, तिचे भविष्य या सर्वांना तिलांजली देणे. बांगलादेश सरकारला जाणूनबुजून कोणत्या आणि कोणाच्या स्वार्थासाठी हा कायदा करायचा आहे?

बांगलादेशात मुलींचे लग्नाचे किमान वय अठरा वर्षे आहे. तरीसुद्धा काही बेईमान लोक कायदा न मानता आपल्या अल्पवयीन मुलींचे विवाह करत होते. पण मुलींचे लग्नाचे वय अठरापेक्षा कमी करणे, हे या समस्येचे समाधान नाही. तर अशा दुर्जनांना सज्जन बनवणे, हे या प्रश्नाचे उत्तर आहे. मुलींचे शिक्षण, आरोग्य याबाबत देशवासीयांना जागरूक बनवणे, हे आहे या समस्येचे समाधान. लोकांना जागरूक करणे फार कठीण आणि श्रमाचे आहे, असे वाटल्यामुळे सरकार दुष्ट लोकांना तुष्ट

करण्याचे दुष्कृत्य करत आहे.

एखादा समाज किती सुसंस्कृत आहे, हे त्या समाजातील स्त्रियांची परिस्थिती कशी आहे, यावर अवलंबून असते. बांगलादेशात स्त्रियांच्या विरुद्ध भरपूर कायदे करून ठेवले आहेत. बांगलादेशातील समाज स्त्रीद्वेष्टा आहे. या समाजात स्त्रीला केवळ भोग्यवस्तू, पुरुषाची दासी आणि प्रजोत्पादनाचे यंत्र मानले जाते. जिथे ही स्त्रीद्वेष्टी मानसिकता बदलली पाहिजे, जिथे स्त्री-पुरुष भेदभाव दूर करण्यासाठी पुढाकार घेतला पाहिजे; तिथे सरकार मात्र तरसाच्या तोंडात हरणाला लोटण्याची म्हणजेच लहान मुलींवर बलात्कार करणाऱ्यांची विकृत कामवासना वैध करू पाहत आहे. ज्याप्रमाणे मुलाला दाढीमिशा आल्या म्हणजे तो लग्नाला योग्य झाला असे होत नाही, त्याचप्रमाणे पाळी आली किंवा शरीराला उठाव आला म्हणजे मुलगी शारीरिक व मानसिकदृष्ट्या लग्नाला परिपक्व झाली असे होत नाही. लग्न म्हणजे केवळ शारीरिक संबंध नव्हे, तर लग्न म्हणजे तिच्यासाठी इतरही बरेच काही असते. लग्न म्हणजे खूप मोठी जबाबदारी उचलणे, विशेषतः अपत्यांची.

शैशव जपण्याचा अधिकार प्रत्येक शिशुला आहे. मुलींचे शैशव आणि किशोरावस्था हिरावून घेऊन त्यांना मारून-मुटकून जवान बनवले जाते. लवकरच स्त्रियांना वार्धक्याला सामोरे जाणे भाग पडते. स्त्रियांचे जीवन अशाप्रकारे उधळून लावण्याचा कोणत्याही सरकारला मुळीच अधिकार नाही.

लहान मुलांशी शरीरसंबंध आणि लहान मुलांवर बलात्कार हे मुळात वेगळे नाहीतच. शरीरात तारुण्याची चाहूल लागते न लागते तोच अतिशय कुतूहलापोटी किंवा सक्तीने लहान मुली शरीरसंबंधाला राजी होतात. पण हे राजी होणे खरोखरचे राजी होणे नाही. समाजातील बहुतेक स्त्रिया सुखी नाहीत, त्या सुखी असल्याचे ढोंग करतात. किंवा दुःखालाच, अभावालाच, पराधीनतेलाच सुख, उपलब्धता, स्वातंत्र्य समजतात. लहानपणापासून तसाच विचार करायला शिकलेल्या असतात. यापेक्षा वेगळे काही नवीन शिकणे बहुतांश स्त्रियांच्या बाबतीत शक्य नाही. पुरुष लहानपणापासून जे शिकतात; ते म्हणजे ते श्रेष्ठ, त्यांनाच जास्त समजते, जास्त कळते, समाज त्यांच्यासाठी, जग त्यांच्यासाठी, त्यांनी सत्ता गाजवायची, त्यांनी उपभोग घ्यायचा. हे न शिकता याच्यापेक्षा काही वेगळे शिकायला बहुतांश पुरुष तयार नाहीत.

एक राष्ट्र म्हणून सुसंस्कृत व्हायचे असेल, तर पुरुषांच्या लहान मुलींबद्दलच्या भोगलालसेला लगाम घालण्याची व्यवस्था केली पाहिजे. ही भोगलालसा संयत करण्यासाठी प्रोत्साहन देणे, ही सरकारची जबाबदारी आहे. कोणत्याही 'विशेष संदर्भात' ही वासना बेबंद होऊ शकते म्हणून तिला बेलगाम सोडण्यासाठी सरकारने उत्तेजन देता कामा नये.

◆

संथाळांची कहाणी

संथाळांना अशाप्रकारे वेगळे का काढले आहे? ते काही प्राणिसंग्रहालयातील प्राणी आहेत का? प्राणी नसले तरी ते पर्यटन व्यवसायाचे उत्पन्नाचे साधन किंवा प्रेक्षणीय वस्तू नक्कीच आहेत. काहींचे म्हणणे आहे, 'ते समाजाच्या मुख्य प्रवाहात नसलेलेच बरे; नाहीतर त्यांची निर्मिती, संस्कृती, परंपरा, लोकाचार, भाषा हे सर्व हरवेल. पण गट करून राहिल्यानेच परंपरा जतन होतात, असे काही नाही.

गरिबी त्यांना त्यांची संस्कृती विसरायला लावते आहे. बारा महिन्यांत त्यांचे तेरा सण. सण साजरे करण्यासाठी जे धन पाहिजे, ते आहे का त्यांच्या झोळीत? दरम्यानच्या काळात तर ते स्वतःचा पोशाख सोडून इतरांसारखा पोशाख करू लागले आहेत. ते तर बंगाली भाषाच बोलायला शिकत आहेत. मुख्य प्रवाहात मिसळण्यासाठी आता बाकी काय उरले आहे?

भारतात अंदमानातील एका जागी जरोआंना कैद करून ठेवले आहे. पर्यटक त्यांना दुरून पाहतात. प्राणिसंग्रहालयात प्राणी पाहावेत, तसे नागड्या-उघड्या माणसांना बघतात. त्यांनाही मुख्य प्रवाहापासून बाजूला ठेवले आहे, प्रेक्षणीय वस्तू बनवून ठवले आहे. मनात येते, इंग्रज जसे आफ्रिकेच्या जंगलातून पिग्मींना – छोट्या छोट्या माणसांना- धरून आणायचे, त्या माणसांना – वास्तविक ती माणसे नसून केवळ माणसांप्रमाणे दिसणारे प्राणी आहेत, असे मत त्या वेळच्या शास्त्रज्ञांनी व्यक्त केले होते – जंगलातील हिंस्त्र प्राण्यांना जसे पिंजऱ्यात बंद करून ठेवतात, तसे पिंजऱ्यात बंद करून ठेवले होते. अंदमानातील जरोआंसाठीही तसाच अदृश्य पिंजरा निर्माण केला आहे. संथाळांसाठीदेखील जणू असाच एखादा अदृश्य पिंजरा आहे.

बांगलादेशात सुमारे दोन लाख संथाळ राहतात. झारखंड, पश्चिम बंगालमध्येही बरेच राहतात. ओडिशा, बिहार, आसाममध्येही त्यांची संख्या कमी नाही. काही नेपाळमध्येही आहेत. संथाळांसाठी वेगळा संथाळ परगणा दिला आहे. एका अर्थी तो पिंजराच म्हणायचा. अर्थात, संथाळांनासुद्धा त्यांचे स्वतंत्र राज्य हवे होते. आणखी यातना नको म्हणून. पण स्वतंत्र राज्य, वेगळे गाव, किंवा वेगळा पिंजरा हे समस्येचे उत्तर नाही. उत्तर आहे भेदभावरहित समाज. असा एक समाज आम्ही ना संथाळांना देऊ शकतो, ना स्वतःला.

बांगलादेशात मी एकतीस वर्षे काढली. पण, शेजारचे घर एखाद्या संथाळ कुटुंबाने भाड्याने घेतले आहे, किंवा नाटक पाहताना शेजारच्या खुर्चीत एखादा संथाळ बसला आहे, मी बाजारहाट करताना संथाळसुद्धा खरेदी करतो आहे, किंवा इस्पितळात गेले असता तिथे एखादा संथाळ डॉक्टर आहे असे कधीही पाहिले नाही. शाळा-कॉलेजमध्ये गारो आणि चाकमा सहपाठी मिळाले, पण संथाळ मात्र नाही.

त्यांना शिक्षणबिक्षण, नोकरीचाकरी कितपत पाहिजे आहे आणि त्यात कितपत अडचणी आहेत, ते जाणून घेण्याची मला फार इच्छा आहे.

संथाळांचे नाच-गाणे, सण-उत्सव टिकून राहू देत, पण त्यांची कट्टर पुरुषप्रधान संस्कृती टिकून राहण्याची काय गरज आहे? त्यांचा भुताखेतांवरचा विश्वास; डोंगरांची, सूर्याची पूजा या सगळ्या शंभर प्रकारच्या अंधश्रद्धांचा मान राखण्याचे, त्यावर श्रद्धा ठेवण्याचे मला तरी काही कारण दिसत नाही. केवळ संथाळच नव्हे तर कोणत्याच गटांच्या अंधश्रद्धांना मान देणे योग्य नाही. माणसाच्या अधिकाराला मी जसा मान देते, तसाच चमत्कारांवर विश्वास ठेवण्याचा जो अधिकार माणसांना आहे, तोही मी मानते. मानते म्हणजे माझा स्वतःचा ईश्वरावर विश्वास नसूनही ज्यांचा ईश्वरावर विश्वास आहे, त्यांच्या त्या विश्वास ठेवण्याच्या अधिकारासाठी मी मोर्चातदेखील उतरते. संथाळ गरीब आहेत. त्यांचे दारिद्र्य हटवण्यासाठी कुठल्या सरकारने कधी कुठला पुढाकार घेतला आहे का? मला तरी वाटत नाही. उलट असे ऐकले आहे, की सरकारला संथाळांचे उच्चाटन करायचे आहे. सरकारच्या बंदूकधारी सैन्याने संथाळांच्या इलाक्यात जाऊन त्यांची घरेदारे जाळली, गोळ्या घालून त्यांना मारले. इंग्रजांनीसुद्धा संथाळांना मारण्यासाठी बंदूक हाती घेतली होती. त्याच १८५५ साली जमीनदार, महाजन, आणि इंग्रजांच्या अत्याचारांमुळे साठ हजार प्रक्षुब्ध संथाळ हाती धनुष्यबाण घेऊन सशस्त्र इंग्रजांवर तुटून पडले होते. इंग्रजांनी पंधरा हजारांपेक्षाही अधिक संथाळांची हत्या केली होती. त्यांची गावे जाळली होती. २०१६ सालीसुद्धा संथाळांची गावे जाळली गेली. वसाहतवादी इंग्रज सरकार आणि देशी सरकार यांमध्ये काय फरक राहिला? शासनकर्त्यांचा चेहरा वेगळा असला तरी शासनाचा चेहरा एकच आहे.

संथाळांच्या १८५५ च्या बंडाचे मुख्य नायक सिदू माझी आणि कानू माझी यांची हत्या झाली. इंग्रजांनी संथाळांचे बंड मोडून काढले. एक इंग्रज अधिकारी म्हणाला, 'ती लढाई नव्हतीच. संथाळांना पराभव स्वीकारणे माहीत नाही. जितका वेळ त्यांचे ढोल वाजत होते; तोपर्यंत ते उभे होते, गोळ्या खात होते. त्यांच्या बाणांनी आमचेही लोक मारले जात होते, म्हणूनच आम्ही त्यांच्यावर गोळ्या झाडत होतो. जोपर्यंत ते उभे होते, तोपर्यंत आम्ही गोळ्या झाडत होतो. ढोल वाजणे बंद झाले की पाव मैल मागे जायचे, पण वाजणे सुरू झाले की पुन्हा पुढे येऊन उभे

राहायचे. मग आम्ही पण खुशाल त्यांच्या छातीवर गोळ्या झाडल्या. आमचा एकही सैनिक असा नाही, जो या युद्धाबद्दल दोषी नाही.' चार्ल्स डिकन्स यांनी लिहिले, 'संथाळांच्या दलात जबर आत्मसन्मान होता. ते प्राण्यांची शिकार करताना बाणांना विष लावतात, पण शत्रूवर त्यांनी विषारी बाण सोडले नाहीत. आमच्या रशियन शत्रूंपेक्षा ते कितीतरी सुसंस्कृत होते. रशियन नक्कीच संथाळांच्या या कृतीला अडाणीपणा मानायचे, म्हणायचे हे काही खरे युद्ध नव्हे.'

संथाळांच्या विद्रोहाला एकशे साठ वर्षे लोटली, पण आजही ते पूर्वीप्रमाणेच शतदरिद्री आहेत. वंचित, अपमानित आहेत. बळकावल्या गेलेल्या जमिनी, हिंसा, खोटी प्रकरणे, नकली दस्तऐवज, भेदभाव, आणि उत्पीडन यांना रोज बळी पडत आहेत. स्वतःच्याच देशात, स्वतःच्याच मातीत ते आत्यंतिक अवहेलनेचे जिणे जगत आहेत. एकशे साठ वर्षांनंतरही त्यांची परिस्थिती सुधारली नाही तरी संथाळ बंड का करत नाहीत, हे मला कळत नाही. त्यांचा आत्मविश्वास नष्ट झाला की काय! पण त्या दिवशी त्यांनी जेव्हा सरकारी मदत नाकारली, तेव्हा पुन्हा वाटले की मनात आले तर ते पुन्हा पाठीचा कणा ताठ करून उभे राहू शकतील, धनुष्यबाण घेऊन लक्ष्यभेदी नेम धरू शकतील.

दारिद्र्य माणसाला जसे बंडखोर बनवते, तसेच दुर्बलही बनवते. बहुधा संथाळांना दारिद्र्याने दुर्बळच बनवले आहे. नाहीतर वर्षानुवर्षे जे लोक त्यांना छळत आहेत, त्याच्याविरुद्ध लढण्यासाठी ते उठाव का करत नाहीत? ते दरम्यानच्या काळात नक्कीच समजून चुकले असावेत, की धनुष्यबाण आणि बंदुकीच्या गोळ्या यांचे युद्ध होऊ शकत नाही. माझी फार इच्छा आहे, की ते जे तीर त्यांच्या अत्याचाऱ्यांवर सोडतील, ते तीर विषाने माखलेले असावेत; पण मला हेही माहीत आहे की हा काही उपाय नाही. जे उपाय करू शकते, ते सरकारच रात्रीच्या अंधारात त्यांचे रक्त शोषत आहे. इंग्रज सरकारविरुद्ध संथाळ लढाई जिंकू शकले नाहीत, बंगाली सरकारविरुद्धदेखील जिंकू शकणार नाहीत. आधुनिक शस्त्रांपुढे धनुष्यबाण हरणार, श्रीमंताविरुद्ध गरीब हरणारच. समतेच्या, समानाधिकाराच्या, सहानुभूतीच्या वल्गना किती पोकळ आहेत, ते पुन्हा एकदा स्पष्ट झाले आहे.

बांगलादेशात संथाळ शेती करून उपजीविका करतात. बंगाली लोकांचे ते बिचारे काही वाकडे करत नाहीत, पण तरीसुद्धा बंगाली लोक त्यांचा तिरस्कार करतात - ते काळे म्हणून, गरीब म्हणून. त्यांची भाषा वेगळी म्हणून, धर्म वेगळा म्हणून, संस्कृती वेगळी म्हणून त्यांचा तिरस्कार. मी स्वतः बंगाली असूनही म्हणते, की सगळे जग हिंडून अनेक जातींचे लोक बघितले, पण बंगाल्यांसारखी असहिष्णू, वर्णवादी, लोभी, गरिबांचा तिरस्कार करणारी, दुर्बलाला मारहाण करणारी आणि श्रीमंताला मान देणारी, हिंसक, निष्ठुर जात विरळाच. ◆

'लज्जा' पुस्तकावर अजूनही बंदी का?

मी *लज्जा* हे पुस्तक तेवीस वर्षांपूर्वी लिहिले. बांगलादेशात हिंदूंवर केव्हापासून अत्याचार होत आले, का होतात, कसे होतात – हे त्यात लिहिले. 'हिंदूंवर मुळीच अत्याचार होत नाहीत; पण अत्याचार होतात असा जो दावा केला आहे, तो संपूर्ण खोटा आहे,' असे म्हणून सरकारने पुस्तकावर बंदी घातली. खालेदा झियाच्या सरकारने *लज्जा*'वर बंदी घातली, शेख हसीनाने सत्तेवर आल्यावर खालेदा झियाने साधारणपणे जे केले होते, त्याच्या उलट केले; पण *लज्जा*'वरील बंदीचा आदेश काही उठवला नाही.

लज्जा'मध्ये मी काही चुकीची माहिती लिहिली होती का? *लज्जा* ही पूर्णपणे खऱ्या माहितीवर आधारित कादंबरी आहे. पुस्तकातील कुठलीही माहिती चुकीची आहे, असे कधी माझा कोणी कट्टर शत्रूदेखील म्हणालेला नाही.

लज्जा आजही बांगलादेशात बहिष्कृत आहे. आजपर्यंत कोणीही राजकारणी, कोणतीही मानवाधिकार संघटना, एकही लेखकसंस्था, एखादी व्यक्ती –कोणीही सरकारच्या या पुस्तकावरील बंदीचा आदेश उठवण्यासाठी न्यायालयात गेले नाही. सांप्रदायिक सौहार्दाच्या बाजूने लिहिलेले हेच पुस्तक नेमके 'निषिद्ध पुस्तक' म्हणून कसे बरे अधोरेखित झाले? ज्यांनी १९९३ साली या पुस्तकावर बंदी घातली, त्यांना - त्यांच्या देशाच्या नागरिकांचे रक्षण करण्यास ते असमर्थ आहेत- या वास्तवाला सामोरे जायचे नव्हते, दहशतवादी निरपराध लोकांवर हल्ला करताना त्यांचे पोलीस चुपचाप उभे राहिले - हे सत्य ऐकायचे नव्हते.

लज्जा'मध्ये ज्या काही लाजिरवाण्या घटना लिहिल्या आहेत, त्या आजही घडत आहेत. आजही हिंदूंची घरेदारे जाळली जात आहेत, मंदिरे तोडली जात आहेत. आजही हिंदू असुरक्षिततेमुळे घाबरून, आकसून स्वतःच्या देशात राहत आहेत. आजही भीतीने देशत्याग करत आहेत.

दोन दिवसांपूर्वी ब्राह्मणवाडीत सुमारे तीनशे हिंदूंच्या घरावर मुस्लीम कट्टरपंथीयांनी हल्ला घडवून आणला, शंभरहून अधिक हिंदूंना जखमी केले. अनेक निरपराध लोकांचे जे काही शिल्लक राहिले होते, ते घेऊन गेले. ज्या हिंदूंनी मार खाल्ला, जखमा झेलल्या; त्यांनी काय अपराध केला होता? शंभरपेक्षा जास्त हल्लेखोर जेव्हा

हिंदूंच्या घरांवर चालून आले, तेव्हा हिंदू भीतीने घरात लपून बसले. हा त्यांचा दोष आहे का? याच देशातल्या लोकांना याच देशातील लोकांच्या भीतीने तणावपूर्ण आयुष्य का जगावे लागते? केवळ धर्म वेगळा म्हणून वर्षानुवर्षे का त्यांना छळ सहन करावा लागतो? लोकांच्या राजकीय, सामाजिक, आर्थिक, कलात्मक बाबींमध्येसुद्धा भिन्न दृष्टिकोन, श्रद्धा, विश्वास असतात. या भिन्नतेमुळे तर कोणाला इतके काही भोगावे लागत नाही, जितके वेगळ्या धर्मामुळे भोगावे लागते. धर्म माणसाला प्रेम करायला न शिकवता द्वेष करायला शिकवतो काय? धर्माची जी काही शिकवण असेल, ती माणसाला माणसावर प्रेम करायला शिकवेल अशी काही व्यवस्था आहे का?

जगातील सगळ्या माणसांचे आदर्श, आकांक्षा,आवडीनिवडी, स्वप्ने एकसारखी नसतात. समाजातील विभिन्न माणसांच्या मनात विभिन्न विश्वास, श्रद्धा असतात. पण वर्षे सरली, युगे लोटली, शतके गेली; तरीसुद्धा वेगळ्या धर्मावर श्रद्धा असलेल्यांचा तिरस्कार केला जातो, नुकसान केले जाते, हत्या करायलाही मागेपुढे पाहिले जात नाही? माणूस कायम असाच रानटी, क्रूर राहणार आहे का? असभ्यपणा कधीतरी एके दिवशी संपून जातो. कधीतरी एके दिवशी माणूस सुस्कृंत होतो! बांगलादेशातील माणसांना सुसंस्कृत, सुशिक्षित, जागरूक व्हायला इतका प्रदीर्घ वेळ का लागतो आहे?

काही हल्लेखोरांना अटक झाली, हे ऐकून जरा बरे वाटले. नीट तपास न करता त्यांना सोडले जाणार नाही, अशी आशा करायला नक्कीच आवडेल.

'लज्जा' पुस्तकावर बंदी घातली नसती, तर ते वाचून बांगलादेशातील अनेक माणसांची गेल्या तेवीस वर्षांत असांप्रदायिकतेच्या दिशेने वाटचाल झाली असती. पुस्तकावर बंदी घातल्यामुळे ती शक्यताही नष्ट झाली. १९९२ सालच्या डिसेंबर महिन्यात हिंदू कट्टरपंथीयांनी भारतात बाबरी मशीद तोडल्यावर बांगलादेशात मुस्लीम कट्टरपंथीयांनी निरपराध हिंदूंवर, त्यांच्या घरादारांवर, दुकानांवर जे अत्याचार केले; ते प्रत्यक्ष डोळ्यांनी पाहिलेल्या दृश्यांचे वर्णन *'लज्जा'*मध्ये केले आहे. किती निरपराध गरीब माणसांना सर्वस्व गमवावे लागले, किती हजार माणसांना देश सोडणे भाग पडले. त्यांचा अपराध एकच – ते मुसलमान नव्हते. मानवता अशी खालमानेने पडून राहिलेली पाहून नवीन पिढीतील मुलेमुली रानटी होण्याऐवजी उदारमतवादी बनू शकली असती, हिंदूंबद्दल त्यांना शत्रुत्वाऐवजी बंधुता वाटू शकली असती, तिरस्काराऐवजी त्यांच्याबद्दल आपुलकी, आदर वाटला असता – जो आदर माणसाला माणसाबद्दल असणे अत्यंत आवश्यक आहे.

बांगलादेश असांप्रदायिक होणे सोपे नाही. बंगाली धर्मसभांमध्ये मौला-मौलवी दिवसभर मुसलमानांना हिंदूंचा द्वेष करण्याचा, त्यांच्या मंदिरांतील मूर्ती फोडण्याचा

उपदेश देत असतात. असा उपदेश ऐकून ऐकून नकळत मेंदूवर तेच संस्कार होतात.

ब्राह्मणवाडीत असे काय घडले, ज्यामुळे हिंदूंची घरेदारे लुटली, मंदिरे फोडली? झाले असे, की रसराज दास नावाच्या एका तरुणाने त्याच्या फेसबुक अकाउंटवर एक फोटो शेअर केला, जो बघून मुसलमानांच्या धार्मिक भावना दुखावल्या गेल्या.

वास्तविक तो फोटो फोटोशॉप केलेला होता, हे स्पष्ट दिसत होते. फोटोशॉप करून एका धार्मिक माणसाच्या घराच्या गच्चीवर शिवाचा फोटो बसवला होता. रसराजचा दावा होता, की तो फोटो त्याने पोस्ट केला नव्हता. त्याच्या नकळत कोणी त्याच्या अकाउंटवरून तो पोस्ट केला त्याला माहीत नव्हते. त्याबद्दल त्याने सर्वांची क्षमादेखील मागितली. पण रसराजला कोणी क्षमा केली नाही. धार्मिक भावना दुखावल्याचा आरोप ठेवून माहिती तंत्रज्ञान कायद्याच्या कलम ५१खाली त्याला अटक केली. खुनाच्या धमक्यांनी रसराजचे फेसबुक पेज भरून गेले.

रसराजचे अकाउंट हॅक करून कोणी तो फोटो पोस्ट केला, हे सरकारला इच्छा असती तर शोधता आले असते. पण प्रश्न हा आहे की सरकारला काय पाहिजे? किंवा रसराज तुरुंगातून कधी सुटेल? रसराजच्या सुरक्षिततेचा निर्णय कोण घेणार? बाबरी मशीद फोडली भारतातील हिंदू कट्टरपंथीयांनी.

ती मशीद फोडल्याबद्दल बांगलादेशातील निरपराध हिंदूंना दोषी ठरवले गेले. रसराजच्या अकाउंटवरून कोणी एका हॅकरने फोटोशॉप करून एक फोटो पोस्ट केला. या कारणावरून बांगलादेशातील सर्व हिंदूंना अपराधी मानले गेले. त्यामुळे आता मुस्लीम कट्टरपंथीय कोणत्याही हिंदूचे घर तोडू-फोडू शकतात, कोणतेही मंदिर भग्न करू शकतात, कोणत्याही हिंदूचा छळ करू शकतात. ज्यांनी अपराध केला, त्यांनाच फक्त नव्हे तर त्यांच्या धर्मातील सर्वांना शिक्षा झाली पाहिजे, असाच त्यांचा नियम आहे.

जगातील बहुतेक सगळेच म्हणतात, की काही मुसलमान दहशतवादी दहशत पसरवतात म्हणून सर्वच मुसलमानांना दोष देणे योग्य नाही. पण आश्चर्य म्हणजे, ते लोकही हेच बोलतात, की एका किंवा काही थोड्या हिंदूंनी अपराध केला, तर त्याला सगळे हिंदू जबाबदार आहेत.

छातक, हबिगांज, गोपालगंज येथील मंदिरांवरदेखील आक्रमण झाले. हा असा भेदभाव बघतच आम्ही मोठे झालो, आमची नवीन पिढी वाढली. बांगलादेशातील हिंदूंची संख्या झपाट्याने कमी होत आहे. कट्टरपंथीय ही संख्या शून्यावर आणायलाही मागेपुढे पाहणार नाहीत. देशात हिंदू राहणार नाहीत, शिया राहणार नाहीत, अहमदिया राहणार नाहीत; बौद्ध, ख्रिश्चन कोणीही राहणार नाहीत. फक्त सुन्नी मुसलमान राहतील. सुन्नी मुसलमानांच्यातसुद्धा क्रमवारी असेल. जे धर्मांध नाहीत, ते कोणी राहणार नाहीत. जे प्रश्न विचारतील, त्यांना तुरुंगात टाकले जाईल, मारून

टाकले जाईल किंवा देशातून हाकलून दिले जाईल. लोकशाही म्हणून काही राहणार नाही. स्त्रियांना अधिकार राहणार नाहीत, लोकांना आपले मत मांडण्याचा अधिकार राहणार नाही. आम्ही नक्कीच अशा घोर अंधाऱ्या काळाच्या दिशेने जात आहोत.

ज्या देशात मुक्त विचार करणाऱ्यांना, युक्तिवाद करणाऱ्यांना स्थान नाही; ज्या देशात स्त्रीवादी अपमानित होतात; जो देश स्त्रीद्वेष्ट्या, अडाणी, अशिक्षित लोकांच्या ताब्यात गेला आहे; त्या देशात रसराज दास फोटोशॉप केलेला फोटो पोस्ट केला तरी मार खाणार, नाही केला तरी मार खाणार. कारण त्याचे नाव रसराज दास. जर रसराज दासची सुटका झाली नाही, त्याची सुरक्षितता निश्चित झाली नाही, जर सर्व हल्लेखोरांना शिक्षा झाली नाही; तर आणखी लोकांचा केवळ हिंदू असल्याच्या अपराधाबद्दल छळ केला जाईल. हल्लेखोरांना उत्तेजन मिळत राहील, त्यांची संख्या आणखी वाढेल.

माणूस माणसाला मारतो. हे सगळे बघून आता आणखी दुःख होत नाही, रागही येत नाही. आता फक्त भीती वाटते की हीच क्रूर धर्मांधता एक दिवस मनुष्यजातीलाच नष्ट करून टाकेल. पाच वर्षांच्या मुलीला बघून पुरुषांची कामवासना कशी काय जागृत होते?

१) बांगलादेशात पूजा नावाच्या मुलीवर बलात्कार झाला. पूजाचे वय पाच वर्षे. तिच्यावर सैफुल इस्लाम नावाच्या बेचाळीस वर्षांच्या, चार मुलांचा बाप असलेल्या पुरुषाने बलात्कार केला. दिनाजपुरातील पार्वतीपूर येथे ही घटना घडली. त्या माणसाला ही मुलगी 'बडे बाबा' म्हणायची. तो त्या मुलीचा शेजारी होता. बहुतेक सैफुल इस्लामच्या मुलीची पूजा मैत्रीण होती. आतापर्यंत असेच ऐकण्यात आले आहे, की लहान मुलींवर बलात्कार करणाऱ्यांतले सत्तर टक्के पुरुष कुटुंबातले, निकटवर्ती, किंवा मानलेले काका – मामा- किंवा ओळखीचेच कोणीतरी असतात. सैफुल इस्लाम पूजाचा मानलेला काका होता. मला शंका आहे, की हा माणूस स्वतःच्या मुलीवरही बलात्कार करत असणार.

बलात्काराची संधी सहज मिळाली नाही तर संधी शोधत असणार आणि नाहीच मिळाली तर रोज मनोमन तरी बलात्कार करत असणार. जगात मुलींची सुरक्षितता म्हणून काही राहिलेच नाही. वयात न आलेल्या लहान मुलांबद्दल जर एखाद्याला लैंगिक आकर्षण वाटत असेल, तर त्याला इंग्रजीत 'पिडोफाइल' म्हणतात. त्याला समानार्थी बंगाली शब्द आहे की नाही माहीत नाही, पण मीच एक शब्द तयार केला, 'शिशुबलात्कारेच्छुक'. स्त्रियांपेक्षा पुरुषच अधिक 'शिशुबलात्कारेच्छुक' असतात. फक्त पिडोफाइलच नव्हे तर समाज हेबेफाइल आणि एफेबोफाइलदेखील आहे. हेबेफिलीया म्हणजे ११ ते १४ वयाच्या मुला-मुलींबद्दल लैंगिक आकर्षण. एफेबेफिलीया म्हणजे १५ ते १९ वयाबद्दल लैंगिक आकर्षण. आता प्रश्न असा आहे, की ज्या

पुरुषांना लहान मुलींबद्दल लैंगिक आकर्षण वाटते ते का वाटते, आणि ते पुरुष कोण असतात? मानसशास्त्रज्ञ म्हणतात, की असे पुरुष आपल्या आसपासच असतात, आपल्याबरोबरच राहतात. इतर चार सामान्य माणसांसारखेच दिसतात. आपलेच बाबा–भाऊ, आपलेच काका-मामा, आपलेच शेजारी. अशा प्रकारचे विकृत आकर्षण वाटणाऱ्यांची संख्या समाजात बरीच आहे, पण ते सगळेच पुढाकार घेऊन संभोग किंवा बलात्कार करतात असे नाही. बहुतांश पुरुष प्रयत्नपूर्वक समाजाचे भान राखून स्वतःवर नियंत्रण ठेवतात. त्यांची कामवासना मानवताविरोधी आहे, याची त्यांना जाणीव असते. काही पुरुष तर मान्यताप्राप्त डॉक्टरांचा सल्ला घेऊन स्वतःची अतिरेकी किंवा विकृत कामवासना कमी करण्यासाठी औषधे घेतात. शरीरातील टेस्टोस्टेरॉन हॉर्मोनचे प्रमाण कमी करण्यासाठी प्रयत्न करतात. ज्यांना संयम राखता येत नाही, ते संधी मिळाली की लहान मुलींवर तुटून पडतात.

मनोवैज्ञानिकांचे म्हणणे आहे, 'लहान मुलींवर बलात्कार करणारी काही माणसे अशी असतात, की त्यांना लहान मुलामुलींशिवाय इतर कोणाहीबद्दल लैंगिक आकर्षण वाटतच नाही. आणखी एक गट लहान मुलींवर बलात्कार करतो कारण ती संधी सहज मिळते, पण त्यांना प्रौढ स्त्रियांबद्दलही तितकेच लैंगिक आकर्षण वाटते.' ज्यांना फक्त लहान मुलींचेच आकर्षण वाटते, ते मनोवैज्ञानिकांच्या मते मानसिक रोगी असतात. त्यांचा मेंदू इतर माणसांच्या मेंदूसारखा नसतो; तर काही मानसशास्त्रज्ञांचे म्हणणे आहे, की ही मानसिक समस्या नाही, केवळ आवडीनिवडीतील तफावत आहे. त्यांपैकी जे भले असतात, जबाबदार असतात, ते स्वतःची कामवासना काबूत ठेवतात; आणि जे तसे नसतात, ते अत्यंत बेजबाबदारीचे कृत्य करतात, अन्याय करतात, बलात्कार करतात.

आता, मेंदूवर ताबा नाही म्हणून, उपजतच शिशुकामी आहेत म्हणून, किंवा इतर कोणत्याही कारणाने ते शिशुकामी असोत, मला त्यांना सल्ला द्यायचा आहे की बालकांवरचे बलात्कार बंद करण्यासाठी सर्व प्रकारचे प्रयत्न केले पाहिजेत. बालकांवर आघात करण्याचा, त्यांना यातना देण्याचा त्यांना कोणताही अधिकार नाही, बालकांवर बलात्कार करण्याचे कृत्य त्यांनी कधीही करू नये. जर ते आपली समस्या स्वतः सोडवू शकले नाहीत, तर त्यांनी आपल्या हितचिंतकांना आपण शिशुकामी असल्याचे सांगून त्यांची मदत घ्यावी.

काही माणसांचा खून करण्याची अनेकांना इच्छा होते, पण ते खून करत नाहीत. खून करणे चांगले नाही म्हणून करत नाहीत. त्याचप्रमाणे ज्यांना बलात्कार करण्याची इच्छा होते, त्यांनीही जर भान राखले तर इच्छा होऊनसुद्धा ते बलात्कार करणार नाहीत, कारण बलात्कार करणे चांगले नाही.

त्यांना बलात्कार करण्याची इच्छा होतेच कशी असा मी त्यांना दोष देऊ शकत

नाही. मेंदूत प्रचंड गुंतागुंत असते, समाजात काय चांगले काय वाईट याचे संस्कार झालेले नसतात. त्यांना आपण भलेबुरे ओळखण्याचे शिक्षण दिले पाहिजे.

२) ज्या देशांत बलात्काराचे प्रमाण सर्वांत कमी आहे, त्या देशांत पुरुषांचे लिंग कापणे किंवा मृत्युदंड अशा शिक्षा नाहीत; तर त्या सर्व देशांत स्त्रीला प्रतिष्ठा, मान देण्याची पद्धत आहे, प्रथा आहे. स्त्रीचे स्वातंत्र्य आणि अधिकार त्या देशांत इतर देशांच्या तुलनेत अधिक आहे. त्या सर्व देशांत महिला शिकलेल्या आहेत, स्वावलंबी आहेत, आरक्षित जागांव्यतिरिक्त संसद सदस्यांपैकी पन्नास टक्के महिला आहेत.

ज्या देशांत बहुतांश पुरुष स्त्रीकडे भोगवस्तू, दासी-बटकी, प्रजोत्पादनाचे यंत्र, शुद्धबुद्ध नसलेले जनावर, खालच्या जातीचा जीव इत्यादी दृष्टीने पाहतात, ज्या देशात वेश्यावस्त्या गजबजलेल्या असतात, शेकडो बालके आणि स्त्रिया दलाली आणि तस्करीला बळी पडतात, त्यांचे लैंगिक शोषण होते; पतीचे अत्याचार, हुंड्यासाठी अत्याचार, हुंडा दिला नाही तर खून अशा दुर्घटना रोज घडतात, घडतच राहतात- त्या देशात अल्पवयीन, प्रौढवयीन सर्वांवरच खुशाल, राजरोस बलात्कार होतात.

बलात्काराचा संबंध संभोगाशी असतो. पण बलात्कार म्हणजेच संभोग नाही. बहुतांश बलात्कारी कामवासना शमवण्यासाठी बलात्कार करत नाहीत. बहुतेक सर्व बलात्कारी पुरुषांना शरीरसुख देणारी पत्नी- संगिनी असते. बलात्कार म्हणजे पूर्णपणे स्नायूंची ताकद, पुरुषार्थ, आणि पुरुषाच्या लिंगाची ताकद सिद्ध करण्यासाठी केलेले कृत्य. मुद्द्याची गोष्ट अशी, की पुरुषप्रधान समाजाच्या परम पूजनीय लिंगाच्या माथ्यावर मुकुट चढवणे किंवा विजयपताका फडकावण्याचेच दुसरे नाव म्हणजे बलात्कार.

बलात्कार कधी किंवा कसे बंद होतील? या प्रश्नाचे सर्वांत चांगले उत्तर म्हणजे - ज्या दिवशी पुरुष बलात्कार करणे थांबवतील, त्याच दिवशी बलात्कार बंद होतील. केव्हा, कधी बंद करायचे हे पूर्णपणे पुरुषांच्या हातात आहे. या दिवसापासून, की या आठवड्यापासून, किंवा या महिन्यापासून, किंवा या वर्षापासून आपल्याच जातीवर – मनुष्यजातीवर – असले भयानक, बीभत्स अत्याचार करायचे नाहीत, असा सर्व पुरुष मिळून एकत्रितपणे निर्णय घेवोत.

३) पूजा हिंदू कुटुंबातील मुलगी. पूजाच्या आयुष्यात जे घडले, ते बघून मला भीती वाटते की अनेक हिंदू कुटुंबे त्यांच्या मुलींच्या असुरक्षिततेच्या भीतीमुळे देश सोडण्याचा निर्णय घेतील.

◆

आम्ही आणि ते

बद्रूलने खादिजावर कसा वार केला, ते आपण सर्वांनी पाहिले आहे. मारताना त्याला – मी काही अन्याय करतो आहे -असे मुळीच वाटत नव्हते. बद्रूल मानसिक रुग्ण होता का? नाही, तो अजिबात मानसिक रुग्ण नव्हता. त्याने पूर्ण भानावर असताना मारहाण केली. त्याने शांत डोक्याने चापाती (एक धारदार शस्त्र)) विकत आणली. शांत डोक्याने त्याने विचार केला, की त्याच चापातीने खादिजावर घाव घालावा, कारण खादिजा त्याचा आदेश आणि उपदेश काहीच मानत नाही. मारतानाचे दृश्य पाहायला भयानक असले, तरी तेच समाजाचे चित्र आहे. समाजाचे वास्तव रूप भयंकरच आहे. अशाच प्रकारे पुरुष स्त्रियांना मारपीट करतात, लाथा घालतात, चाबकाने मारतात, जोड्याने हाणतात, विजारीचा पट्टा काढून मारतात; आवारात असलेले बांबू, फांद्या, लोखंडी कांब, काठी जे हाताला लागेल त्याने मारतात, दगड फेकून मारतात, ॲसिड फेकतात. अशाच प्रकारे पुरुष स्त्रियांना जाळतात, तुळईला टांगून मारतात, पाण्यात बुडवून मारतात, सातव्या मजल्यावरून ढकलून देऊन मारतात. खादिजा लाइफ सपोर्टवर आहे. आम्ही स्त्रियादेखील पुरुषांच्या या समाजात लाइफ सपोर्टवर आहोत. आम्ही मृत आहोत. कारण पुरुषांना आम्हाला मेलेले बघणे बरे वाटते. आम्ही आमच्या इच्छेने, मताने हालचाल केली; आमच्या मर्जीने जगलो तर पुरुष आम्हाला नष्ट करतात म्हणून आम्हीच आमच्या इच्छा-आकांक्षांचे पंख कापून मरून पडलो आहोत. पुरुषांनी आम्हाला लाइफ सपोर्टवर ठेवले आहे. त्यांनाही माहीत आहे आणि आम्हालाही माहीत आहे, की हा लाइफ सपोर्ट त्यांना पाहिजे तेव्हा ते बंद करू शकतात. पुरुषांना जर आम्हाला मारून टाकावेसे वाटले, तर ते मारून टाकू शकतात. त्यांना जर आमचा छळ करावासा वाटला, अपमान करावासा वाटला; तर ते तसे करू शकतात. त्यांना पाहिजे म्हणून करतात. आजही ते दररोज आमची हत्या करत आहेत, छळ करत आहेत, अपमान करत आहेत. पुरुषांनी त्यांच्यासाठी आम्हाला जिवंत ठेवले आहे. आम्ही आमच्यासाठी जगू शकत नाही. पुरुषांच्या या जगात तो अधिकार आम्हाला नाही.

मला माहीत आहे, पुरुष म्हणतील – सगळे पुरुष एकसारखे नसतात. मला

खात्री आहे, बद्रूलसुद्धा हेच म्हणत असेल. बरोबर आहे की सगळे पुरुष सारखे नसतात, रस्त्याने चालताना बलात्कार करत नाहीत, किंवा खून करत नाहीत. अनेक जण तसे करायचे नसते म्हणून करत नाहीत असे नाही, तर अनेक पुरुषांना बलात्कार किंवा खून करण्याची संधी मिळत नाही म्हणून करत नाहीत. पण जर संताप आला, बद्रूलसारखा अचानक संताप आला; तर अनेक जण तसे करू शकतात. कोण करेल, कोण करणार नाही; ते कोणी सांगू शकणार नाही. मी तरी नाही.

आम्ही सांगू शकत नाही, कारण आम्हाला पुरुषांनी आमच्यावर राग धरायला नकोय. आम्हाला सर्व पुरुषांना खूश ठेवायचे आहे. घरच्या पुरुषांना तर नक्कीच पण बाहेरच्या पुरुषांनादेखील. पुरुषांना खूश ठेवले नाही, तर आमचा लाइफ सपोर्ट बंद होईल. म्हणून स्त्रियांवर आम्ही विविध कारणांमुळे रागावलो, तरी पुरुषांवर मात्र कोणत्याही कारणास्तव रागवत नाही. आम्ही स्त्रियांना शिव्या दिल्या तरी पुरुषांना शिव्या द्यायला आम्हाला भीती वाटते. पुरुषांना शिव्या दिल्या की, स्त्रियांविरुद्ध नेहमीच खड्ग उपसले जाते.

पुरुषांना जे पाहिजे, तेच आम्ही करतो. आम्ही लिहायला-वाचायला शिकू नये, अशी जर त्यांची इच्छा असेल तर आम्ही लिहायला-वाचायला शिकत नाही. आम्ही शाळेत जावे अशी त्यांची इच्छा असेल, तर आम्ही शाळेत जातो. आम्ही नोकरी-चाकरी करावी अशी त्यांची इच्छा नसेल, तर आम्ही नोकरी-चाकरी करत नाही, त्यांना जसे पाहिजे तसे आम्ही करतो. जे काही आम्ही करतो, ते पुरुषांना मान्य आहे म्हणूनच करतो. जे काही करण्यापासून आम्ही स्वतःला परावृत्त करतो, ते पुरुषांना ते करणे मान्य नाही म्हणून. आम्ही म्हणजे त्यांचे गुलाम. गुलाम हा शब्द ऐकायला चांगला वाटत नाही म्हणून आम्ही स्वतःला विविध नावांनी संबोधतो. स्वतःला आम्ही पुरुषाची आई, बहीण, पत्नी, कन्या, प्रेमिका, शेजारीण, परिचित इत्यादी म्हणवतो.

पुरुषांना आमच्याकडून जे पाहिजे आहे, ते जर आम्ही केले नाही तर आमची काय हालत होईल, हे आम्ही सगळ्या पूर्णपणे जाणून आहोत. आम्ही पीडित, निर्वासित होऊ. आमच्यावर बलात्कार होतील, आमचे खून होतील किंवा आम्हाला आत्महत्या करायला भाग पडले जाईल. मी आज निर्वासित आहे, कारण पुरुषांनी आखून दिलेल्या सीमारेषेचे मी उल्लंघन करते. जे मी बोलणे अपेक्षित नाही, ते मी बोलते. मी स्त्रियांच्या अधिकारांची मागणी करते. पुरुषांनी निर्माण केलेल्या धर्मांचे मी पालन करणार नाही, अशी घोषणा करते. मी आज निर्वासित आहे, कारण मी पुरुषांची अवज्ञा करते. मला माहीत आहे की अनेक जण म्हणतील, 'बांगलादेशची पंतप्रधान एक स्त्री आहे, विरोधी पक्षाची प्रमुख एक स्त्री आहे, माजी पंतप्रधानसुद्धा एक स्त्रीच आहे. कोण म्हणते की स्त्रियांना संधी नाहीत, सुविधा नाहीत म्हणून?' पण मी म्हणते की त्या पदांवर स्त्रिया नाहीत. कोणी काहीही म्हणो, बांगलादेशाच्या

पंतप्रधानांचे नाव खरे म्हणजे शेख मुजिबूर रहमान, विरोधी पक्षाच्या नेत्याचे नाव हुसेन मुहम्मद इर्शाद आणि माजी पंतप्रधानांचे नाव जिया उल रहमान.

मी जेव्हा खादिजावर घाव घातल्याचा व्हिडिओ पाहिला, तेव्हा मला वाटले की तो घाव खादिजावर नव्हे, माझ्यावर झाला आहे. बद्रूल नावाच्या तरुणाच्या प्रेमप्रस्तावाला नकार दिल्याबद्दल त्याने मला मारून टाकले.

जर मी होकार दिला असता, त्याच्यावर प्रेम केले असते किंवा त्याच्याशी लग्न केले असते तरी त्याने वार केलाच असता, संसाराच्या पिंजऱ्यात कोंडले असते. दररोज माझ्या इच्छा-आकांक्षांवर घाव पडले असते.

बद्रूलला माहीत आहे, की स्त्रियांना मारले तरी शिक्षा होत नाही म्हणून तो मारतो. रोज स्त्रिया पुरुषांच्या हातचा मार खातात, पण एकाही पुरुषाला शिक्षा होत नाही. खुद्द ईश्वरानेच सांगितले आहे, की स्त्रिया काही साध्यासुध्या नसतात, त्यांना शिक्षा केली पाहिजे, नाही ऐकले तर त्यांना मारले पाहिजे. स्त्रिया घरीदारी रोजच मार खातात. मार खायची त्यांच्या शरीराला फार पूर्वीपासूनच सवय झाली आहे. बद्रूलने ईश्वराचा उपदेश मानूनच मारले. किंवा समाजाच्या प्रथेनुसारच मारले. पण मारण्यासंबंधी मिडियाने आवाज उठवला म्हणून काही लोक एकत्र आले. याबद्दल मिडिया शांत झाल्यावर लोक खादिजाला विसरून जातील. बद्रूलची सुटका होईल आणि तो इतर स्त्रियांवर वार करत राहील - शारीरिक नाहीतर मानसिक. शेकडो स्त्रियांचा शेकडो पुरुष छळ करतात, आजही करतात. जगात किती गोष्टींत उलथापालथ होते, फक्त स्त्रियांवर असलेल्या पुरुषांच्या स्वामित्वात मात्र काही केल्या बदल होत नाही. कदाचित जगाच्या अंतापर्यंत हे असेच चालू राहील. किंवा असा काळ येईल, जेव्हा स्त्री म्हणून काही वस्तूच असणार नाही. पृथ्वीवर राहतील फक्त पुरुष, पुरुष आणि पुरुष.

◆

युरोप डायरी

'**ब**र्लिन लिटरेचर फेस्टिवल'ला आले होते. तेथून गेले स्टॉकहोमला, स्टॉकहोमहून आता पॅरिसला. युरोपमधील याच तीन शहरांत एके काळी माझे वास्तव्य होते. माझ्या निर्वासित आयुष्याचा बराच काळ याच शहरांत गेलाय. अनेक शहरे काळानुसार बदलली, पण काही बदलली नाहीत. बरेच नवीन काही दृष्टीस पडते. मी अनेकदा चमकते, अनेकदा अडखळते. तथापि ज्या नवीन घटनेने मला विचारप्रवृत्त केले; ती म्हणजे युरोपच्या राजकारणातील घडामोडी, सामान्य माणसाच्या मनात निर्माण झालेली कटुता, तिरस्कार. जर्मनी, स्वीडन, फ्रान्स या तीनही देशांत अत्यंत उजव्या विचारसरणीचे नेते लोकप्रिय आहेत. या तीन देशांतच नवीन नाझी गट सत्तेवर येतो येतो म्हणतो आहे. काळजी वाटते, युरोपमध्ये पुन्हा हिटलर येणार का? आता नवीन हिटलरचे लक्ष्य ज्यू नाहीत, तर नवीन हिटलरना युरोपमध्ये मुसलमान नको आहेत.

गव्हाळ वर्णाचे हिंदू, बौद्ध, ख्रिश्चन – हे असले तरी हरकत नाही, पण मुसलमान चालणार नाहीत. कारण मुसलमान अतिरेकी असतात, ते त्यांच्या ईश्वराच्या नावाने हत्या करतात. मुसलमानांचा आतंकवाद आता फक्त अफगाणिस्तान, पाकिस्तान, इराक, येमेनची बाब नाही, तर मुसलमानांचा आतंकवाद काय प्रकारचा असतो हे आता युरोप, अमेरिकेलाही माहीत झाले आहे. त्यांनीही तो भोगला आहे. मुसलमानांबद्दल त्यांना जितका तिरस्कार आहे, तितके जास्त मुसलमान त्यांच्या देशांत झुंडीने येत आहेत. माझ्या एका मानवतावादी जर्मन स्नेह्यानेदेखील इतक्या निर्वासितांच्या प्रवेशाबद्दल उद्विग्नता प्रकट केली. स्वीडनमधील माझ्या एका साहित्यिक स्नेह्याला अफगाणी निर्वासितांमुळे सुरक्षित वाटत नाही. फ्रान्समधील स्त्रीवाद्यांना अत्यंत उजव्या विचारसरणीचे विचार मान्य नाहीत, पण उजवे आणि आत्यंतिक उजवे या दोन पक्षांमधूनच एकाची निवड करावी लागणार, याबद्दल त्यांना फारसे दुःख नाही. मुसलमानांना देशात प्रवेश करायला बंदी घालायची, हा दोन्ही पक्षांतील बहुतेक सर्वांचाच निर्णय आहे. डोनाल्ड ट्रम्प - मुसलमांना अमेरिकेत शिरू देणार नाही, हे वचन देऊन – जिंकण्याचा पाया पक्का करतात. युरोपमध्येही तेच.

स्टॉकहोम शहरात मी प्रत्यक्ष पाहिले, की एक गहूवर्णी बांगलादेशी तरुण अमुक एका ठिकाणी कुठल्या रस्त्याने जायचे- हे स्वीडिश पादचाऱ्यांना विचारत होता पण

कोणीही थांबले नाही, उत्तर दिले नाही. सर्व जण नक्कीच त्याला मुसलमान समजले. तो तरुण हिंदू होता, पण लोक त्याला मुसलमान समजून मदत करत नव्हते.

लिबरल युरोपची ही परिस्थिती पाहून मन विषण्ण झाले. यांनीच नाझींना हटवले. यांनीच मानवाधिकार, स्त्रियांचे अधिकार यांची वाच्यता केली. विज्ञानाचा पाठ प्रथम यांनीच आचरला. उदारता, आदर्शवाद यांबाबत हेच बोलले. यांनीही कमी वाईट कृत्ये केली नाहीत. इतिहास यांच्या क्रूरकथांनी भरलेला आहे. आता इतिहास त्यांच्या उदारतेच्या गौरवगाथाही सांगतो आहे.

तथापि आपला रानटीपणा, क्रौर्य त्यांनी स्वतःच सुधारले. अमेरिका किंवा युरोपच्या सरकारने युद्धात उडी घेतली, तर सर्वांत जास्त अमेरिकेचे, युरोपचे नागरिकच 'युद्ध नको, शांती हवी' अशा घोषणा देत रस्त्यावर उतरतात. 'युद्ध नको शांती हवी' या मोर्चात आता अनेक जण 'मुसलमान नको' असेही म्हणतात. जर्मनीतील जे नागरिक लाखो निर्वासितांचे स्वागत करत होते, ते मुसलमानांच्या अतिरेकी हल्ल्यानंतर गप्प झाले आहेत. काही अतिरेकी दहशतवाद्यांमुळे संपूर्ण मुस्लीम समाजाला लोकांचा अविश्वास भोगावा लागत आहे. संशयाच्या, भीतीच्या नजरा झेलाव्या लागत आहेत. मुसलमानांवर आता कोणी विश्वास ठेवू इच्छित नाही. कोणावर विश्वास ठेवणार; कोण दहशतवादी, कोण नाही हे कसे ओळखणार? कोणाच्या अंगावर, चेहऱ्यावर तर लिहिलेले नसते की हा दहशतवादी आहे, त्यामुळे सर्वांवरच अविश्वास. मुसलमानांमध्ये असे अनेक जण आहेत जे इराकमध्ये, सीरियामध्ये विशाल घरे, धन संपत्ती सोडून आलेले आहेत. इथे छावण्या-छावण्यांतून इतरांच्या दयेवर जगत आहेत. त्यांच्या जागी स्वतःला कल्पिले तर माझा थरकाप होतो.

समजा – 'मी सीरियातील एक शिया आहे. सुन्नी आतंकवाद्याच्या तावडीतून स्वतःला वाचवून माझे आईवडील, भाऊ-बहीण यांच्याबरोबर युरोपमध्ये आले, इथे माझे नाव – निर्वासित- रेफ्यूजी. माझा, माझ्या कुटुंबाचा सगळे तिरस्कार करतात. ऐकले होते–युरोप उदार आहे- मग ती उदारता कुठे आहे? मी सुशिक्षित आहे, पण माझ्या शिक्षणाला इथे काही किंमत नाही. मी निर्वासित. दया, दाक्षिण्याची भीक मागणारी, हाच माझा परिचय. वास्तविक, संयुक्त राष्ट्रसंघाचे रेफ्यूजी कन्व्हेन्शन तसे म्हणत नाही, राजकीय रेफ्यूजींचा आदर करण्याची भाषा बोलली जाते. त्यांना सर्व प्रकारच्या सोयी-सुविधा देण्याचे प्रत्येक देशाला वचन दिले जाते. मला, माझ्या आई-वडिलांना, भाऊ-बहिणींना बाकी आयुष्य निराश, लज्जित, अपराधी अवस्थेत जगावे लागणार का? सुरक्षिततेची इतकी मोठी किंमत? सामान्य जीवन जगण्यासाठी सन्मान, प्रतिष्ठा सगळे विकून टाकले. जगण्यासाठी मनुष्यजात आफ्रिकेतून बाहेर पडून युरोप-आशियामध्ये गेली. एका ठिकाणाहून दुसऱ्या ठिकाणाकडे वणवण करत राहिली. जगण्यासाठी आमच्या बांधवांनी युद्धे केली. आज, एकविसाव्या

शतकातही जगण्यासाठी आम्हाला संघर्ष करावा लागतो आहे. माझी आई युरोपमध्ये जन्मली असती तर ती ख्रिश्चन असण्याची खूपच शक्यता होती, पण माझी आई सीरियामध्ये जन्मली म्हणून ती मुसलमान. माझी आई अत्यंत उदारमतवादी, सर्व जातिधर्मांच्या माणसांवर प्रेम करणारी, त्यांना जवळ करणारी. तिचा युरोप इतका तिरस्कार का करतो? तिच्या डोक्यावर हिजाब म्हणून?'

निर्वासितांच्या जागी मी असते तर!– अशी कल्पना केल्यावर युरोपियनांचा प्रचंड राग आला. आणि मी जर्मन, स्वीड, फ्रेंच आहे अशी कल्पना केली, तरी मनात भय दाटून येते. 'ज्या प्रकारे दहशतवादी एकापाठोपाठ एक हल्ले करत आहेत, ते बघून – बॉम्बस्फोटात आता कोणाचा बळी जाणार- याची भीती वाटत राहते. रस्त्यात कोणी गहूवर्णी माणूस दिसला की मनात येते – हा मुसलमान असणार आणि माणसांना मारणार. पूर्वीप्रमाणे आता सुरक्षित वाटत नाही. हे लोक इथे न आलेलेच बरे. यांना शरिया कायदा पाहिजे, स्त्रियांच्या अधिकारांना यांचा विरोध, मानवाधिकाराविरुद्ध हे झगडणार, आमच्या समाजालाही मागे घेऊन जाणार. आम्ही आमच्याच स्त्रीद्वेष्ट्यांशी झगडता झगडता मेटाकुटीला आलो आहोत, इतर स्त्रीविरोधकांशी कुठे संघर्ष करणार? याउपर आतंकवाद्यांचा उपद्रव आहेच. हे न आलेलेच बरे.' असे असले तरीसुद्धा युरोपमध्येच उदारमतवादही दिसतो. निर्वासितांची सेवा युरोपीय माणसेच करतात. निर्वासितांच्या हक्कांसाठी युरोपीय स्त्री-पुरुषच आवाज उठवतात. कोण कुठला, कुठल्या रंगाचा याचा विचार न करता अजूनही माणूस माणसावर प्रेम करतो, म्हणूनच जग अजूनही सुंदर आहे.

युरोप जितका उदारमतवादी आहे, त्याच्या काही अंशी जरी आशिया असता, तर अनेक समस्या आशियातच सुटल्या असत्या.

◆

खरे बोलले तर अडचण

सय्यद शमसुल हक गेल्यावर मी फेसबुकवर लिहिले, 'सय्यद शमसुल हक ८१व्या वर्षी गेले. आयुष्याच्या शेवटपर्यंत ते मान, सन्मान, आदर, प्रेम, प्रसिद्धी, लोकप्रियता, सरकारी-बिनसरकारी पुरस्कार या सर्वांचे मानकरी होते. एखाद्या लेखकाला जे जे पाहिजे असते, ते सगळे मिळवल्यामुळे सफल, सार्थक लेखकांमध्ये त्यांची गणना होऊ शकते. सय्यद शमसुल हक यांच्याशी ८०च्या दशकाच्या शेवटी चांगल्या गाठीभेटी झाल्या होत्या. कधीकधी मायमनसिंहला गेल्यावर मला भेटायचे. एकदा माझ्या साहित्य संघटनेत –'सकल कविता परिषदेच्या एका समारंभात मी त्यांना वक्ता म्हणून आमंत्रण दिले होते. ते आले, खूप छान बोलले. त्या वेळी माझ्या साहित्याची त्यांनी आवर्जून दाखल घेतली. माझ्या कविता मन लावून वाचल्या, त्यावर टिप्पणी केली. मी तेव्हा तेवीस वर्षांची होते, माझ्याशी वडिलांच्या मायेने बोलले.'

'खेलाराम खेले जा'च्या या प्रसिद्ध लेखकाशी एके काळी मी पूर्णपणे संबंध तोडला होता. त्याची मोठी कहाणी आहे. 'क' पुस्तकात याच अनेक कडूगोड आठवणी आहेत.

'आज ते गेले, उद्या आपण जाणार. जीवनाचा हाच तर नियम आहे. एक एक करून आपल्या सर्वांनाच कधीतरी जायचे आहे. ८० वर्षे वयानंतर आपल्यातील कोण कोण जिवंत असेल, हाच प्रश्न आहे. आज ज्या महत्त्वाच्या विषयाबद्दल मला जाणून घ्यायचे आहे, तो म्हणजे – त्यांनी हायकोर्टाला जे पैसे देऊन 'क' पुस्तकावर बंदी आणवली, त्याचे आता काय होणार? बारा वर्षे उलटली, अजूनही पुस्तक बहिष्कृतच राहील की फिर्यादीच्या अनुपस्थितीत आता पुस्तक मुक्ततेची चव चाखू शकेल? 'क' पुस्तक लिहिले म्हणून सय्यद हक यांनी माझ्यावर १०० कोटी रुपयांचा खटला भरला. त्या खटल्याची आज काय परिस्थिती आहे कोणास ठाऊक. त्याची कोणतीही सुनावणी झाल्याचे कानावर आले नाही. ते कोणाला पॉवर ऑफ ॲटर्नी देऊन गेले आहेत का? जर दिली असेल, तर पॉवर ऑफ अटर्नी दिलेली व्यक्ती तो खटला चालवून पुस्तकावरची बंदी कायम ठेवण्याची व्यवस्था करणार का?

'अभिव्यक्ती स्वातंत्र्यासाठी गेली तीन दशके मी लढा देत आहे. मला वाटते, आयुष्याच्या अंतापर्यंत मला लढतच राहावे लागणार.'

फेसबुकवर मी हे लिहिलेले वाचून अनेक जण नाराज झाले. त्यांना वाटले, की सय्यद हक यांच्या आत्म्याला शांती मिळावी, अशी माझी इच्छा नाही. म्हणाले, 'हे सगळे आत्ताच बोलणे फार गरजेचे आहे का? दुसरी कुठली वेळ मिळाली नाही का?' वास्तविक खरे बोलण्यासाठी कोणती वेळ योग्य मानायची, हे मला कळत नाही. अप्रिय सत्य बोलण्यासाठी अमुक एक वेळ उपयुक्त मानली जाते, असे मला तरी वाटत नाही. ज्यांना अप्रिय सत्य ऐकणेच पसंत नाही, त्यांच्यासाठी कोणतीच वेळ योग्य नाही, आणि बहुतांश लोकांना अप्रिय सत्य ऐकायचेच नसते. फक्त मरणोपरांतच नव्हे तर जिवंत व्यक्तींबद्दल बोलले तरीसुद्धा सगळ्यांना त्रासच होतो.

सुनील गंगोपाध्याय यांच्या बाबतीतील एक घटना मला आठवते. ते अत्यंत उत्तम कवी, लेखक, माणूस आहेत –असे म्हणणे ठीक आहे, पण त्यांनी अनेक स्त्रियांना एक्स्प्लॉइट केले, हे मात्र बोलायचे नाही. ती गोष्ट आत्ता कशाला बोलायची? ते बोलायची ही योग्य वेळ नाही. मला वाटते, की सत्य – मग ते प्रिय असो व अप्रिय- बोलण्यासाठी कोणतीही वेळ असो, ती योग्यच असते. पण मला वाटून काय उपयोग? जगातील बहुतांश लोकांना तसे वाटत नाही.

खरे बोलण्यामुळे ज्या अडचणी येतात, त्या माझ्यापेक्षा जास्त कोणालाच माहीत नाहीत. ज्यांना वार करून मारून टाकले गेले, ते त्या अडचणींचा पूर्ण अंदाज येण्याआधीच मारले गेले. ज्यांच्या मानेवर अजून वार झाला नाही, ते वर्षानुवर्षे दररोज अदृश्य घाव झेलत आहेत, रक्तबंबाळ होत आहेत. मी त्यातलीच. आत्मचरित्र लिहायला लागल्यावर माझ्या आजूबाजूच्या लोकांबद्दल लिहिते, जाता जाता काही प्रसिद्ध लोकांबद्दलही लिहिते. अप्रसिद्ध लोकांच्या बऱ्या-वाईट सगळ्या गोष्टी लिहिते, त्यांची त्याबद्दल काही हरकत नाही. पण प्रसिद्ध व्यक्तींबद्दल भल्याबुऱ्या गोष्टी लिहिल्यावर मात्र गदारोळ उठला. विख्यात व्यक्तींबद्दल फक्त चांगलेच लिहायचे, त्यांच्या वाईट गोष्टी गुप्त ठेवायच्या.

प्रसिद्ध माणसांच्या बाबतीत त्यांच्या हयातीत बोलले तरी अपराध, मृत्यूनंतर बोलले तरी अपराधच. परंतु मी एके काळी प्रसिद्ध होते, आता सामान्य आहे. माझ्याबद्दल किती काळापासून खोट्या, घाणेरड्या गोष्टी बोलल्या जातात, लिहिल्या जातात. कित्येक वर्षांपासून सातत्याने माझ्यावर टीकेची झोड उठवली जाते, त्याबद्दल मात्र कोणालाच कधी काही आक्षेप नव्हता, आजही नाही. विख्यात व्यक्ती पुरुष असतात म्हणून त्यांच्याबद्दल बोलण्याला हरकत घेतली जाते. त्यांचा दुतोंडीपणा, बदमाशी, त्यांचा खोटेपणा, त्यांचे मुखवटे, कपट–कारस्थान–प्रतारणा यांबद्दल कोणी कधीच काही जाहीर करत नाही. जाहीरपणे बोललात तर तुम्हीच वाईट,

तुम्हीच चारित्र्यहीन, तुमचा हेतू वाईट आहे; तुम्हाला लोकांचे लक्ष तुमच्याकडे वेधून घ्यायचे आहे. तुम्हाला उर्वरित आयुष्य कबरीत पडूनच घालवावे लागेल.

प्रसिद्ध पुरुषांना अशा सोयी-सुविधा असतात, त्यांना सात खून माफ असतात, शंभर बलात्कार, शंभर प्रतारणा करूनही ते संतच. आपल्या समाजात पुरुषांचे मुखवटे फाडण्याचा रिवाज का नाही? बहुधा दीर्घकाळ असलेला गुरू, पीर, बाबा, प्रथा यांचा प्रभाव. एखाद्याला एकदा मोठे मानले, की त्याला कायम मोठेपणाच दिला जातो. ज्या समाजात ईश्वरभक्तीचे प्राबल्य असते, तिथेच भक्तिविषयक चर्चांना उधाण येते, नकळतपणे माणसालाही ईश्वर बनवले जाते.

सत्य बोलले तर निंदा ऐकावी लागते, वाळीत टाकले जाते, नाचक्की होते, लोकप्रियता नष्ट होते, पुस्तकांची विक्री घटते. हे सगळे माहीत असूनसुद्धा मी खरे बोलते, जिवंत असेपर्यंत खरेच बोलणार.

बहुतांश पुरुष राजकारणी असले तर जे करतात; तेच गायक, नायक, लेखक, कलाकार असले तरी करतात. सत्तेचा गैरवापर करतात. पण याबद्दल बोलले तर सगळेच नाराज. हुमायून अहमदने जे केले, ते जर एखाद्या लोकप्रिय स्त्री लेखिकेने केले असते तर? नवरा, मुलांना टाकून आपल्या मुलाच्या मित्राशी लग्न केले असते तर? तिचा नक्कीच सगळ्यांनी तिरस्कार केला असता, लोकप्रियता म्हणून काही तिच्या वाट्याला उरलीच नसती. पण हुमायून अहमदची लोकप्रियता कमी तर झाली नाहीच, उलट वाढली कारण तो पुरुष. पुरुषाला त्याला जे वाटेल ते करण्याचा अधिकार, पण त्याबद्दल बोलायचा अधिकार स्त्रीला नाही.

स्त्री-पुरुष दोघेही उच्चरवाने सांगतात– आम्ही हुमायून अहमदचे चाहते, आम्ही सुनील गंगोपाध्यायांचे भक्त, आम्ही आझाद भक्त, आम्ही छफाचे चाहते, आम्ही हकचे भक्त. या भक्तांचे नाव खराब होत नाही. पण मला जाणवते– मला अन्यायकारक वागणूक मिळत असताना कोणी जर त्या अन्यायाचा निषेध केला, कधी कोणी जर माझ्या बाजूने उभे राहिले, तर त्यांना शिवीगाळ केली जायची, ते माझे अंध भक्त आहेत, अशी त्यांची हेटाळणी केली जायची. भक्त असणे किंवा अंधभक्त असणे हे यांपैकी एकही काही फार चांगली गोष्ट नाही, माझे दोष दाखवून देणे योग्यच आहे असे वारंवार सांगितले जाते. तेच असे बोलतात जे स्वतःला एखाद्या पुरुष लेखकाचे अंधभक्त म्हणवून घ्यायला कचरत नाहीत, उलट ते त्यांना आवडते. पुरुष लेखकांचे भक्त असणे म्हणजे भूषण आणि स्त्री लेखिकेचे भक्त असणे म्हणजे निंद्य – हेच खरे. अनेक वाचक असे आहेत, ज्यांना माझे लिखाण आवडते; पण तसे जाहीरपणे बोलण्याचे त्यांचे धाडस नाही. अपमान होण्याच्या भयाने सत्य दाबून टाकतात.

जो समाज सत्य दृष्टीआड करतो, सत्य सहन करू शकत नाही; तो समाज

खोट्याच्या समर्थनासाठी पाय रोवून उभा राहतो. त्याला त्या खोट्यापासून परावृत्त करून स्वस्थ, मुक्त बनवणे सोपे नाही; पण हीच आशा आहे की कठीण कामे करणारे संख्येने कमी असले, तरी कोणी न कोणी ती कामे करत राहतात.

◆

हद्दपारी

१) ग्योथेम्बर्गला पुस्तकमेळा आहे. त्याचा विषय आहे – 'अभिव्यक्ती स्वातंत्र्य आणि हद्दपारी.' माझाच विषय, पण मला मेळ्याचे आमंत्रण नाही. १९८४ साली ग्योथेम्बर्गच्या पुस्तकमेळ्याचे उद्‌घाटन माझ्या हस्ते झाले होते. मला आठवते, तेव्हा माझ्या सुरक्षिततेसाठी किती मोठा बंदोबस्त केला होता. आदल्या दिवशीपासूनच मेळा कुत्र्यांनी भरून गेला होता. बॉम्बडॉग्ज प्रत्येक स्टॉलवर जात होते, हुंगत होते. कोठे कोणी बॉम्ब ठेवला नाही ना, याची पडताळणी करत होते. दररोज वर्तमानपत्राच्या पहिल्या पानावर सुरक्षिततेबद्दलचा तपशील प्रसिद्ध होत होता. या वर्षी मात्र मी सामान्य प्रेक्षकाप्रमाणे चालणार, फिरणार. कदाचित मला कोणी ओळखणारही नाही. २२ वर्षांत सगळीकडेच बरेच काही बदलले आहे. सगळे मला 'निर्वासित लेखिका' म्हणून ओळखत होते. आज मी एकटीच निर्वासित नाही. विविध देशांतून अनेक लेखकांना हद्दपार केले गेले आहे. फक्त माझ्याच देशात नव्हे, तर इतर अनेक देशांतही लेखकांना अभिव्यक्ती स्वातंत्र्याचा अधिकार नाही. धर्मांधांच्या अथवा सरकारच्या मतापेक्षा कोणतेही वेगळे मत मांडले तर त्यांना तुरुंगात टाकले जाते, किंवा चाबकाने मारले जाते, अथवा घाव घालून मारून टाकले जाते. जोपर्यंत धर्मांधता, रानटीपणा टिकेल, तोपर्यंत मुक्त विचार करणारे हद्दपार होतच राहणार. आज मी, उद्या आणखी कोणी.

२) फक्त लेखकांनाच हद्दपार केले जाते असे नाही, सामान्य माणूसही हद्दपार होत आहे. सीरियातून तुर्कांनी येऊन जिवाला धोका पत्करून असंख्य माणसांना नावेत बसवून भूमध्य सागरात नावा सोडल्या. नावेत चढून जे युरोपला पोचले, ते बहुतेक सगळे आता जर्मनी आणि स्वीडनमध्ये आहेत. जर्मनीत सोळा लाख, स्वीडनमध्ये एक लाख. स्वीडनमध्ये दर आठवड्याला दहा हजार निर्वासित दाखल होतात. त्यांना द्यायला जागा नाही. जुन्या शाळा, जुनी स्टेशने, चर्च सगळे काही भरले आहे. तंबू घालूनसुद्धा पुरे पडत नाहीत. लोक चिंताग्रस्त. उजव्या विचारसरणीचे तर जास्तच काळजीत. पाश्चात्त्यांपैकी उदारमतवादी डाव्या विचारसरणीच्या अनेकांना चिंता. इतक्या सगळ्या निर्वासितांना दीर्घकाळ खायला–ल्यायला कसे काय द्यायचे! निर्वासितांच्या अडचणीला उभ्या राहणाऱ्या काही स्नेह्यांशी बोलणे झाले, तेव्हा तेही

म्हणाले, "इतक्या मोठ्या प्रमाणात जर्मनीने निर्वासितांना येऊ देणे योग्य नाही. निर्वासितांना थारा देऊन स्वीडिश सरकारने फार उत्तम काम केले आहे, असे स्वीडनमध्ये कोणी बोललेले अजून तरी माझ्या कानावर आले नाही. उजव्या विचारसरणीचे एक लेखकस्नेही मला दोन दिवसांपूर्वीच म्हणाले, "अफगाणिस्तानातूनही कित्येक निर्वासित येत आहेत. सीरियातून तर खूपच. अनेक तरुण निर्वासितांबरोबर कोणीही कुटुंबीय नाहीत. तेच कदाचित स्वीडिश मुलींवर तुटून पडू शकतात." 'स्वीडिश मुलींचा फ्री सेक्सवर विश्वास,' अशा प्रकारच्या अद्भुत, अयुक्तिक, अतार्किक गोष्टींवर ते विश्वास ठेवतात.

स्वीडनमध्ये असलेल्या एका बंगाली माणसाला मी विचारले, "सीरियन निर्वासितांमुळे काही गैरसोय होते का?" बंगाली म्हणाला, "ते तर चोरी करतात. त्यांच्यामुळे स्वीडिश नाराज आहेत." मनात आले – केवळ स्वीडिशच कशाला, बंगाली पण नाराज आहेत. सर्वांत नाराज उजवे. युरोपातील देशादेशांत आता ते अतिबीभत्स दैत्यांप्रमाणे आरडाओरडा करत डोके वर काढत आहेत. निर्वासित एका दैत्याच्या तावडीतून सुटून दुसऱ्या दैत्याचा घास तर होणार नाहीत!

३) स्वीडनमध्ये निर्वासितांना रोज ७५ क्रोनर देण्यात येतात. या पैशात तीन वेळा खाण्याची सोय करणे सोपे नाही, पण अजूनही त्यांना काम करण्याची परवानगी नाही. स्वीडनच्या रस्त्यांवर मी आजपर्यंत एकाही सीरियन निर्वासिताला भीक मागताना पाहिलेले नाही. भीक मागतात, रुमानियातून आलेले जिप्सी. जिप्सीसुद्धा निर्वासितच. त्यांना बहुधा सर्व देशांतूनच पिटाळले जाते. कोणे एके काळी भारतातील राजस्थानातून ते युरोपच्या दिशेने चालत आले. आजही ते एका देशातून दुसऱ्या देशात स्थलांतर करत राहतात. कोणी कोणी म्हणतात- जिप्सी एका जागी राहू शकत नाहीत. स्थिर राहणे त्यांच्या स्वभावात नाही. जिप्सींना विचारले, तर ते म्हणतात- 'एका जागी स्थिरावण्याची आमची इच्छा आहे, पण आम्हाला कोणी एका ठिकाणी टिकूच देत नाही. ज्या देशात जातो, तिथून आम्हाला हाकलून दिले जाते.'

४) ऑक्टोबरमध्ये 'पेंग्विन इंडिया' माझे *'निर्वासित'* हे पुस्तक प्रकाशित करत आहेत. मला कोलकत्याहून प्रथम दिल्ली आणि नंतर भारतातूनच कसे हद्दपार केले, याचे वर्णन *'निर्वासित'* पुस्तकात आहे. आयुष्यात मला किती वेळा हद्दपार केले; किती देशांतून, राज्यांतून, शहरांतून मला बाहेर काढण्यात आले, किती जिव्हाळ्याचे प्रदेश सोडण्यास मला भाग पाडण्यात आले, याचे वर्णन त्या पुस्तकात आहे. स्वीडनमधील एका स्नेह्याच्या घरी अनेक वर्षांपासून पडून असलेली माझी पुस्तके भारतातील माझ्या तात्पुरत्या निवासस्थानी आणण्याची मी व्यवस्था करत आहे. तशी व्यवस्था करणे मला भाग आहे, कारण स्वीडनमधले ते स्नेही घर वगैरे विकून

कुठेतरी दुसरीकडे जाणार आहेत. पण भारत सोडावा लागला, तर दुसरीकडे कुठे नेणार माझ्या वस्तू? भारतात माझा निश्चित ठावठिकाणा नाही, पायाखाली भक्कम जमीन नाही. जगात फक्त एका देशात माझे स्थिर ठिकाण आहे. ते म्हणजे बांगलादेशात. अन्यायकारक रीतीने मला बांगलादेश सरकार देशात प्रवेश करू देत नाही, म्हणून मला तिथे जाता येत नाही. ही टनावारी पुस्तके मी भारतात नेली, शेल्फवर ती छान सजवून ठेवली आणि एक दिवस जर भारत सरकारने मला व्हिसा नाकारला, एक दिवस भारत सरकारने जर मला स्पष्टपणे सांगितले की तुला आता देश सोडावा लागेल; तर? तर मग कुठे जायचे, याचा पत्ता नसतानाच मला भारत सोडावा लागेल. मी जिथे काही दिवस राहते, तिथेच माझी मुळे रुजवू पाहते, पण माझे समूळ उच्चाटन करून मला वारंवार देशांतर करावे लागले आहे. जिवंत असेपर्यंत करावे लागणार आहे. हद्दपारीपासून दूर राहण्याची माझी इच्छा असली, तरी हद्दपारी माझ्यापासून मुळीच दूर राहू इच्छित नाही. वय तर खूप झाले. या वयात अनेक लोकांची करुणा मिळाली, पण सरकारची करुणा नाही. कदाचित सरकारकडे कळवळा, करुणा नावाची गोष्टच नाही.

५) 'बर्लिन लिटरेचर फेस्टिवल'चे आमंत्रण आले, मी बर्लिनला जाऊन आले. जर्मनीत निर्वासित म्हणून आयुष्य कंठणारे बांगलादेशातील ब्लॉगर्स कसे आहेत, ते बघण्याची मला फार इच्छा होती. कित्येक ब्लॉगर्सनी स्वीडनमध्येही आश्रय घेतला होता. (आयकर्णचे) साहाय्य घेऊन काही जण नॉर्वेला जाण्याची अपेक्षा करतात. देशादेशांत लेखक-साहित्यिकांच्या संस्था– 'पेन'– अनेकांना पैसे देऊन मदत करतात. सगळ्याच निर्वासितांना बिनधोक जीवन जगण्याची इच्छा असते. सगळे जण परदेशातील भाषा शिकतात. उर्वरित आयुष्य परदेशात घालवण्याची सर्वांनाच इच्छा असते. मी नाही राहू शकले. निर्झंझट जीवन मलाच मानवत नाही. जिथे जो कोणी ज्या कोणत्या वेळी माझा खून करू शकेल, जिथे माणसाच्या मानवाधिकाराचे उल्लंघन होते, जिथे भाषणस्वातंत्र्य नाही, जिथे अभिव्यक्ती स्वातंत्र्याचा कोणताही अधिकार नाही; जिथे अन्याय, अत्याचार, छळ, एक दिवसाचीही सुट्टी घेत नाही, जिथे दारिद्र्य, जिथे अडाणीपणा; तिथे राहण्याची माझी इच्छा आहे, तोच माझा देश. तोच मला निषेध करण्याची प्रेरणा देतो. तिथेच मी समभावासाठी, समानाधिकारासाठी, सुशिक्षणासाठी संघर्ष करू शकते. माझा लढा रस्त्यावर उतरून नसतो, माझ्या लिखाणाद्वारे असतो. आयुष्यात आता जास्त वेळ नाही. उरलेले आयुष्यही असेच जाणार. समृद्धी, निवांतपणा यांचा मला कधीच लोभ नव्हता, आजही नाही. माझ्या दीर्घ निर्वासित आयुष्यात मला तेच करायचे आहे, जे मी आजपर्यंत करत आले. आयुष्य जसे अर्थपूर्ण केले, तसेच पुढेही करायचे आहे; प्रवाहाच्या विरुद्ध घट्ट पाय रोवून.

◆

अंधश्रद्धा पालन

काही दिवसांपूर्वी माझ्या एका स्नेह्याचे वडील गेले. स्नेही उच्चशिक्षित. बिहारमधील बेगुसराय येथे त्याचे वडिलोपार्जित घर होते. घराजवळ गंगा. तिथेच गंगेच्या किनारी असलेल्या स्मशानात त्याने आपल्या वडिलांना मंत्राग्नी दिला, त्यांची रक्षा गंगा-यमुनेच्या संगमापाशी, त्रिवेणी संगमात विसर्जित केली. अंत्येष्टी क्रियाकर्म झाले. आता हा माझा स्नेही विविध अंधश्रद्धा पाळतो आहे. न शिवलेले कापड अंगावर गुंडाळतो आहे. का, तर असेच घालायचे असते. फळे आणि दह्याशिवाय काही खात नाही. काही दिवसांपूर्वीच एक पूर्ण महिना मांस-मच्छी खाल्ली नाही – का तर श्रावण महिन्यात मांस-मच्छी खायची नसते. याव्यतिरिक्त आठवड्यातील तीन दिवस- मंगळवार, गुरुवार, शनिवारी मांस-मच्छी खात नाही. वडील गेल्यावर फक्त खाणेच सोडले असे नाही, तर बिछान्यावरही झोपत नाही. जमिनीवर झोपतो. डोक्यावरचे केसही काढणार म्हणाला.

मला आठवते, लहानपणी शेजारच्या घरातील हिंदू तरुण वडील गेल्यावर एक पांढरे कापड गुंडाळून हातात चटई घेऊन जायचे. जिथे बसायचे, तिथे ती चटई अंथरून बसायचे.

त्यांना बघून मला कणव यायची. अंगणात काकबळी ठेवून 'काऽ काऽ का' करत दुपारभर कावळ्याला बोलवायचे, कावळ्याने येऊन ते खाल्ले की मगच त्यांनी खायचे. ज्या दिवशी कावळा खायचा नाही, त्या दिवशी ते स्वतःही जेवायचे नाहीत. हे सगळे नियम मला कधीच आवडले नाहीत. म्हणे त्यांचा विश्वास असतो, की त्यांचे वडील गेल्यावर कावळा झाले आहेत म्हणून स्वतः जेवायच्या आधी वडिलांना जेवायला दिले पाहिजे. त्यांचे वडील आता कावळा बनले आहेत, असा विश्वास ते तरुण का ठेवतात, ते मला नीटसे समजले नाही. शेकडो-हजारो तर्कहीन संस्कार सगळीकडे दिसतात, त्यातल्या बहुतेकांचे प्रयोजन मला कळतच नाही. भारतवर्षात अंधश्रद्धांची वाण नाही. अंधश्रद्धा हीच इथली संस्कृती. माझ्या त्या स्नेह्याशी माझे रोज फोनवर बोलणे होते. मी त्यांना विचारले, "कशासाठी एवढा त्रास घेता? साधारण तर्कबुद्धी असली तरी तुम्ही करता आहात ते सगळे अर्थहीन आहे, हे तुम्हाला समजेल." ते म्हणाले, "मी हे सगळे माझी माझ्या वडिलांवरची श्रद्धा

प्रदर्शित करण्यासाठी करतो आहे किंवा वडील हे सर्व मानायचे म्हणून करतो आहे.'' पण मला वाटते, की त्यांचा स्वतःचाही त्यावर विश्वास आहे म्हणून ते करतात. स्वतःचा विश्वास नसेल, तर कोणी आपल्या शरीराला एवढे कष्ट देणार नाही. माझ्या स्नेह्यांना कावळ्याला खायला द्यायला झाले नाही, मग त्यांनी ते ब्राह्मणाला जेवायला घातले. पिंडदान करायला ते गोव्याला जाणार आहेत. तांदळाचे पीठ, गव्हाचे पीठ, तीळ आणि मध घालून एक पिंड तयार करून त्यावरच दूध घालून, फुले वाहून त्याची पूजा करायची; अशाच प्रकारे लोक पिंडदान करतात. नाहीतर त्याच्या वडिलांचा आत्मा पृथ्वीवरच तडफडत राहील, जे पाहिजे ते करू शकणार नाही; कारण पूर्वीप्रमाणे त्यांचे शरीर आता त्यांचे नाही. या त्रासातून आत्म्याला मुक्त करण्यासाठीच हे पिंडदान. कितीही अर्थहीन असले; तरी माझे स्नेही प्रत्येक धार्मिक आचार, अनुष्ठान मानतात. ते श्राद्ध करणार. पितृऋण, देवऋण, ऋषिऋण या सगळ्यांच्या ऋणांतून ते मुक्त होणार.

ज्योतिषी, भूत, प्रेत अशा अनेक गोष्टींवरही त्यांचा विश्वास आहे. माझ्या एका बंगाली स्नेह्यांचाही या सर्वांवर प्रचंड विश्वास. जेव्हा कधी पुरावा हवा असेल, तेव्हा ते भुतांच्या भरपूर गोष्टी सांगतात; स्वतःला आलेल्या अद्‌भुत, विलक्षण अनुभवांच्या गोष्टी. त्या सगळ्या गोष्टींचे मी त्यांना तर्कशुद्ध स्पष्टीकरण दिले, पण ते काही ते मानायला तयार नाहीत. अंधविश्वास असाच भयंकर असतो. हे बंगाली स्नेहीदेखील उच्चशिक्षित आहेत. सरकारी नोकरीत उच्चपदावर आहेत. वास्तविक समाजाच्या सर्व स्तरांतील लोक– स्त्री, पुरुष, सधन, निर्धन, वरच्या जातीचे, खालच्या जातीचे सगळेच अंधश्रद्ध असतात. कोणी कोणी एखाद्याला चेटकी समजून जाळून मारतात. अंधश्रद्धेवर विश्वास नसणारी भारतात कमीच माणसे सापडतील.

एखादा उच्चशिक्षित माणूससुद्धा हे सगळे मानतो, हे बघून मी बेचैन होते. मनात निराशा दाटून येते. ज्या देशात स्पेस रिसर्च प्रोग्रॅमचे वैज्ञानिक संचालक मंगळावर महाशून्य रॉकेट पाठवून त्या रॉकेटची प्रतिकृती मंदिरात नेऊन, देवासमोर ठेवून आशीर्वाद मागतात, त्या देशात सामान्य माणसाने अंधश्रद्धांवर विश्वास ठेवणे साहजिकच आहे.

या देशात आजही जन्मकुंडली बघितली जाते; कोणतेही कार्य सुरू करताना शुभ-अशुभ दिवस कोणता, लग्नासाठी कोणता महिना चांगला कोणता वाईट हे बघितले जाते, आजही हाताच्या बोटाबोटांत अंधश्रद्धेमुळे विविध खड्यांच्या अंगठ्या घातल्या; जातात, आजही जादूटोणा, नारळ पडणे, सुते पडणे, पाणी पडणे, प्लॅन्चेट, भात पडणे यांवर लोकांचा विश्वास आहे.

जन्माच्या वेळी मंगळाचा काही प्रभाव असल्यास त्याला 'मांगलिक' म्हटले जाते. मांगलिक मुलींचे बहुधा विवाह केले जात नाहीत. केल्यास संसार मोडतो, पती

मरण पावतो. अनेक जण म्हणतात, 'ऐश्वर्या राय मांगलिक आहे म्हणून घरच्या लोकांनी तिचे लग्न आधी एका झाडाशी लावले आणि मग अभिषेक बच्चनशी.' प्रवासाला निघताना काळे मांजर दिसणे अशुभ, मोर दिसणे शुभ. तीन पाली दिसल्या तर लग्न होते, चार दिसल्या तर मृत्यू. पैशाचा हिशेब करून एक रुपया वर देणे मंगलकारक. कोलकात्याच्या गाड्यांमध्ये लिंबू आणि हिरवी मिरची टांगलेली असते. यामुळे म्हणे दृष्ट लागत नाही. लहान बाळाला दृष्ट लागू नये म्हणून कपाळावर काळी तीट लावायची असते. काही विशिष्ट झाडांवर भुते राहतात, असा काहींचा विश्वास असतो. शनिवार हा अशुभ दिवस मानतात. भंगलेल्या आरशात चेहरा पाहणे अमंगल. एके दिवशी एक मुलगा माझ्या घरी आला. आंबे कापायला सुरी पाहिजे होती म्हणून सुरी काढून दिली पण त्याने घेतली नाही, म्हणाला, "सुरी हातात द्यायची नसते." शेवटी टेबलावर ठेवली, तेव्हा त्याने तिथून घेतली. हाच मुलगा समाजात मात्र प्रगतिशील म्हणून ओळखला जातो.

मासिक पाळीच्या वेळी मुली अपवित्र मानल्या जातात. कोणत्याही धार्मिक कामात त्यांचा सहभाग नसतो. विधवा स्त्रियांनासुद्धा बाहेर बाहेरच ठेवले जाते. स्त्रिया आपल्या पतीच्या दीर्घायुष्यासाठी सिंदूर लावतात. करवा चौथ पाळतात, पतीच्या कल्याणासाठी पूर्ण दिवस उपास करतात. भावाच्या भल्यासाठी भाऊबीज, राखीही त्याचसाठी. भांगातला सिंदूर, हातातली शंखाची बांगडी हे सगळे एकाच कारणासाठी – पुरुषांचे कुशलमंगल, आरोग्य, दीर्घायू– यासाठी. एके काळी सती जायची प्रथा होती. पती गेल्यावर स्त्रीला त्याच चितेवर जिवंत जाळले जायचे. देवाला माणसाचा बळी द्यायची प्रथा आता बंद झाली असली, तरी कधीकधी कुठे कुठे त्याही घटना घडतात. उत्तर प्रदेशात दहा वर्षांपूर्वीच दोनशे माणसांचा बळी दिला गेला. अनेक कारणांसाठी हे बळी होते. पाऊस पडावा म्हणून, दिवस राहावेत म्हणून. अंधश्रद्धेला अंतच नाही. सूर्यग्रहणात काही खायचे नाही. गरोदर स्त्रीने ग्रहणकाळात बाहेर पडायचे नाही. वास्तुशास्त्र नावाची आणखी एक अंधश्रद्धा हल्ली बंगाली लोक मानतात. दिवसेंदिवस हा प्रकार फारच लोकप्रिय होत चालला आहे.

या सगळ्याव्यतिरिक्त इतरही अनेक प्रकारच्या अंधश्रद्धा शिक्षित, अशिक्षित, वैज्ञानिक, अवैज्ञानिक– असे बहुधा सगळे लोक रोज पाळतातच आहेत. अंधश्रद्धेपासून दूर राहण्याचा प्रयत्न करणारे हाताच्या बोटांवर मोजण्याइतकेच काही बुद्धिवादी सापडतात. होय, हाताच्या बोटांवर मोजण्याइतकेच. मान्य करणे कठीण असले तरी हेच सत्य आहे, भारतवर्षात ज्योतिर्विज्ञानापेक्षा ज्योतिषशास्त्रच जास्त लोकप्रिय आहे.

मला वाटत नाही, जगात इतकी अंधश्रद्ध माणसे आणखी कुठे असतील. शिक्षित लोकांची संख्या वाढते आहे, पण अंधश्रद्धा निर्मूलनाचे काही चिन्ह दिसत

नाही. २००७ साली १३० प्रतिष्ठानांतून आलेल्या १००० वैज्ञानिकांचे सर्वेक्षण केले असता दिसून आले, की धार्मिक गुरू किंवा बाबा अलौकिक घटना घडवू शकतात अशी २४ टक्के शास्त्रज्ञांची श्रद्धा होती, ३८ टक्के लोकांचा विश्वास होता की देव अलौकिक घटना घडवतो. ५० टक्के लोकांचा होमिओपॅथीवर विश्वास होता, ४९ टक्के लोकांची श्रद्धा होती की प्रार्थनेमुळे फायदा होतो.

माझ्या बिहारी स्नेह्याने मला विचारले की, "तुमची आई गेल्यावर तुम्ही काय काय धार्मिक आचार पाळले?" मी म्हटले– "काहीही नाही." आईचे पार्थिव घरातील पुरुषांनी बाहेर नेले, कबर खणल्यावर प्रेतयात्रेतील नमाजात सामील झाले. स्त्रिया घरातच होत्या. त्या दिवशी फक्त आजीनेच बहुधा आईसाठी आपल्या परीने एकांतात प्रार्थना केली. मी नमाजही पढले नाही, प्रार्थनाही केली नाही. असे कळले, की चाळीस दिवसांनी काही गरीब लोकांना जेवायला घालायचे असते. यापेक्षा जास्त काही नाही. माझ्या वडिलांच्या वेळेलासुद्धा यापेक्षा जास्त काही नाही. धार्मिक विधी किंवा अंधश्रद्धा पाळून आईवडिलांवरच्या प्रेमाचे, श्रद्धेचे मी प्रदर्शन करत नाही वा त्यांच्या ऋणातून मुक्त व्हायचा प्रयत्न करत नाही. त्यांचे कधी शब्दांतून, कधी मौनातून स्मरण करते, त्याच्या सद्गुणांतून शिकत राहते.

आईबद्दल एक पुस्तक लिहिले, त्याचे नाव *नाही, काही नाही*. पुस्तक वाचून अनेक जण म्हणाले, 'आम्हाला आमच्या आईची अवहेलना, अपमान करण्याऐवजी उलट तिच्यावर श्रद्धा ठेवण्याची, प्रेम करण्याची प्रेरणा मिळाली.'

◆

मुलींचे कपडे

भारताचे पर्यटनमंत्री म्हणाले, 'परदेशी महिलांनी तोकडे स्कर्ट घालून न फिरणे, त्यांच्या स्वतःच्या सुरक्षिततेच्या दृष्टीने हितावह आहे.' या विधानाद्वारे त्यांनी एका अर्थी असा संदेश दिला, की भारतीय पुरुषांचे चारित्र्य चांगले नाही, तोकडे कपडे घातलेल्या मुली दिसल्या तर ते त्यांच्यावर तुटून पडतात, बलात्कार करतात.

सौदी अरेबियात प्रवेश करताच स्त्रियांना डोके झाकावे लागते. तिथेही अशीच धारणा आहे, की स्त्रियांनी केस झाकून ठेवले नाहीत तर पुरुष इतके उत्तेजित होतात की आपल्या कामवासनेला लगाम घालणे त्यांना अशक्य होते. भारताला सौदी अरेबियासारखे व्हायचे आहे का? भारत हिंदुप्रधान देश, तर सौदी अरेबिया मूलतः मुस्लीम देश. धर्म जुळणारे नसले, तरी स्त्रियांना दडपण्याच्या बाबतीत मात्र दोघांचे अगदी एकमत. वास्तविक सर्वच धर्मांच्या लोकांमध्ये स्त्रीद्वेष असतोच. इतर कोणत्याही बाबतीत मते जुळली नाहीत. तरी स्त्रीविरोधाच्या बाबतीत सगळ्या धर्मांच्या लोकांचे बहुतांशी एकमत असते. स्त्रियांचे शरीर, पोशाख, आचार–व्यवहार, चारित्र्य यांविषयी बहुतेक सगळे सारखेच विचार मांडतात- पुरुषप्रधान मते, पुरुषप्रधान विचार. कोणताही धर्म पुरुषप्रधानतेच्या विरोधात बोलत नाही. पुरुषप्रधानता असल्यामुळेच सर्व धर्मांचा समन्वय होण्याची शक्यता आहे. धर्मापेक्षा पुरुषप्रधानता कितीतरी बलशाली. तीच सर्व धर्मांच्या माणसांना एकत्र आणू शकते.

पुरुषांनी स्त्रियांवर लैंगिक अत्याचार करणे काही नवीन नाही. 'पूर्वीच्या काळी असे अत्याचार होत नव्हते, आजही अचानक नियत बिघडल्यामुळे पुरुष तसे करतात' ही विधाने मला पटत नाहीत. पूर्वी लैंगिक अत्याचारांना लोक लैंगिक अत्याचार समजायचे नाहीत. ती पुरुषांसाठी स्वाभाविक गोष्टच आहे, असे मानले जायचे. नवऱ्याने जाळले, मारले, बलात्कार केला तरी तो त्याचा अधिकार आहे, अशीच धारणा होती. वर्षानुवर्षे केलेल्या स्त्रीवादी आंदोलनाचे फलित म्हणजे आता लोकांना याची जाणीव झाली आहे, की कोणत्याही स्त्रीवर कोणत्याही प्रकारचा अत्याचार करण्याचा कोणताही अधिकार कोणत्याही पुरुषाला नाही– मग तो पती असो, पिता असो, भाऊ असो की पुत्र असो. नाही, कोणत्याही स्त्रीलाही हा अधिकार नाही. एके काळी सगळे अत्याचार स्त्रिया मुकाट्याने सहन करायच्या, तो त्यांचा

गुण मानला जायचा. अजूनही तसे अगदी होतच नाही, असे नाही. रस्त्याने जाताना अत्याचाराला बळी पडले तर– पुरुष की नाही असेच असतात, त्यांची कामवासना जरा तीव्रच असते– असल्या धारणांमुळे पुरुषांचे सर्व अन्याय, दुष्कृत्ये, अपराध यांकडे क्षमाशील दृष्टीने पाहिले जाते. पुरुषांकडे अशा क्षमाशील दृष्टीने पाहणे; हाही स्त्रीचा एक गुणच मानला जायचा, अजूनही मानला जातो.

स्त्रीवादी आंदोलनांमुळे स्त्रिया आपल्या अधिकारांबद्दल आता थोड्या का होईना जागरूक झाल्या आहेत, त्यामुळे यासंबंधी त्या पोलिसांत तक्रार करू लागल्या आहेत. मात्र सगळ्याच अत्याचारित स्त्रिया तक्रार करत नाहीत. ज्या तक्रारी केल्या जातात; त्याबद्दल प्रसारमाध्यमांमध्ये जे लिहिले, बोलले जाते त्यामुळे अनेकांना वाटते की लैंगिक अत्याचारांचे प्रमाण आधीपेक्षा खूप वाढले आहे. वास्तव असे आहे, की स्त्रीद्वेष्टे पूर्वीही होते, आताही आहेत. स्त्रीकडे आधीही भोग्यवस्तू म्हणून पाहिले जायचे, आजही पाहिले जाते.

विदेशी स्त्रिया-मुलींनी तोकडे कपडे घातले नाहीत, तर त्या अत्याचारांना बळी पडणार नाहीत, याची पर्यटनमंत्री खात्री देऊ शकतात का? साठ वर्षांच्या एका विदेशी महिलेवर एका टॅक्सी ड्रायव्हरने बलात्कार करून तिचा खून केला– त्या महिलेने काय मिनीस्कर्ट घातला होता? ज्या विदेशी महिला बलात्काराची शिकार बनल्या, त्यांतील बहुतांश महिलांनी मिनीस्कर्ट घातले नव्हते. दोष स्कर्टचा नाही, दोष आहे पुरुषांच्या स्त्रीद्वेष्टेपणाचा, तिला भोग्यवस्तू मानणाऱ्या मानसिकतेचा, स्त्रियांशी आपल्या मर्जीप्रमाणे वागता येते, पाश्चात्त्य देशांतील मुलींना कोणाहीबरोबर शरीरसंबंध ठेवण्यात काही गैर वाटत नाही, या दृष्टिकोनाचा.

भारतात गेल्या वर्षी लैंगिक अत्याचाराच्या तीन लाख, सत्तावीस हजार तक्रारी नोंदवल्या गेल्या. तक्रारी न नोंदवलेल्या घटना कितीतरी जास्त असतील, याचा आपण अंदाज करू शकतो. ज्या प्रमाणात भारतीय स्त्रिया अत्याचार, बलात्काराला बळी पडतात; त्यापेक्षा बळी पडणाऱ्या विदेशी स्त्रियांचे प्रमाण कमी आहे. सर्वेक्षणात असे आढळून आले, की गेल्या वर्षी बलात्काराची शिकार झालेल्या विदेशी स्त्रियांचे प्रमाण पूर्वीपेक्षा बरेच कमी झाले आहे. पण यामुळे आता भारत विदेशी स्त्रियांसाठी हळूहळू सुरक्षित होत आहे, असे सिद्ध होत नाही. अत्याचार होतच राहणार. देशातील स्त्रियांवर अत्याचार होत राहिले, तर विदेशी महिलांवरही होणारच. देश सुरक्षित झाला, तर तो देशी-विदेशी सर्वच स्त्रियांसाठी होईल, सुरक्षित नसेल तर कोणासाठीच सुरक्षित नसेल.

देश जर स्त्रियांसाठी सुरक्षित असेल, तर स्त्रियांनी अंगावर काहीही कपडे घातले नाहीत तरी त्या सुरक्षित राहतील. नग्न मुली जरी रस्त्यावरून गेल्या तरी कोणी काही वाकडे बोलणार नाही, लैंगिक छळ करणार नाही. जो देश तोकडे स्कर्ट

घातलेल्या मुलींसाठी सुरक्षित नाही, तो देश बुरखा घातलेल्या स्त्रियांसाठीदेखील सुरक्षित नाही. मुलींनी काहीही घातले किंवा काहीही घातले नाही; तरी जो देश सुरक्षित, तोच देश स्त्रिया-मुलींसाठी सुरक्षित देश, आणि जो देश स्त्रियांसाठी सुरक्षित नाही, त्या देशात कुठल्याही प्रकारचा पोशाख घालण्याने सुरक्षितता आणणे शक्य नाही. स्कर्ट किंवा लुंगी पुरुषही घालतात. उत्तर भारतातील खेड्यापाड्यांत पुरुष स्कर्ट किंवा लुंगी घालतात. दक्षिण भारतातील तामिळनाडू आणि केरळ राज्यांतील पुरुष त्यांचा स्थानिक पोशाख– मुंडू– नेसतात. मुंडू आणि लुंगीत काही फरक नाही. मुंडू उलटे दुमडून नेसण्याची पद्धत आहे. असे लांडे मुंडू तोकड्या स्कर्टप्रमाणेच दिसते. असे तोकडे स्कर्ट घालूनसुद्धा त्यांच्या सुरक्षिततेत कधी बाधा आली नाही. कधी कोणती स्त्री त्यांच्यावर बलात्कार करायला तुटून पडली, असे काही ऐकण्यात आले नाही. म्हणजे दोष स्कर्टचा नाही. दोष स्त्रियांचा नाही, कारण स्त्रिया स्कर्ट घातलेल्या पुरुषांवर बलात्कार करत नाहीत. दोष निश्चितच पुरुषांचा आहे, कारण स्कर्ट घातला अथवा नाही तरी स्त्रियांवर अत्याचार करतात पुरुषच. या पुरुषांना माणसांत आणण्याचा उपाय काय? एखाद्या देशाला स्त्रियांसाठी सुरक्षित कसे बनवायचे?

पुरुष जन्मापासूनच जो स्त्रीद्वेष शिकतो, तो सर्वांत आधी त्याच्या डोक्यातून काढून टाकला पाहिजे. हा सगळा कचरा डोक्यात असताना काही नवीन पेरणे, रुजवणे शक्य नाही. स्त्रीला मान देण्याचे शिक्षण कधीच दिले जात नाही, कारण बहुतांश पुरुष तिचा तिरस्कार करायला शिकतच मोठे होतात. वास्तविक, 'स्त्रीला मान द्या, ती पण माणूसच आहे,' हे डोक्यात शिरण्यापेक्षा 'स्त्री भोगवस्तू आहे, तिच्याशी हवे तसे वागायचा पुरुषाला अधिकार आहे' या आणि असल्या धारणा डोक्यातून काढून टाकणे अधिक आवश्यक आहे.

स्त्रियांच्या पोशाखाबद्दल पुरुषांचे डोके फिरणे काही नवीन नाही. आपल्या अपराधाचे खापर स्त्रियांच्या पोशाखावर फोडणे अत्याचारी पुरुषांना सोयीचे वाटते. एखाद्या अनोळखी स्त्रीशी तिच्या संमतीशिवाय संभोग करण्याची इच्छा पुरुषांना होऊ शकते, कोणावरही आपला पुरुषार्थ गाजवण्याची इच्छा त्यांना होऊ शकते, एखाद्याचा खून करण्याची इच्छा होऊ शकते; पण या सगळ्या हीन इच्छांना लगाम घातलाच पाहिजे. त्यांना मोकळे सोडून चालणार नाही. सुसंस्कृत माणूस होण्यासाठी याला पर्याय नाही. देशातील प्रत्येक माणूस सुसंस्कृत झाल्याशिवाय देश सभ्य, सुसंस्कृत होणार नाही. ज्या दिवशी लैंगिक अत्याचाराची एकही घटना घडणार नाही- फक्त भारतात नव्हे तर संपूर्ण जगात- त्या दिवसाची मी वाट पाहते आहे.

◆

स्त्रियाच श्रेष्ठ

बांगलादेशात उच्च माध्यमिक परीक्षांचे निकाल लागले. उत्तीर्ण झालेल्या विद्यार्थ्यांचे प्रमाण ७३.९३ टक्के, तर विद्यार्थिनींचे ७५.६ टक्के. पंतप्रधान म्हणाल्या, 'मुले वाईट म्हणून निकाल वाईट लागला.'

मुलींचे पास होण्याचे प्रमाण घटले, तर लोक काय बोलतात? म्हणतात 'मुली वाह्यात' म्हणून निकाल वाईट लागला.

'मुले वाईट' म्हणजे त्यांचे शिकण्यात लक्ष नाही, मित्रांबरोबर अड्डे जमवत वेळ घालवतात, खेळत खेळत अभ्यास करतात. 'मुली वाईट' म्हणजे सेक्सी कपडे घालून मुलांना उत्तेजित करण्याचा प्रयत्न करतात, मुलांबरोबर झोपतात.

मुली शिक्षणात सरस आहेत, हे त्यांनी वारंवार दाखवून दिले आहे. पण तरीही स्त्रीविरोधी समाज जसा होता तसाच आहे. पुरुषप्रधान मानसिकतेत काही बदल झालेला नाही.

मुलींना शिकायची परवानगी मिळून फार काळ लोटलेला नाही. मुलींना घराच्या बाहेर पडायचासुद्धा अधिकार नव्हता. स्त्रिया पडद्याआडच राहत होत्या. शाळेत जायचा, लिहिण्या-वाचण्याचा, अर्थार्जन करण्याचा अधिकार त्यांनी दीर्घकाळ आंदोलन करून मिळवला आहे. स्त्रियांच्या बाबतीत कितीतरी अंधश्रद्धांचा बागुलबुवा उभा केला गेला. स्त्रिया शाळेत गेल्या तर नवरा मरण पावतो, स्त्रिया ऑफिसात गेल्या तर संसार मोडतात. इतकी बंधने पार करून स्त्रिया शिकल्या आणि दाखवून दिले, की मुलांपेक्षा त्या वरचढ आहेत. पण आता सगळ्या मुली विश्वविद्यालयात उच्चशिक्षण घेतील का, नोकरीत स्त्रियांना उच्चपद मिळेल का याबाबत माझ्या मनात दाट संशय आहे.

स्त्रियांच्या उच्चशिक्षणापेक्षा, त्यांच्या स्वावलंबित्वापेक्षा; मुलींचे विवाह होण्याला, तिने परावलंबी होण्याला, लेकुरवाळी होण्याला परिवार, समाज अधिक प्राधान्य देतो. आर्थिक परावलंबन नसले तरी काहीही करून सामाजिक परावलंबन त्यांच्या वाट्याला येतेच. या अशाच समाजामुळे मला नेहमी नैराश्य येते. म्हणूनच समाजात बदल होईल, अशी आशा बाळगून आहे.

हल्लीच्या पुरुषांना बुद्धिमान मुलींशी लग्न करायचे असते- बहुतेक बाहेरच्या

लोकांच्यात शेखी मिरवण्यासाठी– 'माझी बायको तर ब्रिलियंट स्टुडंट आहे, फर्स्टक्लास फर्स्ट.' लग्नानंतरही बोलले जाते, 'तिच्यासाठी एखाद्या लहान मुलांच्या शाळेतली किंवा स्त्रियांसाठी योग्य अशा नोकरीची व्यवस्था करून ठेवली आहे.' किंवा 'फावल्या वेळात काहीतरी करण्यासाठी एखादी चॅरिटी ऑर्गनायझेशन जॉइन करायला सांगितले आहे,' मूल झाले की सांगण्यात येते, 'मुलांचे सगळे आईलाच करावे लागते,' बुद्धिमान मुलीशी लग्न करण्याचे आणखी कारण म्हणजे तिने नोकरी करून मिळवलेले पैसे ती नवऱ्याच्या हातात देणार किंवा संसारासाठीच खर्च करणार. मिळवत्या मुलींशी लग्न करण्याची पद्धत बंगालमध्ये सुरू झाली आहे. परावलंबी स्त्रीवर स्वामित्व गाजवण्यात जितका आनंद आहे; त्यापेक्षा स्वावलंबी, आत्मनिर्भर स्त्रीवर गाजवण्यात कितीतरी जास्त आनंद आहे, तेवढा आत्मविश्वासही जास्त वाढतो.

महाविद्यालयांत, विश्वविद्यालयात मुलींपेक्षा मुले संख्येने कितीतरी जास्त असतात, हे मला माहीत आहे. कारण अनेक मुलींना शिक्षण अर्धवट सोडून लग्नाच्या बेडीत अडकणे भाग पडते. अनेक मुली-स्त्रियांना पतीचे, सासू-सासऱ्यांचे आदेश मानावेच लागतात, शिक्षण बंद करावे लागते किंवा नोकरी सोडावी लागते. कित्येक मुली गरोदर राहतात, त्यांना मुले होतात. बुद्धीचे ऋण चुकते करणे आता त्यांच्या हातात राहत नाही.

संसार आणि नोकरी दोन्ही एकाच वेळी कसे सांभाळायचे, हा प्रश्न फक्त स्त्रियांना पडतो. पुरुषांना पडत नाही. कोणीही एखाद्या पुरुषाला विचारत नाही की नोकरीला लागतो आहेस, आता संसार कसा सांभाळणार? दोन्ही सांभाळताना अडचण नाही का येणार? संसार, मुलांसाठी स्त्रीने आपल्या स्वावलंबनाचा त्याग केला की लोकांना अतिशय आनंद होतो. पुरुषाने जर संसारासाठी, मुलांसाठी असा त्याग केला, तर समाजात त्याची छी थू होते.

मुलींच्या खेळण्यावरही एक प्रकारचे बंधन होते. लहानपणी बघितले आहे, की आईवडील मुलींना खेळायला मोठी बाहुली द्यायचे, धावण्या-पळण्याच्या खेळांतून ओढून काढून त्याच दोरीच्या उड्या, एक्कादुक्का किंवा गोल्लाछुत. खेळ मुळात मुलांसाठीच. आनंद, उल्हास मुलांसाठी, योनिमार्ग फाटेल या भीतीने कित्येक जण मुलींना सायकल चालवायलासुद्धा देत नसत. सत्तरच्या दशकात माझे बालपण आणि किशोरावस्था गेली. तेव्हाही मुलींनी रस्त्यावरून सायकल चालवत जाणे किंवा तलावात पोहणे निषिद्ध होते. मला आजही सायकल चालवता येत नाही. बर्लिनमध्ये असताना पोहायला मात्र शिकले. भारत इतका मोठा देश असूनही ऑलिम्पिक्समध्ये सुवर्ण, रौप्य पदके मिळवू शकत नव्हता. या वेळी काही मुली जिंकल्या. कुस्तीत साक्षी, बॅडमिंटनमध्ये सिंधू, रिदमिक जिम्नॅस्टिक्समधे दीपा कर्माकर. प्रथम दोघींनी

ब्राँझ आणि सिल्व्हर जिंकल्यावर तिसरी काही जिंकली नाही, पण चौथ्या स्थानावर आली. चौथ्या स्थानावर का होईना आली. प्रदुनोभरसारख्या घटना तर अनेक घडताना दिसतात. प्रशिक्षणासाठी मुबलक पैसा मोजून मुलांना खेळाडू बनवले जाते. मुलींना खेळाडू बनवण्यासाठी नक्की किती पैसा खर्च केला जातो? खूप जास्त केला जातो का? दीपाला तर प्रशिक्षणासाठी देशाबाहेरही पाठवले नाही. देशी कोच नियुक्त करूनच मुलींचे काम भागवले जाते.

ज्या देशात मुलींना खेळाडू बनवण्यात देशाचा, समाजाचा, संस्कृतीचा निष्काळजीपणा दिसतो, त्या देशाच्या मुलीच ऑलिम्पिक्समध्ये पदके जिंकून देशाची मान उंचावतात. मुली करू शकत नाही, करू शकणार नाहीत, स्त्रियांना बुद्धी नाही, स्नायूंत ताकद नाही; हेच वर्षानुवर्षे आम्ही ऐकत आलो आहोत. वंचित, लांछित, दुर्लक्षित, अपमानित मुलींनीच आपले भाग्य उज्ज्वल केले आहे.

तरीसुद्धा लोक शहाणे होत नाहीत. मुलगी म्हणजे संकट– म्हणून अनेक जण मुलीचा गर्भच पाडून टाकतात, मुलीला जिवंत पुरतात किंवा तिला तुच्छ लेखून वाढवतात. मुलाला जन्म दिला की बाई धन्य. तरी बरेचदा असेच दिसते, की हुडूत हुडूत करून वाढवलेली मुलगीच बहुतेक वेळा आई-वडिलांची काळजी घेते आणि तूप लोणी खायला घालून वाढवलेला मुलगा मात्र जबाबदारी झटकतो.

स्त्रियांना हजारो गोष्टी करण्याचे स्वातंत्र्य नाही. जर असते तर आणखी खूप काही त्यांनी करून दाखवले असते. जगात स्त्रियांची संख्या अर्धी आहे. त्यांना आवृत्त करून, अनावृत्त करून, अशिक्षित ठेवून, अत्याचार करून घुसमटून मारतात पुरुष आणि त्यांनीच तयार केलेली समाजव्यवस्था. एकदा जर स्त्रियांना समान संधी मिळाली असती; मला समान संधी मिळाली असती; तर मी जग बदलून टाकले असते. मुले, पुरुष ज्या संधी मिळवून स्वतंत्रपणे हिंडतात-फिरतात, जिथे पाहिजे तिथे जाऊ शकतात, जग जाणून घेतात, ज्ञानार्जन करतात, त्याच– तशाच संधी स्त्रियांना मिळायला हव्यात. तेच अधिकार, तीच स्वाधीनता समाजाने एकदा स्त्रियांना देऊन बघावी, मग सुवर्णपदक कोण जिंकून आणते, विजयपताका कोण फडकावते, ते बघावेच.

कोणी असे समजू नये, की मी मुलामुलींत भेदभाव करते आहे. वास्तविक मी नाही, समाज त्यांच्याकडे भिन्न नजरेने पाहतो. मला एक करण्याची इच्छा आहे. की मुले काही काही क्षेत्रांत सक्षम असतात, पण मुली अनेक क्षेत्रांत सक्षम असतात. जे खेळ मुले खेळतात, ते सगळे खेळ मुलीदेखील खेळतात. क्रिकेट, फुटबॉल, हॉकी, मॅरॅथॉन, बास्केटबॉलसुद्धा खेळतात, खेळू शकतात. विमानच काय, अंतराळयानदेखील चालवू शकतात. हाती शस्त्र घेऊन युद्ध करू शकतात. मुले जे जे करू शकतात, ते ते मुली करू शकतात, हे त्यांनी सिद्ध केले आहे. पण स्त्रिया

आणखी काही करू शकतात जे पुरुष करू शकतात हे ते अजून सिद्ध करू शकलेले नाहीत, उदाहरणार्थ मुलांना वाढवणे.

स्त्रियांना कमी कळते, कमी समजते, त्यांच्यात कमी क्षमता असतात- ही निंदा नवीन नाही. हे सगळे ऐकत ऐकतच बहुधा प्रत्येक मुलगी मोठी झालेली असते. स्त्रियाच स्त्रियांच्या शत्रू असतात, असे म्हणून स्त्रियांनाच स्त्रियांच्या मागे लावून देऊन पुरुष मजा बघत बसतात. बायकांना वेडे करून, दासी बनवून, फसवून, निराधार करण्यात पुरुषांना आनंद होतो. हा तर हजारो वर्षांचा इतिहास आहे.

स्त्रिया पुरुषांना जो मान देतात, तसाच मान जर पुरुषांनी स्त्रियांना दिला तर समाजात स्त्री-पुरुष भेदभाव नावाची गोष्ट राहणारच नाही. पुरुषांनी निर्माण केलेला पितृसत्ताक समाज न राहता जर मानवसत्ताक समाज झाला; तर बलात्कार; पत्नीची, सुनेची हत्या; हुंड्याची प्रथा, लैंगिक छळ हे सगळे बंद होईल. जोपर्यंत समाजात स्त्रीविरोधी कायदे आहेत, स्त्रीविरोधी उपदेश चालू राहतील, पितृसत्ताकाची छडी उगारलेली आहे, जोपर्यंत समाजात धर्मांधता विराजमान आहे; तोपर्यंत स्त्रीला जो मान मिळणे उचित आहे, अपेक्षित आहे; तो मिळणे शक्य नाही.

◆

प्रवाहाच्या विरुद्ध

ढाक्यात झालेल्या दहशतवादी हल्ल्याबद्दल मला काय वाटते, हे भारतातील काही प्रसारमाध्यमांना जाणून घ्यायचे होते. त्यांच्यासाठी हे लिहिते आहे, बोलते आहे. त्या ओघात इस्लाम येतो. येणे अत्यंत स्वाभाविक आहे. मी नेहमीप्रमाणे माझे मत मांडले. त्यामुळे काँग्रेसचे बडे बडे नेते अत्यंत प्रक्षुब्ध झाले. गुलाम नबी आजाद त्या दिवशी राज्यसभेत म्हणाले, ''प्राइम टाइमला नॅशनल टीव्हीवर जाऊन तसलिमा नसरीन यांनी इस्लामला शिवीगाळ केली. लोकांच्या धार्मिक भावनेवरच घाला घातला.'' काश्मीरबद्दल म्हणाले, ''अचानक आमच्याकडे का मोहरा वळवला कोण जाणे. काश्मीर समस्येला काय आम्ही जबाबदार आहोत?'' कदाचित त्यांना तेच म्हणायचे असेल– तेच जबाबदार. काश्मीरच्या प्रेस फ्रीडमची मागणी करतात आणि दिल्लीच्या प्रेस फ्रीडमची निंदा करतात. याबाबत कोणीही राजकारणी, कोणत्याही पक्षाचा कोणताही नेता तोंड उघडत नाही.

पण मी इस्लामबद्दल मुळीच खोटेनाटे बोलले नाही, इस्लामला शिव्या दिल्या नाहीत. मी म्हणाले, ''इस्लामचे कायदे– नियम बदलणे आवश्यक आहे, स्त्रियांना समान अधिकार देणे आवश्यक आहे, इतर धर्मांचे अनेक कायदे-कानून, प्रथा यांत बदल झाले आहेत. इस्लाममध्येदेखील बदल होणे आवश्यक आहे. 'इस्लामी कायद्यांत कोणताही बदल-परिवर्तन नको'– असे मुसलमानांच्या शत्रूंशिवाय कोणीही म्हणत नाही.'' काँग्रेसचे आणखी एक बडे नेते सलमान खुर्शीद यांनी ट्विट केले की तसलिमा नसरीन यांनी तर पूर्ण राष्ट्राचाच विनाश केला. अरे बापरे, एवढे माझे सामर्थ्य? इतक्या मोठ्या भारत देशाचा विनाश करण्याएवढे? सहा महिन्यांपूर्वी एका कायदेविषयक पुस्तकाच्या प्रकाशनाला मी गेले होते, तिथे सलमान खुर्शीदही आले होते. कोणी माझी त्यांच्याशी ओळख करून दिली नाही. पण सभागृहात बसलेल्या मला मंचावरून पाहून ते त्यांच्या भाषणाच्या सुरुवातीला म्हणाले की, ''श्रीमती नसरीन यांच्या उपस्थितीमुळे समारंभाची प्रतिष्ठा उंचावली आहे.'' त्यांचे भाषण ऐकून मला ते चांगले सुशिक्षित, सजग, विज्ञानमनस्क, तर्कवादी वाटले. वेळ-प्रसंग पाहून ते कसे बदलू शकतात, ते काही तेव्हा माझ्या लक्षात आले नाही. हाच माणूस आता माझ्याविरुद्ध किती भीषण गरळ ओकतो आहे!

गुलाम नबींनी विधान केले, की इस्लामबद्दल लिहून मी इतका अन्याय केला आहे की मला माझ्या देशाच्या सरकारने देशातून हाकलून दिले आहे. त्यांना असे म्हणायचे होते, की मी निर्वासित आयुष्य जगण्याची शिक्षा भोगते आहे तो माझाच दोष आहे, माझ्या देशाच्या सरकारचा नाही. जो लिहितो तो दोषी, लेखकाला जो हाकलून देतो तो दोषी नाही? माझे निरीक्षण आहे, की मुसलमान समाजाचे रिफॉर्मेशन करण्याबाबत बोलले की भारतातले महान महान नेते प्रचंड संतप्त होतात.

मुसलमान समाज मागे राहण्याला हेच तर जबाबदार नाहीत? यांच्या राजकारणामुळेच मुसलमानांना धर्माची अफू खायला घालून अंधारात बसवून ठेवले आहे काय? त्यांना प्रकाशात आणण्यात अडचण का? हे स्वतः आधुनिक जीवन जगतात, पण झाकीर नाईकला परत आणण्याची इच्छा बाळगतात. झाकीर नाईक उत्तम प्रकारे अफू खायला घालतो म्हणून त्याला परत आणायचे आहे का?

काही ओळखीच्या भारतीय स्त्री-पुरुषांना विचारले- जे सुशिक्षित मुसलमान राजकीय नेते आहेत तुम्ही तर आधुनिक आहात ना, मग तुम्हालादेखील मुसलमान समाजात परिवर्तन व्हावेसे का वाटत नाही?

जी उत्तरे आली, ती अशी–

१) मला वाटते, की इस्लाम धर्माची अशी एखादी ताकद आहे जी मुस्लीम समाजाला सुधारण्याला अटकाव करते आहे, आहे तिथेच राहायला भाग पडते आहे. तरीही मुस्लीम समाजाची फारशी सुधारणा होत नाही, याचे मुख्य कारण म्हणजे राजकारणी नेत्यांची निर्लज्ज, नकारात्मक भूमिका. ते जरी मुस्लीम समाजातील असतील, तरी स्वतः इस्लाम धर्माची अफूची गोळी खात नाहीत. त्यांच्या मुलांना आधुनिक शिक्षण, वातावरण, सोयी-सुविधा देऊन चांगला माणूस बनवतात. पण त्यांना इतर मुस्लीम समाजाला मात्र मध्ययुगीन शरियत संस्कृतीतच अडकवून ठेवायचे असते. मते मिळवून सत्ता हस्तगत करण्यासाठी हा सगळा उद्योग. त्यांच्याचमुळे मुस्लीम समाज सुधारणांच्या अभावी मागे राहिला आहे.

२) कोणाला कधी आपला अधिकार सोडायचा असतो का? इतकी वर्षे दाबून ठेवले आहे, आणि आता तुम्ही त्यांच्या वाढलेल्या ताटात माती कालवू इच्छिता? तुम्हाला ते शत्रू समजणार की मित्र? हिंदू धर्मावर होणारे अत्याचार, अनाचार दूर करण्यासाठी राममोहन, विद्यासागर यांनी काय कमी शिव्या झेलल्या, कमी छळ सहन केला?

३) गुलाम नबी आझाद, सलमान खुर्शीद हे सगळे प्रथम मुस्लीम आहेत, नंतर भारतीय. आधुनिक पोशाख घालत असले, आधुनिक पद्धतीने जीवन जगत

असले; तरी एखादा दहशतवादी मुसलमान आणि त्यांच्यात फरक इतकाच आहे, की हे परधर्मीयांची स्वतः हत्या करत नाहीत, पण त्यासाठी दहशतवाद्यांना सर्व प्रकारची मदत करतात.

४) ही राजनीती आहे. सत्ता टिकवण्याची ऋणात्मक – कर्ज चुकवण्याची - लढाई.

५) राजकारण करण्यासाठीच यांनी मुसलमानांना धर्माची अफू देऊन अंधारात बसवले आहे.

६) भारतातील मुसलमानांचा प्रश्न राजकीय आहे. काँग्रेसच्या राजकारणात तर हा प्रश्न फारच महत्त्वाचा. जगातील सगळ्याच देशांत अल्पसंख्याक धर्मीय संप्रदाय म्हणजे, प्रोग्रेसिव्ह राजकीय पक्षांच्या राजकीय सोंगट्या, प्यादी. हीच सध्याच्या राजकीय मानवाधिकाराची समस्या आहे. काँग्रेस पक्ष त्याच्या राजकीय स्वार्थासाठी आपल्या धर्मविरोधाला राजकीय प्रश्नाचे स्वरूप देत आहेत. या सगळ्या तथाकथित राजकीय पक्षांना हे समजूनच घ्यायचे नाही, की जगातील सगळ्या मानवाधिकार प्रश्नातील सर्वांत मोठी बाधा म्हणजे धर्म.

७) भारतात सर्व काही मतांसाठी केले जाते. समाज बदलावा, अशी नेत्यांची इच्छाच नाही.

८) हे कूपमंडूक आहेत, इस्लामचे आणि भारताचेही शत्रू आहेत.

९) इस्लाम म्हणजे भारतीय राजकारणाचे हुकुमाचे पान.

१०) 'मुसलमान समाजाचे रिफॉर्मेशन करण्याबाबत बोलले की भारतातले महान महान नेते प्रचंड संतप्त होतात. मुसलमान समाज मागे राहण्याला हेच तर जबाबदार नाहीत?' – होय तेच जबाबदार आहेत. हे आहेत, राजकीय मौलवी.

११) राजकारणी आणि लेखक यांच्यात हाच तर फरक आहे. दीदी. तुम्ही समाजाच्या भल्यासाठी लेखणीने लढाई लढता आणि ते स्वतःच्या स्वार्थासाठी इतरांना अफूखोर बनवून ठेवतात.

१२) भारतातील डाव्या–उजव्या; बहुतेक सगळ्याच राजकीय पक्षांचे नेते मतांच्या राजकारणासाठी मुसलमानांना चुचकारण्याचा जो सोपा मार्ग अवलंबतात, त्याची मुस्लीम नेतेसुद्धा स्तुती करतात, आणि हीच मुस्लीम धर्माची सर्वांत मोठी हानी आहे.

१३) इस्लामविरुद्ध तोंड उघडले, तर इस्लाम धर्माच्या पकडीत असलेल्या लोकांच्या हृदयात कळ उठणारच. हिंदू धर्म किंवा इतर धर्माविरुद्ध तोंड उघडले, तर त्याही धर्माच्या कब्जात असणारे आरडाओरडा करणार,

त्याचप्रमाणे. हेच- आणखी काय! त्याउपर तुम्ही ज्यांच्याबद्दल बोलता, ते तर पुन्हा राजकारणी. या सगळ्याचे ते राजकारण करणारच. धर्मांधांना नाचवणे, हे तर त्यांचे कामच आहे. तुम्ही या सगळ्याबद्दल विचार करू नका, दीदी. त्यांना काय म्हणायचे आहे ते म्हणू द्या, आणि तुम्हाला जे बोलायचे ते तुम्ही बोलत राहा. कोणाचे योग्य, कोणाचे अयोग्य, हे बुद्धिवंतांना बरोबर कळते.

मी कायम लोकांचे भले चिंतित आले, कायम लोकांचा गैरसमज होत राहिला. समाजाच्या भल्याची इच्छा केली, समाजाने शिव्या घातल्या. स्त्रियांच्या समानाधिकाराची आशा धरली, स्त्रीद्वेष्ट्यांनी घाणेरडे आरोप केले. अशीच जगत राहिले आहे.

तियानान्मान स्क्वेअरच्या तोफा-रणगाड्यांच्या समोर उभ्या राहिलेल्या लोकांची गोष्ट आठवते? अधूनमधून मी स्वतःला त्याच लोकांप्रमाणे मानते. त्या लोकांच्यासारखे होण्याची क्षमता जगात बहुधा कोणाचीही नाही, माझीही नाही. तरीसुद्धा कधीकधी वाटते, की माझी अवस्था कदाचित तशीच आहे. कित्येक वर्षे लढते आहे. आजही प्रवाहाच्या विरुद्ध उभी आहे.

◆

झाकीर नाईकचे भाषणस्वातंत्र्य

अभिव्यक्ती स्वातंत्र्यावर माझा ठाम विश्वास आहे. माझ्या कट्टर शत्रूच्या भाषणस्वातंत्र्यासाठी देखील मी झगडते. झाकीर नाईकच्या भाषणस्वातंत्र्याच्या अधिकारावरही माझा विश्वास आहे, पण माझा विश्वास नाही तो हिंसेवर. रानटीपणा, क्रौर्य, दहशतवाद, छळ मला मान्य नाही. खून-मारामारीवर माझा मुळीच विश्वास नाही. झाकीर नाईक मुसलमानांना थेट दहशतवादी बनण्याचा उपदेश करतोय का? कदाचित उपदेश देत नसेल, पण तो ओसामा बिन लादेनला आतंकवादी म्हणायला तयार नाही, नऊ अकराच्या दहशतवाद्यांनाही तो दहशतवादी मानत नाही. आतंकवादी देशात दहशतवाद करण्यात तो पक्षपाती आहे, कदाचित, सर्वच मुसलमानांनी दहशतवादी होणे योग्य असे त्याला वाटत असावे. जे मुसलमान मुसलमानांच्या देशात अमेरिकेने बॉम्ब टाकणे, इस्राईलबरोबर अमेरिकेची मैत्री असणे याच्या प्रचंड विरोधात आहेत, त्यांना झाकीर नाईकची दहशतवादाबद्दलची ही मते एकदम पसंत पडतात. त्यांच्यातले कोण कोण खरोखर हातात हत्यारे घेतात, ते ठाऊक नाही. रेहान इम्तियाज आणि निब्रास इस्लाम यांनी पण झाकीर नाईकचे भाषण ऐकले, पण ते त्या भाषणामुळेच दहशतवादी बनले का? भाषणाची जर काही भूमिका असेल, तर ती कोणती भूमिका होती? नक्की माहीत नाही, जगातील किती तरुणांनी झाकीर नाईकचे भाषण ऐकून दहशतवादी होण्याची, लोकांची हत्या करण्याची योजना आखली.

जर दहशतवादाकडे वळण्यात नाईकच्या भाषणाची काही भूमिका नसेल, तर झाकीर नाईकच्या भाषणस्वातंत्र्यावर माझा विश्वास आहे. मी तर निओ नाझींचे भाषणस्वातंत्र्यदेखील मान्य करते. त्यांना काय बोलायचे ते त्यांनी बोलावे; फक्त हिंसेला प्रवृत्त करणारे बोलू नये. त्यांचे नीती-आदर्श ज्यांना पसंत असतील, त्यांनी ते ग्रहण करावेत. तसलिमाच्या विरोधात असलेल्यांचे भाषणस्वातंत्र्य मी मान्य करते, पण तोपर्यंतच– जोपर्यंत ते मला ठार मारण्याचे, माझ्या शरीरावर वार करण्याचे आवाहन करत नाहीत. मानसिक आघातांची मी पर्वा करत नाही. इतरांकडून निंदा, टीका ऐकण्याची मनाची ताकद सगळ्यांकडे आहे, असते, ती नाही म्हणून जे आरडाओरडा करतात, ते खोट्या उद्देशाने करतात.

झाकीर नाईकचे भाषण मी ऐकले आहे. ते मूलतः *कुराण*मधील गोष्टीच उद्धृत करतात. ज्ञान-विज्ञान, उदारता-मानवता यासंबंधीचा *कुराण* हाच श्रेष्ठ ग्रंथ आहे, असे विवेचन करतात. इस्लाममध्ये बहुपत्नीत्व, बहुगामित्व, पत्नीचा छळ, दासी-बटकीशी समागम करायला परवानगी आहे, असे नाना युक्तिवाद उभे करून स्वीकारतात. झाकीर नाईकपेक्षाही हजारपट भयंकर आहेत मौला-मौलाना; जे विविध वाड्या-वस्त्यांतून, मशिदी-मदरशांतून, प्रवचन सभा- संमेलनांतून, इस्लामी जलशांतून भाषणे देत असतात. ते ऐकून खूपच जणांची डोकी फिरताहेत. हे सगळे मौला-मौलवी बहुधा स्त्रीद्वेष्टे, मानवाधिकारविरोधी, लोकशाहीविरोधी असतात. झाकीर नाईक जितक्या मुसलमानांना बिघडवतोय, त्यापेक्षाही जास्त मौला-मौलवी बिघडवत आहेत. झाकीर नाईकचा 'पीस टीव्ही' बंद झाला, पण मौला-मौलवींचे तोंड बंदच होत नाही. एकविसाव्या शतकातील समाजाला सातव्या शतकात नेऊन ठेवण्यासाठी, अंधाराच्या दिशेने मागे खेचण्यासाठी, बंद घरांत कोंडून ठेवण्यासाठी त्यांची तोंडे तर चालूच राहणार. त्यांच्या भाषणांवर लक्ष ठेवणे; माणसांना क्रूर, रानटी बनवण्यासाठी ते उद्युक्त करतात की नाही ते बघणे हेच सरकारचे काम. झाकीर नाईकचे भाषणस्वातंत्र्य ज्या कारणाने काढून घेतले, त्याच कारणाने या मौला-मौलवींचे भाषणस्वातंत्र्य का काढून घेतले जात नाही, याचे उत्तर मला पाहिजे आहे. झाकीर नाईक इंग्रजीत बोलतात, बाकीचे इतर भाषांत बोलतात, पण श्रोत्यांची संख्या मुळीच कमी नाही. वास्तविक श्रोते जितके जास्त, तितके संकट मोठे. बोस्टन मॅरेथॉनमध्ये बॉम्बहल्ला करणारेसुद्धा निष्पाप श्रोते म्हणूनच बोस्टनच्या मशिदीत शिरले होते, पण बाहेर आले ते दहशतवादी बनून. मशिदीत काय शिकवतात, काय उपदेश करतात, दहशतवादासाठी उद्युक्त केले जाते का हे पाहणारे कोणी आहे? हल्ली तर फक्त मशीद–मदरशांना जबाबदार धरूनही चालणार नाही, कारण मोठ्या लोकांच्या खासगी शाळा-कॉलेज-विद्यापीठांतूनदेखील दहशतवादी बाहेर पडतात.

झाकीर नाईक जर म्हणाले, की आता ते दहशतवाद्यांना मदत करणार नाहीत, सौदी अरेबियातून सलफी इस्लाम आयात करणार नाहीत, सूफी इस्लामच्या मातीत कट्टरवादी इस्लामची लागवड करणार नाहीत, जर त्यांनी स्वतःची चूक सुधारली; तर त्यांना पीस टीव्हीवर परत जायचा अधिकार असणे उचित आहे. मुस्लीम विश्वात ज्या प्रमाणात दहशतवाद बोकाळतो आहे, त्याबाबत सतर्क तर व्हायलाच पाहिजे. पीस टीव्ही बंद करणे म्हणजे भाषणस्वातंत्र्याचे उल्लंघन करण्यापेक्षा दहशतवादाला लगाम घालणे आहे. मानवतेच्या फायद्यासाठी भारत आणि बांगलादेश या दोन्ही देशांची सरकारे हे काम करत आहेत. भाषणस्वातंत्र्याच्या बाबतीत दोन्ही देशांनी एखाद्याला निषिद्ध केले, त्यामागे निश्चितच काहीतरी मोठे कारण आहे.

सगळ्या दहशतवाद्यांना 'रंगे हाथ' पकडणे शक्य नाही. गुप्तपणे कोण कुठे,

कोणाच्या डोक्यात काय भरवून कोणाला दहशतवादी बनवते, तेही कळणे शक्य नाही. जे शक्य आहे आणि दहशतवाद्यांना ताब्यात आणण्यासाठी जे करणे योग्य आहे, ते म्हणजे दहशतवादी कारवाया कुठे चालतात कुठे नाही याची बित्तंबातमी ठेवणे, दहशतवाद्यांना कडक शिक्षेचे उदाहरण घालून देणे. मला वाटते, की दहशतवाद्यांना नुसत्या शिक्षा करून दहशतवाद नष्ट होणे नाही. ते दहशतवादाकडे का वळले, काय कारण, काय विचार, कुठले पुस्तक, कोण आदर्श, कोणाचा मतवाद, कोणाची चिथावणी तरुणांना दहशतवादी बनवते, ते जाणून घ्यावे लागेल आणि त्या स्रोतांचे निर्मूलन करावे लागेल. ते स्रोत टिकून राहिले, तर नवीन नवीन दहशतवादी जन्माला येणारच. हे निर्मूलन एकदम नाही जमले; तरी किमान काही बदल, परिवर्तन घडवावेच लागेल. समाज परिवर्तनासाठी नेहमी काळावर विसंबून चालत नाही. आपण स्वतः पुढाकार घेऊन परिवर्तन घडवून आणावे लागते.

मला कळत नाही, *कुराण* हदीस समजावून घ्यायला मौलवींकडे किंवा झाकीर नाईककडे कशाला जायला हवे? ज्याची मातृभाषा अरबी नाही, ते अनुवाद तर वाचू शकतात. आपण स्वतः धर्माकडे कसे बघतो, त्याच दृष्टीने ते समजावून घेणे बरे. आपल्या विचारांप्रमाणे त्याचा अर्थ लावत गेले, की आणखी कोण कसा अर्थ लावतो, ते बघायची गरज नाही. ज्याचा धर्म त्याच्यापाशी. माझ्या आईच्या मते धर्म म्हणजे चांगल्या गोष्टी, चांगली कामे, गरिबांना दान, गरजूंची सेवा; धर्म म्हणजेच समभाव, समता, समानाधिकार; धर्म म्हणजेच आरोग्य, प्रामाणिकपणा, सौंदर्य. सगळ्यांनी माझ्या आईसारखी धर्माची व्याख्या केली, तर समाजात धर्माद्वारे कोणतीही अशांती निर्माण होणार नाही. हे मी ठामपणे सांगू शकते.

◆

जर मी पुरुष असते

'**पुरु**ष असते' तर फार बरे झाले असते. मी मेल्यावर दर वर्षी माझा स्मृतिदिन पाळला गेला असता. इतकी वर्षे धडपड करून जी ४३ पुस्तके लिहिली, ती लिहिली नसती तरी चालले असते. राजकारणावर काही कविता लिहिल्या असत्या, काही देशावर. काही कविता धनदांडगे आणि भांडवलशहांना शिव्या घालणाऱ्या, काही कविता प्रेमाबिमाबद्दल लिहिल्या असत्या, एखादे गाणे लिहिले असते - बस्स. व्यक्ती म्हणून मी कशीही असते, कितीही खोटी असते, कितीही चरित्रहीन असते, स्त्रियांचा कितीही फायदा उठवत असते, कितीही अत्याचार करत असते; तरी या सगळ्याविषयी कोणी एक अवाक्षरही काढले नसते.

उलट माझ्यावर प्रेम केले असते, मला डोक्यावर घेतले असते. माझ्या नावाने दर वर्षी मेळा भरवला असता. केवळ मी पुरुष म्हणून. केवळ पुरुष आहे म्हणून त्याच्यात सामान्य कलागुण असले, तरी तो सेलिब्रिटी होतो. स्त्री असेल तर नुसती दखल घेतली जाण्यासाठी डोंगराएवढे कलागुण दाखवावे लागतात.

वरील मजकूरच मी काल फेसबुकवर पोस्ट केला. लगेच कॉमेंट्सचा रकाना लोकांच्या क्रोधाने भरून वाहू लागला. 'माझ्या लिहिण्यात मुळीच विनम्रता नाही, मी इतकी हीन वृत्तीची कशी, माझ्या मनात इतका विखार का.' मला नावे ठेवण्यात कोणाला कधीच कसलाच आडपडदा नसतो. आजही नाही. कदाचित जगात मी एकमेव व्यक्ती असेन, लेखक असेन; जिच्याबद्दल अर्वाच्य भाषेत बोलले तरी, खोटेनाटे बोलले तरी, जिच्यावर घोर अन्याय केला, अशोभनीय आचरण केले; तरी कोणाचा काही आक्षेप नसतो, कोणाला वाईट वाटत नाही, राग येत नाही. खरी गोष्ट अशी आहे; की माझी निंदाबिंदा केली की समाजात प्रतिष्ठा वाढते, आणि माणसाला प्रतिष्ठा उंचावायला हवीच असते. समाजात मान वाढण्यासाठी इतकी सोपी शिडी मला नाही वाटत दुसरी कुठली असेल. बुद्धिजीवी म्हणवून घ्यायचे असेल, तर तसलिमाविरोधी न बोलून चालणार नाही.

आजची गोष्ट नाही, पंचवीस वर्षे झाली, हेच चालले आहे.

स्त्रीचा आत्मविश्वास कुणालाच कधीच फारसा रुचत नाही. स्त्रीने शत्रूवरसुद्धा दया-माया दाखवावी, अत्याचार करणाऱ्यावरही प्रेम करावे अशी लोकांची अपेक्षा

असते. चिडणे, रागावणे पुरुषाला शोभते; स्त्रीला नाही. डोळ्यांतून पाणी काढणे स्त्रीला शोभते. अश्रू पुसून दातओठ खाऊन उठणे आणखी कोणालाही शोभेल, स्त्रीला नाही. हे आपण सगळेच मनोमन जाणतो. पण माझे हे ज्ञान अधूनमधून जाहीर करून मी माझ्यावर संकट ओढवून घेते.

मी काही चुकीचे लिहिले का? जर पुरुष असते, तर मला देशातून बाहेर पडणे भाग पडले असते का? नव्वदच्या दशकाच्या सुरुवातीला देशात इतरही नास्तिक लेखक होते, त्यांच्याविरुद्ध लाखो लोकांनी मोर्चे काढले नाहीत, की जाहीर फोटो लावून त्यांची बदनामी झाली नाही. त्यांना महिनोन्‌महिने लपूनछपून राहावे लागले नाही. त्यांच्याविरुद्ध आत्मघातकी पथकही तयार झाले नाही. मी पुरुष नाही म्हणून- मी बलात्काराबद्दल लिहिते, स्त्रियांचे अधिकार हा मानवाधिकार आहे, असे मत मांडते- ही माझी धृष्टता कोणालाही सहन होत नाही. हेच सहन झाले नाही, आजही होत नाही. बावीस वर्षे लोटली, तरीही नाही.

जर पुरुष असते, तर माझे उत्सव साजरे झाले असते. होय, नक्की झाले असते. स्त्रियांबद्दल एखादे भाषांतराच्या जातकुळीचे पुस्तक लिहिले असते, तरी झाले असते. स्त्री असून स्त्रियांच्या वेदना आणि पराधीनता समजून घेऊन स्त्रियांच्या अधिकारांबद्दल पुस्तकामागून पुस्तके लिहून जे झाले असते, त्यापेक्षा कितीतरी जास्त झाले असते. स्त्रीच्या रूपाची किंवा तिच्या बदफैलीपणाची जितकी चर्चा, जाहिरात होते; तितकीच पुरुषांच्या प्रतिभेची होते. पुरुष असल्याचा आनंद काय असतो, ते पुरुष लेखकांना बघून समजते. त्यांच्या चारित्र्याबद्दल कोणालाही, काहीही अडचण नाही. अत्यंत बदफैली पुरुषाकडेही क्षमाशील दृष्टीनेच पाहिले जाते आमच्या पुरुषप्रधान समाजात. चारित्र्यहीन पुरुषांकडून मला एक्स्प्लॉइट केले जाते तरी लोक मलाच नावे ठेवतात, आणि बदफैली पुरुषांना उलट प्रेमाने आलिंगन देतात, श्रद्धेने त्यांच्यासमोर झुकतात. या दृश्यात आजही काही बदल झालेला नाही. माझ्या चारित्र्याबद्दल ज्या लोकांना भारी मस्तकशूळ आहे, ते माझ्याबद्दल जाहीरपणे नाना प्रकारचे अपप्रचार करत राहतात. या अपप्रचारांमुळे तरुण-तरुणींच्या डोक्यात भलतेसलते भरवणे अगदी सोपे. माझे पुस्तक वाचून जर कोणाची संवेदना जागृत झालीच; तर अपप्रचार ऐकून लगेच त्या संवेदनेला, भावनेला दूर सारले जाते, असे हे एक दुष्टचक्र आहे. एकापेक्षा अधिक पुरुष माझ्या आयुष्यात आले, याबद्दल पुरुषप्रधान समाजाने निंदेची झोड उठवली. वाईट चारित्र्याच्या पुरुषांपासून वाचण्यासाठी मला किती कठीण संघर्ष करावा लागला, एकलकोंड्या आयुष्यात अगदी एकाकी एकटी कशी राहते, याबद्दल कोणाला काही फिकीर नाही. बदफैली पुरुष लेखकांची कोणी कधी निंदा केलेली एकदाही ऐकली नाही. पुरुष- मग तो चांगले लिहो की वाईट, त्याचे मोजमाप होते त्याच्या लेखनातील प्रतिभेवरून. स्त्री- मग ती चांगले

लिहो की वाईट- तिचे मोजमाप मात्र – तिने किती जणांशी शरीरसंबंध ठेवला, यावरून केले जाते.

बेगम रोकेया, तिचा पती म्हातारा झाला, अपंग झाला; तरी त्याला सोडून कुठेही गेली नाही. पतीच्या मृत्यूनंतरही इतर कोणत्याही पुरुषाशी तिने संबंध ठेवला नाही म्हणून बेगम रोकेया चांगली. आणि तसलिमाने तिच्या नवऱ्याला घटस्फोट दिला म्हणून तसलिमा वाईट. तसलिमा दुसऱ्या कुठल्या तरी पुरुषाबरोबर संबंध ठेवते म्हणून ती वाईट. या एकविसाव्या शतकात जेव्हा स्त्रियांविरुद्ध सगळ्या विषमतांना जगभरात विरोध केला जातो आहे, तिथे बांगलादेशात मात्र स्त्रीद्वेष्ट्या आचरणात जराही तरंग उमटत नाही.

प्रश्न असा उठतो, की इतरही स्त्री लेखिका आहेत, त्यांचा तिरस्कार केला जात नाही. तिरस्कार केला जात नाही, त्यामागे नक्कीच विविध कारणे आहेत. त्या स्त्री लेखिकांना निश्चितच पुरुष लेखकांचा, कर्त्या पुरुषांचा आशीर्वाद असतो. त्या लेखिका उगीचच अप्रिय सत्य गोष्टी लिहीत सुटत नाहीत. सेलिब्रिटीजच्या गुप्त गोष्टी चव्हाट्यावर आणत नाहीत. त्यांच्या आयुष्यात एकापेक्षा अधिक पुरुष नाहीत. तसलिमा पॉलिगॅमिस्ट –बहुगामी- नसतानासुद्धा तिची गणना मोनोगॅमिस्ट– एकगामीमध्ये केलेली चालत नाही. कितीतरी पुरुषांना मला विवस्त्र करून माझा अपमान करण्याची, बदनामी करण्याची, माझ्यावर बलात्कार करण्याची इच्छा आहे. फेसबुकच्या इनबॉक्समध्ये हजारो मेसेजेस पाठवून शिवीगाळ करतात, किंवा माझ्यावर बलात्कार केल्यावरच मनाला शांती मिळेल- असे लिहितात. त्यांच्या प्रोफाइलवर गेले, की बहुतेकांच्या वॉलवर अल्लाह रसूलची वाणी लिहिलेली, काबा शरीफचा फोटो लावलेला दिसतो, प्रार्थनेचे आवाहन केलेले दिसते. मी पुरुष असते, तर किमान माझ्या फेसबुकची इनबॉक्स या सगळ्या त्रासापासून तरी वाचली असती.

काळ बदलतो आहे. माणसे पूर्वीपेक्षा अधिक क्रूर होत चालली आहेत. हल्ली पुरुष ब्लॉगर्सचेसुद्धा दिवसाढवळ्या खून पडताहेत. धार्मिक राजकारणाचे सर्वांत भयंकर रूप आपण प्रत्यक्ष बघतो आहोत. मला तरी वाटते, की संपूर्ण जगच हजार वर्षे मागे गेले आहे. त्याचबरोबर समाजदेखील.

स्त्रियांना बुरखा- हिजाब घालावा लागतो, सामूहिक बलात्कारही होतात, लहानग्यांनासुद्धा सोडत नाहीत. स्त्रीच्या विरोधातली धर्मांधता, पुरुषप्रधानता, स्त्रीविरोधी कायदे, लोकांच्या स्त्रीद्वेष्ट्या आचार-विचारांविरुद्ध मी आज तीन दशकांपेक्षा अधिक काळ झगडते आहे. एके काळी बोलले जायचे, की मी अतिशयोक्ती करते, सगळे वाढवून चढवून सांगते. वास्तविक स्त्रियांचे जेवढे प्राप्त अधिकार आहेत, त्यापेक्षा जास्त अधिकार त्यांना मिळतात. मला वारंवार बहिष्कृत केले जायचे. केवळ पुरुषवादी पुरुषच माझ्यावर आरोप करतात असे नाही, तर पुरुषवादी स्त्रियाही

करतात. चहूकडे जे घडते आहे, ते पाहूनही असे वाटते की मी अतिशयोक्ती करते?

पुरुषांना मी कायम माझे सहप्रवासीच मानत आले आहे. अडचण अशी आहे, की पुरुषांनी मला कधीही सहयात्री मानले नाही. विरोधक, नाहीतर तुच्छ भोगवस्तू हेच, इतकेच माझे स्थान. किती मोठी लेखक का असेना, माझे वय कितीही वाढले असेना का, लोकांच्या नजरेत मी फक्त एक भोग्यवस्तू. मी किती जणांची शय्यासोबत केली, याबद्दल लोकांना अजूनही प्रचंड कुतूहल आहे. एखाद्या पुरुष लेखकाबद्दल अशी उत्सुकता सामान्य लोकांमध्ये मुळीच नसते. जर कधी पुरुष लेखकाची भानगड बाहेर आलीच, तरी त्यात उलट त्या पुरुष लेखकालाच हिरो ठरवले जाते. त्याच्या करिष्म्याची भरपूर प्रशंसा होते.

पुरुष असते तर, तर माझे आयुष्य वेगळेच झाले असते. अशा तऱ्हेने उर्वरित आयुष्य निर्वासित म्हणून काढावे लागले नसते. पुरुष असते, तर माझ्या साहित्यमूल्यांबद्दल कोणाच्याही मनात संशय नसता. पुरुष असते, तर माझ्या प्रतिभेचे यथायोग्य किंवा अधिक मूल्य मिळाले असते. पुरुष असते, तर माझ्याकडे एक लेखक म्हणून बघितले असते, एक लैंगिक वस्तू म्हणून नाही. पुरुष असते, तर माझी एकामागून एक पुस्तके बहिष्कृत झाली नसती. झाली असती, तरी भाषणस्वातंत्र्य मानणाऱ्या लोकांनी त्या बंदीच्या आदेशाविरुद्ध लढून तो आदेश मागे घ्यायला लावला असता. पुरुष असते, तर तपामागून तपे माझ्या पुस्तकांच्या नकली प्रती निघाल्या नसत्या. इतर कोणाची घाणेरडी पुस्तके माझ्या नावावर छापली गेली नसती. खूपच फायदे असतात पुरुष असण्याचे.

◆

चहूकडे असंख्य ओमार मतिन

ओमार मतिनने जर सीरियात जाऊन इतर इसिस दहशतवाद्यांचे वध केले असते, स्त्रियांना भोगदासी बनवले असते, बलात्कार केले असते, स्त्रियांना साखळीने बांधून बाजारात विकले असते; तर तुम्ही नक्कीच म्हटले असते की तो तर अमेरिकेची निर्मिती आहे. अमेरिकेनेच त्याला इसिसविरोधी बनवले आहे, त्याच्या हाती हत्यार दिले आहे. आणि जर ओमार मतिनने अमेरिकेत बसूनच दहशतवादी कृत्ये केली, गोळ्या झाडून माणसे मारली; तर मात्र तुम्ही काही वेगळेच बोलाल. म्हणाल, 'अमेरिकेने इराक, अफगाणिस्तानवर बॉम्ब टाकले म्हणून, आजही सीरियावर ड्रोन हल्ले करत आहे म्हणून, मुसलमानांवर होणाऱ्या अन्यायाचा एक मुसलमान सूड घेतो आहे.' ज्यांनी हत्याकांड आरंभले आहे, त्या दहशतवाद्यांना तुम्ही कोणत्याही परिस्थितीत दोष देणार नाही.

ऑरलेन्डो इस्लामिक सेंटरच्या धर्मगुरूंनी मुक्ताफळे उधळली, 'समलिंगींना मारून टाकणेच योग्य.' समलिंगी देहान्ताशिवाय कुठल्याच शिक्षेला लायक नाहीत. बहुधा ओमार मतिन याच धर्मगुरूंमुळे प्रभावित झाला असावा. प्रभावित नसला, तरी मतिनने इसिसच्या आदर्शांशी स्वतःची एकरूपता जाहीर तर केलीच आहे. मतिन समलिंगींच्या विरुद्ध असलेल्या इतर ख्रिश्चन, हिंदू, ज्यू कट्टरवाद्यांसारखा नाही. त्याचा तिरस्कार त्यांच्यापेक्षा कितीतरी जास्त आहे. त्याचा तिरस्कार त्याला खुनी बनवतो. जो द्वेष, जे क्रौर्य मी इसिसमध्ये बघितले, ते अशाच प्रकारचे आहे. ओमार मतिनने स्वतःच्या शरीरावर आत्मघातकी बॉम्ब बांधला, पण हे काही कोण्या समलिंगीविरोधकाचे आचरण नाही. आत्मघातकी बॉम्ब आपण मुस्लीम दहशतवाद्यांमध्येच बघतो. 'आम्ही मेलो तरी बेहेत्तर, इतरांना नक्की मारणार' – हा भयंकर निर्णय सगळे घेऊ शकत नाहीत. जे टोकाचे कट्टरपंथीय आहेत, तेच घेऊ शकतात. ज्यांची खात्री असते की इतरांना मारले की आपल्याला आणखी काहीतरी प्राप्तीचा योग आहे. मला माहीत आहे, की हल्लीच्या आत्मघाती मुस्लीम दहशतवाद्यांना काफिरांना मारून स्वर्गप्राप्तीची आकांक्षा आहे.

दहशतवादी तयार करण्याच्या काही कारखान्यांत तर सुंदर भोगदासीचेही आमिष दाखवले जाते. ओमार मतिनची पत्नी त्याच्यापासून वेगळी झाली होती. नवरा

मारतो, असा तिचा आरोप होता. हीच माणसे समलिंगींचा मानवाधिकार मान्य करत नाहीत. स्त्रियांच्या अधिकारांवरही त्यांचा फार काही विश्वास नाही. जे सहजतेने माणसाचा खून करतात, ते मुळात माणसाच्या जगण्याच्या अधिकारावरच विश्वास ठेवत नाहीत.

जर यांचा अल्लावर विश्वास आहे, तर मग अंतिम निवाड्याच्या दिवशी अल्लाच अपराध करणाऱ्यांना शासन करेल असा त्यांना भरवसा का बरे वाटत नाही? ज्यांची अल्लाच्या निर्णयावर श्रद्धा नाही, त्यांना मुसलमान का म्हणायचे? हल्ली कोणत्याही कट्टरपंथी मुसलमानाचा अल्लाच्या निर्णयावर विश्वास असलेला दिसत नाही. ते दुनियेतल्या बाकी सगळ्यांचे निर्णय मान्य करतात. जर कोणी नमाज, रोजे ठेवले नाहीत; कोणी इस्लामबद्दल प्रश्न विचारले, कोणी पैगंबराबद्दल काही बोलले किंवा कोणी त्यांचे चित्र काढले, तर त्या सगळ्यांना ठार मारून टाकतात. का रे बाबा, सर्वशक्तिमान अल्लालाच त्यांना शिक्षा करू दे की. जर माणसांच्या कोणत्या अपराधाबद्दल त्यांना कोणती शिक्षा करायची, हे जर दहशतवादीच ठरवू लागले, तर अंतिम निवाड्याच्या दिवशी अंतिम निर्णय देणाऱ्याची भूमिका काय राहणार? हे सगळे पाहून ऐकून मनात येते, की खरे तर हेच स्वतःला सर्वशक्तिमान मानू लागले आहेत. हेच 'शिरक' करतात. स्वतःला अल्लाच्या गोटातले मानतात. पण शिरक म्हणजे पापकारक गुन्हा. दहशतवादी, आतंकवादी 'शिरक' करत सुटले, तर त्याच्या विरुद्ध उभा राहणारा कोणीही सज्जन मुसलमान बघायला का मिळत नाही?

अबू बकर अल् बगदादी मेला, अशी बातमी कानावर आली. जर तो मेला, तर मग त्याची संघटित संस्था इसिसदेखील नष्ट झाली का? असे मला तरी वाटत नाही. कारण अल् बगदादी असंख्य अल् बगदादी निर्माण करून गेलाय. हेच बगदादीने जन्माला घातलेले बगदादी जगभरात दहशतवादी हैदोस घालत राहतील. ज्यांनी बगदादीच्या थेट संपर्कात येऊन दहशतवादाची दीक्षा घेतली, ते तर करतीलच. जे बगदादीचा आतंकवाद बघून प्रभावित झाले आहेत, तेही करतील– ओमार मतिनप्रमाणे. ओमार मतिन दुरून बगदादीला आदर्श मानत होता. दूर बसूनच दहशतवादी कृत्ये करत होता. तो स्वतःच माणसाचा खून करण्याआधी सांगायचा, की तो इसिसचा समर्थक आहे. म्हणूनच ओमार मतिनच्या दहशतवादाचा इसिसशी किंवा कट्टरपंथीयांशी संबंध नाही, हे म्हणणे बरोबर नाही.

बगदादीच्या अतिरेकी कारवाया कुठल्या एका विशिष्ट देशात, विशिष्ट संघटनेद्वारा चालवलेल्या असतील; असे मानणे अत्यंत चुकीचे आहे. आतंकवादी सगळीकडेच आहेत. आपल्या आजूबाजूलाही आहेत. आपल्याला कळत नाही. ओमार मतिनला बघून, हा १२० मैल वेगाने गाडी चालवून अत्यंत थंड डोक्याने पन्नास-पाऊणशे

माणसांना ठार मारेल, असे कोणाला वाटले असते का? असे खुनी कदाचित आपल्या शेजारीपाजारी देखील असतील, जे कधी ट्रिगर दाबतील किंवा हसत हसत माणसांची हत्या करतील, अशी आपल्याला कल्पनासुद्धा येणार नाही.

हे जग कुठे चालले आहे, कुठे जाणार आहे, कुणास ठाऊक. अनेकांचे म्हणणे आहे, की इस्लामी दहशतवाद्यांखेरीज इतरही कारणांमुळे माणसे मरताहेत. भुकेने, तहानेने, अपघाताने, दुर्दैवाने कितीतरी माणसांचे मृत्यू होतात. साम्राज्यवादी शक्तींनीदेखील आजपर्यंत कमी हत्या केल्या नाहीत. पण एक वाईट आहे म्हणून इतरांनीही तसेच वागणे शहाणपणाचे आहे का? सगळ्यांचा जर वाइटाला विरोधच असतो, तर मग इस्लामी दहशतवाद आणि दहशतवाद्यांच्या विरोधात कोणी उभे राहिलेले का चालत नाही? का त्यांच्यावर इस्लामविरोधी म्हणून शिक्का बसतो? इंग्रजीत त्यांना 'इस्लामोफोब' म्हटले जाते. हा शब्द सध्या रेसिस्ट किंवा वर्णवाचक शब्दाला समानार्थी शब्द म्हणून रूढ झाला आहे. त्यामुळे लोकांना इस्लामविद्वेषी शब्द ऐकायला आवडत नाही, विशेषतः पाश्चात्त्यांना.

मुस्लीम देशांत ओमार मतिनांची संख्या प्रचंड आहे. बांगलादेशात ज्यांनी बुद्धिजीवींच्या हत्या केल्या, त्यांच्यात आणि ओमारमध्ये काय फरक आहे? ते एका दिवसात, आठवड्यात किंवा महिन्यात एखाद्या माणसाला ठार मारतात, आणि ओमार मतिन एकाच दिवशी एकाच वेळी पन्नास जणांना मारतो, इतर पन्नास जणांना हॉस्पिटलमध्ये पाठवतो. हातात हत्यार घेऊन कसे घुसायचे, त्या परिसरातील सगळ्यांना ठार केल्यावर 'अल्लाहु अकबर' म्हणत म्हणत अल्लाला खूश कसे करायचे, ते ओमार मतिन निश्चितच पॅरिसच्या कॉन्सर्ट हॉल हत्याकांडाच्या खुन्याकडून, किंवा चार्ली हेब्दोच्या खुन्याकडून शिकला असला पाहिजे. हे असले क्रूर हत्याकांड बघून अल्ला खूश होतो? अल्ला जर खरोखर करुणामय, सर्वज्ञानी असेल, तर कोणतेही हत्याकांड पाहून खूश होणे शक्य नाही. पॅरिसचे हत्याकांड बघून ओमार मतिनच्या मनात हत्याकांड करण्याची आकांक्षा निर्माण झाली. ओमार मतिनचे हत्याकांड बघून कदाचित इतर अनेकांच्या मनात अशी इच्छा उत्पन्न होईल. नंतर अनेक जण गटागटाने हत्याकांडात सहभागी होतील.

मुसलमानांचा दहशतवाद मुसलमानच बंद करू शकतील. पश्चिमेकडच्या मशिदींत ज्याप्रमाणे डोक्यात भरवले जाते – ब्रेन वॉशिंग केले जाते, तसेच इथेही उपदेश, प्रवचनांमधून केले जाते. हे जोपर्यंत चालेल, तोपर्यंत दहशतवाद राहणारच. आणि जोपर्यंत डोक्यात स्वतःचा मेंदू नाही, तोपर्यंत डोक्यात भलतेसलते भरवणे चालूच राहणार.

◆

रोजा ठेवण्या - न ठेवण्याची स्वाधीनता

मुसलमानांचे रोज्यांशी स्वाधीनतेपेक्षा पराधीनतेचे अधिक जवळचे नाते आहे. सध्या चीन सरकारने चीनमधील मुस्लीम वस्ती असलेल्या भागांमध्ये रोजांवर बंदी घातली आहे. सरकारी अधिकारी-कर्मचारी, कम्युनिस्ट पार्टीचे नेते, कर्मचारी आणि विद्यार्थी सोडून इतर कोणालाही सध्या हा बंदीचा आदेश लागू नाही. आरोग्याच्या दृष्टिकोनातून विद्यार्थ्यांनी रोजा ठेवणे योग्य नाही हे मान्य, कम्युनिस्ट कर्मचारी, नेते यांचा कम्युनिझम आणि नास्तिकतेवर विश्वास असण्याची अट असल्यामुळे त्यांनी रोजा ठेवू नये हेही ठीक; पण सरकारी अधिकारी, कर्मचारी तर सगळे नास्तिक नाहीत, ते जर रोजा ठेवू इच्छित असतील तर त्यांना रोजा ठेवण्यास प्रतिबंध का करायचा? सरकार निश्चितच असे सुचवू इच्छिते की रोजा ठेवला तर माणसाला थकवा येईल आणि त्यामुळे दिवसा ऑफिसटाइममध्ये सरकारी कामावर परिणाम होईल. पण कित्येक जण असे आहेत की रोजा ठेवूनसुद्धा न थकता काम करू शकतात, त्यांचा रोजा ठेवण्याचा अधिकार का नाकारायचा? रोजा ठेवणारे सगळेच काही ऑफिसमध्ये मरगळल्यासारखे बसून पेंगत नाहीत. चीन सरकारच्या या बंदीच्या आदेशाचा मी निषेध करते.

चीनमध्ये मुसलमानांना केवळ रोजा ठेवण्याचाच अधिकार नाही असे नाही. कोणताही धर्म, वर्ण किंवा लिंग असो, भाषण किंवा अभिव्यक्ती स्वातंत्र्याचा अधिकार चीनमध्ये कोणालाही नाही. सरकावर टीका करण्याचा कोणालाही कसलाही अधिकार नाही. लेखक-पत्रकारांनासुद्धा तोंड बंद ठेवावे लागते. चीनमधील वर्तमानपत्रे सरकारच्या मतांपेक्षा भिन्न मते व्यक्त करू शकत नाहीत. लोकशाहीविरोधी आणि मानवताविरोधी भूमिकेमुळे जगातील लोक चीनची निंदा करतात. अर्थात चीनचे असे म्हणणे आहे, की मुस्लीम दहशतवादी आणि विभाजनवादी यांना नेस्तनाबूद करण्यासाठीच मुस्लीम वस्ती असलेल्या भागांमध्ये रोजाच्या काळात चीन सरकार करडी नजर ठेवत आहे. रमझानच्या महिन्यात कॅफे- रेस्टॉरंट्स बंद राहणार नाहीत, असे सरकारने जाहीर केले आहे. त्या बाबतीत माझेही तेच मत आहे. चीन सरकारने एवढे एक काम चांगले केले. कॅफे- रेस्टॉरंट्स बंद राहिली, तर मुस्लिमेतरांची पंचाईत होईल.

रोजांच्या बाबतीत चीनच्या बरोब्बर उलटा प्रकार मुस्लीम देशांत आहे. चीनला जसे रोजे पसंत नाहीत, तसे मुस्लीम देशांत रोजे इतके प्रिय आहेत की लोकांवर रोजे करणे जबरदस्तीने लादले जाते. काही देशांत तर रोजे ठेवले नाहीत, तर शिक्षा होते. रोजा ठेवला नाही, तर बाहेर काही खाणे-पिणे निषिद्ध. काही मुसलमान रोजा ठेवण्याची इच्छा असूनसुद्धा तब्येतीच्या कारणामुळे ठेवू शकत नाहीत. औषधे घ्यायची असतात, त्यामुळे खाण्यापिण्याच्या नियमित वेळा पाळाव्या लागतात, कदाचित घरी स्वयंपाक करण्याची सोय नसते, सगळी हॉटेल्स बंद असताना बाहेर तरी कुठे खाणार? मुस्लीम देशांत फक्त मुस्लीमच राहतात असे नाही, मुस्लिमेतरदेखील राहतात. नागरिक किंवा निवासी म्हणून त्यांना कॅफे- रेस्टॉरंट्समध्ये खाण्याचा अधिकार नाही? कित्येक मुसलमान रोजे ठेवत नाहीत किंवा त्यांना ठेवायची इच्छा नसते, मग त्यांना रस्त्याने जाताना तहान लागली तर पाणी पिण्याचा, भूक लागली तर खाण्याचा अधिकार नाही? जे धर्म मानत नाहीत, त्यांना कॅफे- रेस्टॉरंट्समध्ये जाण्याचा हक्क नाही? धर्म ही ज्याची त्याची व्यक्तिगत बाब आहे. ज्यांना धर्म पाळायचा आहे ते पाळतील धर्म, ज्यांना नाही पाळायचा ते नाही पाळणार. त्यांना समाज, राज्य, राष्ट्राने धर्म पाळण्याची जबरदस्ती का करावी? धर्म काय फक्त पराधीनतेच्या शृंखलेतच अडकवतो? मुक्तीचा काही मार्ग सांगत नाही? देश हा सगळ्यांसाठी असतो, केवळ बहुसंख्याकांसाठी नाही, तर अल्पसंख्याकांसाठीसुद्धा असतो. अल्पसंख्याक, बहुसंख्याक सगळ्यांकडे समान दृष्टीने पाहणे, ही सरकारची जबाबदारी आहे.

बांगलादेशात भल्या पहाटेपासूनच लोकांना झोपेतून उठवण्यासाठी जोराचा पुकारा सुरू होतो. या आरड्याओरड्याने सगळ्यांचीच झोप मोडते. ज्यांना सेहरीला - पहाटे खायला उठायचे नसते, त्यांचीही झोप मोडते. त्यांना झोपायचा अधिकार नाही? अजानविषयी एकच सांगायचे म्हणजे पूर्वी जेव्हा लोकांकडे गजराची घड्याळे नव्हती, मोबाइल फोन नव्हते; तेव्हा खाण्यासाठी ज्यांना पहाटे उठावे लागायचे, त्यांना वस्तीतील तरुणांचा आरडाओरडा फायद्याचा ठरायचा. आता या तंत्रज्ञानाच्या युगात पुकार, अजान, आरडाओरडा पूर्णपणे अनावश्यक आहे. मोबाइल फोनवर गजर कसा लावायचा, ते मला वाटते, सगळ्यांना माहीत असते. माहीत नसले, तरी ते शिकणे दोन मिनिटांचे काम आहे.

ज्यांना रोजा ठेवायचा आहे, त्यांना तो ठेवायचा अधिकार आहे. ज्यांना ठेवायचा नाही, त्यांनाही न ठेवण्याचा अधिकार असणे उचित आहे. प्रत्येक माणसाला धार्मिक असण्याचा वा नसण्याचा अधिकार आहे. सगळ्या जगात लोकांना आपापले धर्म-कर्म आचरण्याचा अधिकार आहे, असे आढळते. इतकेच नाही, तर ज्यांचा धर्मावर विश्वास नाही, त्यांच्यावर टीका करण्याचा धार्मिकांना अधिकार आहे; पण जगातल्या

बहुतांश देशांत धर्मावर विश्वास नसणाऱ्यांना धर्मावर विश्वास असणाऱ्यांवर टीका करण्याचा अधिकार नाही. टीका केली; तर खून केले जातात, मानहानी होते, कोर्टकचेऱ्यात अडकावे लागते, तुरुंगात जावे लागते, बहिष्कृत व्हावे लागते.

जे इस्लामचे पंडित आहेत, ते इस्लामची प्रशंसा करताना म्हणतात, 'कुराण सांगते– धर्मात कुठलीही जोरजबरदस्ती नाही.' इस्लामच्या बाबतीतले माझ्या मते हेच श्रेष्ठ वाक्य आहे. पण रोजांच्या बाबतीत या वाक्याचे अनुसरण का केले जात नाही? 'रोजाबाबत कोणतीही जोरजबरदस्ती नाही' असे का सांगितले जात नाही? जर धर्मात कोणतीही जबरदस्ती नाही; तर नमाज, रोजे यांतही जबरदस्ती नको. मग कुराणात सांगितलेले जर मुसलमान मानतात, तर त्याची चर्चा ते का करत नाहीत? अल्ला सांगतो, की धर्मात जबरदस्ती नाही. अल्लाचे बंदे अल्लाचे म्हणणे मान्य करतील, ही तर सगळ्यांचीच अपेक्षा असते.

रोजे ठेवणाऱ्यांचा सन्मान करण्यासाठी अल्ला आहे. हश्रच्या–अंतिम निवाड्याच्या मैदानात ते अल्लाच्या नेक नजरेला पडणारच, मग रोजे न ठेवणाऱ्यांकडून आणि मुस्लिमेतरांकडून त्यांना आदराची, सन्मानाची अपेक्षा का? स्वतःच्या मानवाधिकारांचे उल्लंघन होऊनसुद्धा रोजे ठेवणाऱ्यांना का मान द्यायचा? आदर, मान एकतर्फी असतो का? माझ्या माहितीप्रमाणे सन्मान पारस्परिक असतो. तुम्ही मला मान दिलात तर मी तुम्हाला मान देणार, नाही का?

बांगलादेशात एका हिंदू पुरोहिताची हत्या करून मुस्लीम दहशतवाद्यांनी त्यांचा रमजान सुरू केला. फक्त हिंदूच नव्हे तर बौद्ध, ख्रिश्चन धर्मीयांचे पण खून होत आहेत. त्या दिवशी बुरखा, हिजाब घातलेल्या एका स्त्रीचा खून केला, कारण तिचा पती मूलतत्त्वविरोधी होता. बांगलादेश आज मुळीच सुरक्षित नाही.

अजूनही जर इस्लाम उदारमतवादी बनला नाही, तर सर्वांत जास्त नुकसान मुसलमानांचेच आहे. आज जगातील अगणित माणसे मुसलमानांची निंदा करत आहेत. अनेक जण आता त्यांच्यावर विश्वास ठेवायला तयार नाहीत. मुस्लीम नाव ऐकूनच दचकून लांब जातात, घाबरतात. काही दहशतवादी गटांमुळे संपूर्ण जगभरात मुस्लिमांवर असहिष्णू, घातक, रानटी म्हणून शिक्का बसला आहे. इस्लामला उदारमतवादी बनवण्याची जबाबदारी मुसलमानांनाच घ्यावी लागेल. जगापुढे मुसलमानांना सिद्ध करावे लागेल की ते दहशतवादी, असहिष्णू नाहीत, ते दहशतवादी मुस्लिमांचे समर्थन करत नाहीत; क्षमा, उदारता, स्वाधीनता आणि मानवाधिकार यांवर त्यांचा विश्वास आहे. मानवाधिकार आणि लोकशाहीचा मान ठेवला नाही, तर जगातील विवेकी माणसांच्या सन्मानाला पात्र होण्याचा दुसरा कोणताही मार्ग नाही.

पश्चिम बंगालच्या मुख्यमंत्री मुसलमान नसूनही नमाज पढतात, रोजा ठेवतात. जरी आपण समजू शकतो, की मुसलमानांची मते मिळवण्यासाठी त्या हे करतात,

तरीसुद्धा त्यांच्या नमाज रोजाला हरकत घेणे योग्य आहे, असे मला वाटत नाही.

त्यांना हवा तो धर्म पाळायचा त्यांना अधिकार आहे. कोण म्हणते की एकापेक्षा अधिक धर्म एकावेळी पाळण्याचा अधिकार कोणालाही नाही? ज्याप्रमाणे कोणताच धर्म न पाळण्याचा हक्क लोकांना आहे, त्याचप्रमाणे एकापेक्षा अधिक धर्मांचे पालन करण्याचाही आहे. मात्र एक गोष्ट विसरता कामा नये की राष्ट्राच्या दृष्टीने धर्म पाळणारे आणि न पाळणारे दोघांचेही महत्त्व सारखेच आहे, अधिकार सारखेच आहेत.

◆

माझ्या अश्रूंची ईद

माझ्या धर्माचे सरळ भाषेत नाव – मानवता. मी म्हणते– मानववाद. बुद्धिजीवी म्हणतात– मानवतंत्र. अनेकांना वाटते, की मी बहुधा धर्मग्रंथ वाचले नाहीत. वास्तविक, अनेक धार्मिकांपेक्षा मी कितीतरी जास्त धर्मग्रंथ वाचले आहेत. 'कुराण हदीस' आणि इस्लामचा इतिहास मी अनेक मुसलमानांपेक्षा जास्त वाचला आहे. 'कुराण हदीस'मध्ये काय लिहिले आहे, हे कित्येक मुसलमानांना माहीत नाही, पण मला माहीत आहे. तरीसुद्धा माझा धर्म इस्लाम नाही, माझा धर्म मानवता. मी नमाज पढत नाही, रोजा ठेवत नाही; पण माणसांची सेवा करते, लहानपणापासूनच करते. कोणत्याही भिक्षेकऱ्याला मी कधी रिकाम्या हाताने पाठवले नाही. कोण्या गरिबाला मदतीची गरज असेल, तर ती भागवली. मोफत उपचार केले. औषधे विकत घ्यायला पैसे नसतील, तर मी विकत घेऊन दिली. कोणाकडे शर्ट नसेल, तर स्वतःचा शर्ट दिला. वही नाही, वही दिली. मी अशीच वाढले. मोठी झाल्यावरही हेच काम करते. अजूनही दुसऱ्याचे दुःख बघून दुःखीकष्टी होते. इतरांना खायला घातले की आनंदित होते, इतरांच्या सुखाने सुखावते. स्वतःचा विचार करायला, स्वतःचा स्वार्थ साधायला मला वेळ नाही. असेही म्हणता येईल की वेळ आणि संधी असती, तरी मी स्वतःचाच विचार केला असता असे मला वाटत नाही.

नमाज, रोजा न करताही ईदच्या दिवशी मी ईद साजरी करते. लहानपणासारखा ईदचा आनंद आता मोठेपणी मिळत नाही. रोजाच्या ईदला आम्ही 'छोटी ईद' आणि कुर्बानीच्या (बकरी) ईदला 'मोठी ईद' म्हणायचो. छोट्या ईदला घरातील मोलकरणींना कपडे, चपला मिळायच्या. या गोष्टीचा मला भलता आनंद व्हायचा. वर्षभर त्या इतके काम करायच्या, मळके कपडे घालायच्या. फक्त ईदच्या दिवशी त्यांच्या चेहऱ्यावर हास्य दिसायचे. लहानपणी माझ्याकडेही काही खूप कपडालत्ता होता असे नाही; पण मोलकरणीचे नवीन कपडे बघून मला जो आनंद व्हायचा, तो स्वतःला नवीन कपडे मिळण्याच्या आनंदापेक्षा कितीतरी मोठा होता. गरिबांना साडी-लुंगी वाटताना मला केवढा आनंद व्हायचा. मोठ्या ईदला जनावरांची हत्या होताना बघून मला खूप वाईट वाटायचे, पण गरिबांना मांस वाटणे मला प्रचंड आनंद देऊन जायचे.

जोपर्यंत आईवडील होते, जोपर्यंत 'अवकाशात'- माझ्या घरात होते; तोपर्यंतच ईदच्या दिवशी आनंद मिळायचा. आई जो सगळा स्वयंपाक करायची; काय त्याची चव, काय त्याचा स्वाद, कितीही खाल्ले तरी समाधानच व्हायचे नाही. किती लोक असायचे जेवायला आमच्या घरात!

आमच्या त्या मायामानसिंहाच्या घरातून बाहेर पडल्यावर माझ्या आयुष्यात ईदचा तो सण आता नाही. ईद येते, जाते; पण पूर्वीसारखा आनंद नाही. पूर्वीसारखे आईवडील जवळ नाहीत, पूर्वीसारखे मांस वाटणे नाही, गरिबांना साडी-लुंगी वाटणे नाही. ईद म्हणजे माझ्यासाठी सुट्टी; आई, वडील, भाऊ, बहिणी यांचे संमेलन; नवीन कपडे, दान यांचा उत्सव.

दिवसेंदिवस खूप काही बदलत गेले. रोजा म्हटले की मला लहानपणी बाळगलेला, पाहिलेला संयम आठवतो. आता मात्र सगळीकडे इफ्तार पार्टीचे राजकारण. धूर्त लोक इफ्तार पार्टीचे आयोजन करून विविध व्यापार, व्यवसाय त्यात उरकून घेतात. हे सगळे होते असे कानांवर येते. जरी कायमच राजकारणाची शिकार बनत आले, तरी मला राजकारणात गती कमीच आहे. वास्तविक कोणी माणूस खोटा आहे असे मला वाटतच नाही, मी सगळ्यांना भली माणसेच समजते. कोणी वाईट कामे केली तरी मला वाटते, चुकून झाले असेल, नंतर त्याला नक्कीच पश्चात्ताप होईल.

रोजा, नमाज सगळ्यालाच राजकारणाचे बकरे बनवले आहेत. पश्चिम बंगालच्या मुख्यमंत्री ममता बंदोपाध्याय मुस्लिमांची मते मिळवण्यासाठी रोजा- नमाज आचरतात. निष्पाप मुसलमानांना त्या फसवतात. हिंदू असूनही मुस्लिमांच्या धर्म-कर्माचे त्यांना इतके आकर्षण असते, तर त्यांनी आपला धर्म बदलून इस्लाम धर्म स्वीकारला असता. स्वार्थासाठी रोजा-नमाज करणारी चांगली माणसे नाहीत, असेच माझे मत. धर्म म्हणजे कोणासाठी नैतिकमूल्यांचे शिक्षण, कोणासाठी राजकारण, कोणासाठी पापमुक्तीचे अस्त्र. धर्माचा कोण कसा वापर करतो, ते कळले की माणसांचे चारित्र्य साधारण कळू शकते. धर्म आणि धार्मिकता यावर फार कमी संशोधन झाले आहे. ते झाले तर भोंदू धार्मिकतेचा मुखवटा आपण फाडू शकतो.

आयुष्यभर पापाचरण करून, लोकांना छळून, चोरी करून वस्तीमध्ये एक मशीद बांधली की त्याला सात खून माफ होतात. हे फार भयंकर आहे. असे व्हायला नको.

इस्लामची मला सगळ्यात जास्त आवडणारी गोष्ट म्हणजे जकात. जकातचा नियम आहे, की गरीब-दुःखी लोकांना काहीतरी खायला मिळाले पाहिजे. अर्थातच संपूर्ण दारिद्र्य निर्मूलन व्हावे, अशी माझी इच्छा आहे. कोणत्याही पातळीवरचे दारिद्र्य नको. कोणालाही दुसऱ्याच्या मदतीने, जकात घेऊन जगावे लागू नये. अन्न,

वस्त्र, निवारा, शिक्षण यांवर सगळ्यांचा हक्क आहे. सगळ्यांना अभिव्यक्ती स्वातंत्र्याचा, भाषण स्वातंत्र्याचा अधिकार आहे.

ईद येते. मायमानसिंहातील आमच्या घरातील गडबड-गोंधळ आठवतो. घरातले कोणीच धर्मांध नव्हते, आईशिवाय इतर कोणी धार्मिकही नव्हते. पण ईदला गरिबांना मदत करण्याचे काम सगळे मनापासून करायचे. बाबा त्यांच्या गावातील गरीब लोकांसाठी ट्रक भरून कपडे वगैरे पाठवायचे. बाबा अत्यंत निरपेक्षपणे, कुठल्याही पुरस्कार, प्रसिद्धीची आशा न ठेवता हे करायचे हे मला चांगले माहीत आहे. डॉक्टर होते, गरिबांना फुकट तपासायचे. नाही, कुठल्याही स्वार्थासाठी नाही, मेल्यावर अल्लाने त्यांना स्वर्ग प्रदान करावा यासाठी तर नाहीच नाही. जर स्वर्गप्राप्तीचा लोभ असताच, तर त्यांनी पाच वेळा नमाज पढला असता. माझ्या बाबांना नमाज पढणे माहीत नव्हते. सूरही माहीत नव्हते. वर्षभरात दोन वेळाच प्रार्थनेला उभे राहायचे— दोन्ही ईदच्या दिवशी. त्यांच्या दृष्टीने ते नमाज पढणे नव्हते, तर मदतीसाठी कुठेतरी सहभागी होणे होते. ईदगाह मैदानावर जायचे, ते मुख्यतः सामाजिक कामासाठी. मैदानात नमाज पढायचे ते धर्मासाठी नाही तर बंधुत्वासाठी.

आजही ईद आली की मी लोकांना दान देते, त्यांना खायला घालण्यात रमते; ते बहुधा माझ्या वडिलांकडूनच शिकले. कोणी धर्मासाठी दान करतो, तर कोणासाठी दान करणे हाच धर्म असतो. माझ्या बाबांसाठी दान करणे, हाच धर्म होता. ईद आली की मला बाबांची तीव्रतेने आठवण येते. आठवण येते माझ्या लहान भावाची.

आम्ही दोघे जण मोठमोठ्या बादल्यांत मांस घेऊन आमच्या घराच्या अंगणात जमलेल्या गरिबांना दोन्ही हातांनी मांस वाटायचो, याची आठवण येते. वर्षभर ज्यांना मांस-मटण मिळायचे नाही, त्यांना त्या दिवशी मिळायचे. मिळण्याचा आनंद त्यांना किती होता माहीत नाही, पण देण्याचा अपार आनंद मला मिळायचा. आज माझे बाबा नाहीत, लहान भाऊही नाही, आईदेखील नाही. त्यांच्याशिवाय माझी ईद खरी ईदच नाही. असलीच तर ती आहे माझ्या अश्रूंची ईद.

◆

रिफॉर्मेशन

सगळ्या धर्मांतच रिफॉर्मेशन – बदल, पुनर्रचना होत आहे. सगळ्या धर्मांच्या स्त्रीविरोधी आणि मानवाधिकारविरोधी नियम-कायद्यांत बदल होत आहेत. कायदे करण्यातही बदल होत आहेत. इस्लाम धर्मातदेखील बदल होत आहेत, तरीसुद्धा मुस्लीम समाजातील अनेक मुली-स्त्रियांना आणखी काही बदल हवे आहेत. त्याबद्दल त्या लिखाण करत आहेत, वेगवेगळी मते मांडत आहेत. त्या म्हणतात, की इस्लामवर त्यांचे इतके प्रेम आहे की मासिक पाळीच्या वेळीसुद्धा त्यांना रोजा ठेवण्यापासून वंचित राहायचे नाही. त्या काळात त्यांना रोजा तर ठेवायचा आहेच, शिवाय नमाजसुद्धा पढायचा आहे. जरी त्यांना रोजे ठेवण्यातून सूट देण्यात आली आहे, तरी त्यांना ती सूट नको आहे. त्यांचा धर्माभिमानच असा आहे, की एक दिवससुद्धा रोजा-नमाज चुकवायचा नाही. शिवाय रोजाच्या काळात इस्लाममध्ये जे निषिद्ध मानले आहे, त्यात खूपच सुधारणा व्हायला पाहिजेत असे त्यांना वाटते. बदल, सुधारणा याबद्दल फक्त मनातल्या मनातच विचार चालू राहिले, तर बंदीचा आदेश लागू करायला काही प्रयोजन नाही, असे त्यांचे मत आहे. त्या म्हणतात, मासिक पाळीच्या काळात स्त्रिया रोजा ठेवू शकत नाहीत, असे कुराणात कुठेही लिहिलेले नाही आणि कुराणात लिहिलेले नाही म्हणून त्यांना हा नियम मान्य नाही. समागम केला तर रोजाचा भंग होतो, हेही स्त्रिया मान्य करायला तयार नाहीत. इस्लामने कधीच समागम- विशेषतः पती-पत्नीचा समागम -अपवित्र मानला नाही. पती-पत्नीच्या पवित्र मीलनामुळे रोजा अधिक पवित्र होतो, असाच त्यांचा विश्वास आहे.

म्हणून या स्त्रियांनी रोजा ठेवण्याच्या काळात समागम करण्याच्या बाजूने आपला कौल दिला आहे. तसेच उलटी झाली तर रोजा का मोडतो, हाही त्यांचा एक प्रश्न आहे. उलटी झाल्यावर चेहरा, तोंड स्वच्छ धुतले की झाले.

स्त्रियांच्या या मागण्या ऐकून अनेकांना राग येतो, पण हे नवीन नाही. लोकांनी आपला हक्क मागितला की काही लोकांना राग येतो, काहींच्या विचाराला खाद्य मिळते, हे कायमच चालत आलेले आहे. काही जण हक्क मानतात, काही मानत नाहीत. अनेक मुस्लीम देशांतसुद्धा हल्ली 'तलाक-तलाक-तलाक' म्हटले की

तलाक होत नाही. अनेक मुस्लीम देशांत बालविवाहाला बंदी आहे. ठरवून केलेले लग्न (arranged marriage) देखील निषिद्ध. सूर्योदयापासून सूर्यास्तापर्यंत रोजा ठेवायचा नियम असतो, पण उत्तर युरोपमधील देशात उन्हाळ्यात आणि हिवाळ्यात सूर्योदय, सूर्यास्ताच्या वेळेप्रमाणे रोजा ठेवण्यात कोणाही मुसलमानाला भीती वाटत नाही. हिवाळ्यात दोन-तीन तासच उजेड असतो, उन्हाळ्यात दोन- तीन तास अंधार. उत्तरेकडच्या देशांत रमझानच्या महिन्यात नक्की काय केलेले चालते, त्याबद्दल इस्लामने काही सांगितलेले नाही. त्यामुळे तिथल्या मुसलमानांनीच आपल्या सोयीप्रमाणे रोजाचे वेळापत्रक बनवले आहे. सुधारणा अशाच होतात. आधुनिक समाजाबरोबर चालण्यासाठी सुधारणा करणे अत्यंत आवश्यक आहे.

इंग्लंडमध्ये एक अशी मशीद आहे, जिथे स्त्रिया आणि समलिंगी यांनासुद्धा इमाम बनण्याची संधी मिळते. स्त्री इमामच्या मागे स्त्री-पुरुष शेजारी शेजारी उभे राहून नमाज पढतात. जुन्यापुराण्या नियमांतून अनेकांना बाहेर पडायची इच्छा असते. सगळ्या धर्मांतच असे असते. आधुनिक समाजात धर्मातील जे काही अतर्क्य, अर्थहीन ते सोडून दिले जाते. इस्लाममध्ये आणखी सुधारणा होणे आवश्यक आहे हे सगळेच – विशेषतः - सजग लोक जाणतात. याच सुधारणा करण्यासाठी प्रगतिशील मुसलमानांनी पुढे यायला हवे. आजच्या युगात आपण मानवाधिकार आणि स्त्रियांच्या अधिकारांच्या आधारावर कायदे निर्माण करतो, लोकशाहीचे पोवाडे गातो, आणि भाषणस्वातंत्र्याचे झेंडे फडकावतो. धर्मालाही समानाधिकार आणि मानवाधिकार यांच्या बाजूने बोलावे लागेल. धर्म जितका बदलत्या काळाबरोबर मिळूनमिसळून चालेल, तितकी तो टिकण्याची शक्यता जास्त.

इस्लाम एकाच जागी थबकून राहिलेला नाही. विविध वेळी त्यात परिवर्तन झाले आहे. मुताजीलाचा काळ हा उज्ज्वल काळ होता. सूफी परंपरा ही इस्लाममधील सर्वांत गौरवशाली परंपरा. त्या काळात अंधार प्रकाशाच्या विरुद्ध बाजूला तोंड लपवून बसला होता. अरबस्तानातील इब्ने अब्दुल वहाब याने सुधारणांच्या नावाखाली संपूर्ण धर्मालाच अंधाराच्या गर्तेत लोटून दिले. हल्ली कट्टरवादातून दहशतवाद जन्माला येत आहे. जगात ज्या प्रमाणात दहशतवाद वाढतो आहे, त्यातील अधिकांश मुस्लिमांची संख्या जास्त असलेल्या देशात वाढतो आहे. साऱ्या जगात मुस्लीम जिहादींची संख्या शांतताप्रिय मुस्लिमांपेक्षा कमी असली, तरी जिहादीच मुसलमानांचे प्रतीक बनले आहे. आज मुस्लीम म्हटले की अनेकांना इसिस, बोको हाराम, अल् कायदाचे लोक असेच मनात येते.

सामान्य, निष्पाप, निरपराध मुस्लिमांची प्रतिमा हळूहळू धूसर होत चालली आहे, हे चांगले लक्षण नाही. जिहादी आदर्शांविरुद्ध लढा दिला नाही, तर मुस्लीम जगताचे भविष्य काही खरे नाही. मुसलमानच जिहादींची शिकार होत आहेत. ज्या

तऱ्हेने जिहादी प्रगतिशील मुसलमानांच्या हत्या करत आहेत, ते तसेच चालू राहिले तर अशी वेळ येईल की मुसलमान म्हटले की जिहादी आणि त्यांचे समर्थक एवढेच शिल्लक राहतील. धर्माला राष्ट्रापासून, कायद्यांपासून, आणि शिक्षण व्यवस्थेपासून वेगळे ठेवणे ही मुस्लीम जगतातील प्रगतिशील लोकांची जबाबदारी आहे. अशी दुरुस्ती केल्याशिवाय सुधारणा होणे शक्य नाही. सुधारणांशिवाय सुसंस्कृत जगात स्थान मिळणे शक्य नाही, मान मिळणे तर शक्यच नाही.

माझी सच्छील आई जे कुराण वाचायची, तेच कुराण इसिसचे मारेकरीही वाचतात. आई माणसांवर दया करायची, इसिस माणसांना ठार मारते. कुराणातील अनेक भागांचा आई शब्दशः अर्थ घ्यायची नाही. काही समजायला अडचण आली तर नवीन व्याख्या, अर्थ तयार करायची. इसिस तसे करत नाही, ते सातव्या शतकातील धर्मयोद्ध्यांसारखेच आहेत. माझ्या आईसारख्या आधुनिक विचारांच्या मुसलमानांची संख्या बरीच असली, तरी ते पडद्याच्या मागे असतात. समोर दिसतात, ते संख्येने अल्प असलेले दहशतवादी मुसलमान. पडद्यामागचे मुसलमान पडद्यामागेच राहिले, तर जिहादीच राज्य करतील. आता वेळ आली आहे त्यांच्या हातातून हत्यार काढून घेण्याची, इस्लामला शांततामय धर्म बनवण्याची. हेच काम कोणतेही सरकार करत नाही. निःस्वार्थी सरकार लाभण्याचे भाग्य आमच्या नशिबात नाही, नजीकच्या भविष्यकाळातही असणार नाही. म्हणूनच हे काम मुस्लीम समाजातील आधुनिक, विवेकी, सजग लोकांनी केले पाहिजे; ज्यांचा मानवाधिकार, स्त्रियांचे अधिकार, समलिंगींचे अधिकार, लिंगबदल केलेल्यांचे अधिकार, जीवजंतूंचे अधिकार, सभ्यता, संस्कृती, विज्ञान, तंत्रज्ञान, यांवर ठाम विश्वास आहे. ज्या ज्या कारणांमुळे मुस्लीम तरुण-तरुणी जिहादकडे खेचले जातात, ती कारणे शोधून नष्ट केली तरच या समस्येचे उच्चाटन करणे शक्य आहे. त्या कारणांचे निर्मूलन केले, तरच या समस्येचे समाधान हाती लागेल.

एकेश्वरवादी ज्यू, ख्रिश्चन यांच्या धर्मग्रंथांत असहिष्णुता, स्त्री-पुरुष विषमता, मानवाधिकारांचे उल्लंघन नाही की काय? पण ज्यांचा तो धर्म आहे, त्यांना याची काही डोकेदुखी नाही. ते कुठे आहे की नाही हे ते विसरले आहेत. त्यांनी समानाधिकारावर आधारित नवीन कायदे निर्माण केले आहेत, ते धर्मनिरपेक्षतेवर अधिष्ठित शिक्षण देत आहेत, व्यक्तिस्वातंत्र्यावर आधारित समाज निर्माण करत आहेत. लोकशाहीच्या अधिष्ठानावर राष्ट्र घडवत आहेत.

इब्राहिमचे धर्म जर एकाच मार्गाने चालले, जर इस्लामसुद्धा सुधारणांच्या माध्यमातून एकविसाव्या शतकात एक मानवतावादी धर्म म्हणून ओळखला गेला; तर फार चांगले होईल.

बांगलादेशात इस्कॉनचे हिंदू त्यांच्या मंदिरांतून, बौद्ध त्यांच्या उपासनालयातून,

गरीब मुसलमानांना इफ्तारचे वितरण करतात. अशी उदारता, महानुभावता मुसलमान का दाखवत नाहीत! मुसलमान त्यांच्या मशिदींत असुरक्षित हिंदूंना आश्रय देऊ शकतात, मशिदीतूनच भुकेलेल्या बौद्धांना अन्न पुरवू शकतात. अशा मुस्लिमेतरांना मदतीचा हात देऊ शकतात, ज्यांना त्या हातांची नितांत गरज आहे. मग लोकांना जाणवेल की मुस्लिमेतरांना मारून टाकणे, हे मुसलमानांचे काम नाही. ग्रंथात काहीही लिहिले असो, ग्रंथांच्या पलीकडे जाऊन मुसलमानांनी मानवतावादी व्हायला हवे, महान व्हायला हवे; सुरक्षित, निःस्वार्थी बनायला हवे.

जर मुसलमानांनी स्वतःला सुधारले, तरच इस्लाममध्ये सुधारणा होणे शक्य आहे.

◆

माझ्यासाठी बोलायला कोणी नाही

जर्मन प्रोटेस्टंट पॅस्टर मार्टिन न्युम्युलरची कहाणी नक्कीच अनेकांना माहीत असेल. मार्टिन हिटलरविरोधी होता आणि सात वर्षे छळछावणीत होता. बांगलादेशात नझिमुद्दीन समाद, रेजुल करीम सिद्दिकी आणि जुलहास मन्नान यांचे खून झाल्यावर मी मार्टिनची प्रसिद्ध कविता वारंवार म्हणायचे. दुसऱ्या महायुद्धाच्या वेळी जर्मनीत जिप्सी, कम्युनिस्ट आणि ज्यू यांना पकडून नेले होते, तेव्हा जे जिप्सी नव्हते, कम्युनिस्ट नव्हते, ज्यू नव्हते; त्यांनी विरोध केला नाही. मार्टिन म्हणाला,

'ते जेव्हा समाजवाद्यांना पकडायला आले,

मी काही बोललो नाही,

कारण मी समाजवादी नव्हतो.

त्यानंतर ते आले ट्रेड युनियनिस्टसाठी; मी काही बोललो नाही,

कारण मी ट्रेड युनियनिस्ट नव्हतो.

नंतर ते आले यहुद्यांसाठी,

मी काही बोललो नाही,

कारण मी यहुदी नव्हतो.

त्यानंतर ते मला न्यायला आले –आणि–

माझ्यासाठी बोलायला कोणीच नव्हते.'

नझिमुद्दीन, रेजुल, जुलहास – कोणीच नास्तिक नव्हते, इस्लामवर टीका करणारे नव्हते, ब्लॉगरही नव्हते. तरीही त्यांचा रानटीपणाने खून करण्यात आला. दहशतवादी फक्त इस्लामवर टीका करणाऱ्यांचे, नास्तिक ब्लॉगर्सचे खून करतात हे लोकांना माहीत होते, पण हे कोणाला माहीत नव्हते की कधीतरी ते प्रगतिशील मुसलमानांचीही हत्या करतील. प्रगतिशील असल्याच्या अपराधाबद्दल धर्मावर विश्वास असणाऱ्यांनाही ठार मारतील. नझिमुद्दीन समाद कोणी नास्तिक ब्लॉगर नव्हता, विद्यार्थी होता, प्रगतीच्या बाजूचा होता, धर्मीय मूलतत्त्ववादाच्या विरुद्ध होता. रेजुल करीम सिद्दिकी सतार वाजवायचा, साहित्यपत्रिका प्रकाशित करायचा, सांस्कृतिक कार्यक्रमांत उत्साहाने सहभागी व्हायचा. त्याने कधी धर्माला नावे ठेवली नाहीत. सुसंस्कृत असल्याच्या अपराधाबद्दल त्याचा खून झाला. जुलहास मन्नानची

हत्या झाली ती तो उदारमतवादी असल्याच्या अपराधामुळे. तो समलिंगींच्या समर्थनार्थ 'रूपवान' नावाच्या नियतकालिकाचा संपादक होता. हाच त्याचा गुन्हा होता.

जेव्हा एकापाठोपाठ एक ब्लॉगर्सच्या हत्या झाल्या; तेव्हा इतर नागरिक, समाज यांनी काहीही विरोध केला नाही. कदाचित त्यांना वाटले असेल, 'आम्ही धर्मावर टीका करत नाही, आम्ही सुरक्षित आहोत. जे टीका करतात, त्यांचे खून होतात, त्याची काळजी करण्याची आम्हाला गरज नाही.'

अनेक ब्लॉगर्स देश सोडून गेले आहेत. जे देशात आहेत, ते लपूनछपून राहत आहेत, त्यांनी लिखाण बंद केले आहे किंवा टोपणनावाने लिहीत आहेत. दहशतवाद्यांच्या बाजूने लिहिणारे ब्लॉगर्सदेखील हल्ली विरळाच आहेत. आता ते ब्लॉग लिहीत नाहीत; गाणी गातात, कविता लिहितात. खून करायला त्यांनी उदारमतवादी लोकांचीच निवड केली आहे. तरीही अजून लोक गप्प राहिले, अजूनही विरोध केला नाही, अजूनही खुन्यांना शिक्षा झाली नाही; तर आणखी खून पडत राहतील आणि ते खून फक्त प्रगतिशील, उदारमतवादी यांच्यापर्यंतच सीमित राहणार नाहीत.

आस्तिकांनाही ठार केले जाईल. सामान्य मुसलमानांचेही खून होतील. कट्टरपंथीय नसल्याच्या अपराधामुळे खून होतील.

मार्टिनच्या कवितेसारखी एक नवीन कविता मला लिहावीशी वाटते.

'ते जेव्हा हिंदूंना पकडायला आले,
मी काही बोलले नाही,
कारण मी हिंदू नव्हते.
त्यानंतर ते जेव्हा नास्तिकांना न्यायला आले,
मी काही बोलले नाही,
कारण मी नास्तिक नव्हते.
नंतर ते जेव्हा समलिंगींना पकडायला आले,
मी काही बोलले नाही,
कारण मी समलिंगी नव्हते.
त्यानंतर ते प्रगतिशीलांना न्यायला आले,
मी काही बोलले नाही,
कारण मी प्रगतिशील नव्हते.
नंतर ते मला पकडायला आले, आणि-
माझ्यासाठी बोलायला कोणीच नव्हते.

बांगलादेशाला हेच घडायला हवे आहे. ज्याप्रमाणे इसिस मुसलमानांचे खून करत आहे, त्याप्रमाणे बांगलादेशी दहशतवादी खून करत सुटले आहेत. गेल्या

आठवड्यात युरोपियन पार्लमेंटमध्ये झालेल्या माझ्या भाषणात मी याच समस्येबद्दल बोलले. भिन्न मते मांडल्याबद्दल माणसे मरत आहेत, पण त्याचा काही तपास केला जात नाही, त्यामुळे दहशतवादी अत्यंत उत्साहाने नवीन खून करायला उद्युक्त होतात. पार्लमेंट सदस्यांनी मला विचारले, 'सिव्हिल सोसायटी या संदर्भात काय करते आहे?' काही क्षण मी काहीच बोलू शकले नाही. एकदा वाटले म्हणावे 'स्वस्थ बसून अंगठा चोखत आहे.' इतक्या हत्या होत आहेत, पण त्याच्या निषेधार्थ एकही मोर्चा-सभा झाल्याचे मी तरी ऐकले नाही. वास्तविक जो समाज दहशतवादी जन्माला घालतो, किंवा अराजकता माजवणारे सरकार जन्माला घालतो, तो समाज इतका भयंकर नाही; पण तो समाज फार फार भयंकर बनतो, जेव्हा नागरिक दहशतवाद होताना बघून किंवा अराजक बघूनसुद्धा गप्प राहतात, जेव्हा हत्याकांड होताना बघून कोणी काही बोलत नाही, जेव्हा संपूर्ण देशाला अंधार गिळून टाकताना दिसतो आहे तरी शब्ददेखील उच्चारत नाहीत.

◆

चीन

१) चीनच्या शहरांमध्ये हिंडताना मला वाटत होते, की आपण युरोपमधील एखाद्या देशात किंवा दक्षिण अमेरिकेतील एखाद्या राज्यात आहोत. चीनचे अर्थकारण असे उन्नत आहे, की शहरांत-नगरांत गरीब माणूस शोधूनही सापडत नाही. ग्वान्झू, चांग्सा, इयांग, झान्जीयाजी, बीजिंगमध्ये फिरले. सात दिवसांत गरीब म्हणावी अशी फक्त दोन माणसे दिसली, जी प्लॅस्टिकच्या बाटल्यांसाठी कचरापेट्या उचकत होती. बाटल्या शोधणारे लोक न्यू यॉर्क शहरात यापेक्षा नक्की जास्त आढळतात. अनेक जण म्हणतात, चीन म्हणजे 'नेक्स्ट सुपर पॉवर' – येऊ घातलेली महासत्ता आहे. चीनमध्ये फिरून आल्यावर मात्र माझी थोडीफार तशी खात्रीच झाली.

चीनमध्ये गरिबीच नाही असे नाही. एके काळी ८५ टक्के लोक दारिद्र्यरेषेच्या खाली होते. आज ती संख्या बहुधा पाच टक्क्यांवर आली आहे. गरीब लोक साधारणपणे ग्रामीण भागात राहतात. चीनमध्ये झालेल्या एका सर्वेक्षणात दिसले, की तिथे १५ कोटी लोक गरीब आहेत. १३७ कोटी लोकसंख्या असलेल्या देशात १५ कोटी म्हणजे जास्त नाही. मग प्रश्न येतो, की चीनला पूर्णपणे दारिद्र्यमुक्त करण्याची सरकारची योजना नाही का? या योजनेची शिफारस फक्त समाजवादी सरकारची असू शकते, पण चीनने भांडवलशाहीला ज्याप्रकारे जवळ केले आहे, त्यात त्यांनी समाजवादाचे कितपत विसर्जन केले आहे, ते नक्की सांगता येत नाही.

युरोप-अमेरिकेच्या 'चायना टाउन'मध्ये फिरताना जे चिनी आचारविचार दिसले, त्यामुळे मी कधीच फारशी प्रभावित झाले नाही. पण चीनमध्ये जे कोणी चिनी शिक्षक, विद्यार्थी आणि सामान्य माणसे भेटली; ती मोकळी, प्रेमळ, प्रामाणिक आणि आतिथ्यशील होती. मी तर पूर्णपणे उल्हसित झाले. होय, अगदी खूप खूप आनंदी.

चीनमध्ये 'ग्रेट वॉल' बघायची खूप इच्छा होती. ग्रेट वॉल बघण्याआधी चीनची 'ग्रेट फायर वॉल' बघावी लागली. हॉटेलांमध्ये वायफाय होते, पण जी (Gmail) मेलवर जाऊ शकत नव्हते, महत्त्वाच्या मेल्स पाठवू शकत नव्हते की आलेल्या मेल्स वाचू शकत नव्हते. ट्विटर, फेसबुकही उघडत नव्हते; गुगलवर काही सर्च

करू शकत नव्हते. आजपर्यंत माझी अशी अवस्था कधीच झाली नव्हती. दिवसरात्र मी अत्यंत अस्वस्थ होते. चीनमध्ये असेपर्यंत माझा जगाशी संबंध तुटल्यासारखाच झाला होता. चीन सरकारला कदाचित हेच पाहिजे आहे. चीनच्या नागरिकांचा जर बाहेरच्या जगाशी संपर्कच आला नाही, तर लोकशाहीसाठी आंदोलन करण्याची प्रेरणा कोणाला कुठून मिळणारच नाही. चीनच्या मानवाधिकाराचे उल्लंघन करणाऱ्या घटनासुद्धा जाणूनबुजून दडपल्या, लपवल्या जातात.

बरेचदा मनात येते, हा या जगातलाच एक देश आहे की या जगातला देशच नाही?

बीजिंगला मी कॅपिटॉल हॉटेलमध्ये होते. हॉटेलमधून तियानानमान स्क्वेअर चालण्याच्या अंतरावर होता. मी तिथे रोज जात होते. वाटेत एक पोलीस ठाणे होते. त्याच्या समोरच्या फुटपाथवर रोज काही लोक बसलेले दिसायचे. एके दिवशी एक पुरुष आणि एक स्त्री बसलेली दिसली, त्यांनी काहीतरी लिहिलेले दोन मोठे कागद उंच धरले होते. पर्समधून मी मोबाइल बाहेर काढते न काढते तोच एक पोलीस कुठून तरी पळत आला आणि त्याने त्या दोघांच्या हातातून कागद हिसकावून फाडून टाकले आणि माझ्या बरोबरच्या चिनी सोबत्याला मला तिथून दूर न्यायला सांगितले. चॅनने- माझ्या चिनी सोबत्याने मला तातडीने तिथून लांब नेले, जेणेकरून लोकांच्या पोलिसांच्या विरुद्धच्या मूक निषेधाचा कोणताही पुरावा राहू नये की फोटो काढला जाऊ नये. मी फोटो काढला नाही, पण जरा दूर गेल्यावर आणखी एक महिला काहीतरी लिहिलेले कागद डोक्यावर आणि छातीवर धरून व्हील चेअरवर बसलेली दिसली. आसपास पोलीस नव्हता. तिचा मी फोटो काढला. मी फोटो काढावा, अशी तिची इच्छा होती. बहुधा तिची अशीही इच्छा असावी, की तो फोटो मी इंटरनेटवर टाकावा म्हणजे चीनमध्ये काय चालले आहे, ते जगाला कळेल. फोटो काढल्यावर मागे वळून पाहिले, तर एक पोलीस माझ्या दिशेने येताना दिसला.

मी भरभर चालत तिथून दूर गेले. चालता चालताच मी आजूबाजूच्या घरांचे, झाडाझुडपांचे फोटो काढायला लागले आणि माझ्या चिनी सोबत्याला विचारू लागले, की त्या कागदांवर काय लिहिले होते. चॅन म्हणाला, 'पोलिसांविरुद्ध तक्रारी लिहिल्या होत्या.' कोणत्या तक्रारी, त्यांची कारणे काय हे सगळे तो तपशीलवार सांगू शकला नाही. पोलीस माझ्यामागे कुठपर्यंत येतो आहे, ते मी त्या दिवशी पुन्हा मागे वळून पाहिले नाही. पोलीस अत्यंत क्रूर आहेत, असे ऐकले आहे. दुसऱ्याच दिवशी पोलिसांचे क्रौर्य दर्शवणारे एक दृश्य पाहिले. दुपारच्या वेळी तियानानमान स्क्वेअरहून हॉटेलला परतत असताना पोलीस ठाण्याच्या समोर वीस-पंचवीस माणसे बसलेली दिसली, आजूबाजूला सगळीकडे पोलीस होते. अचानक एका दृश्याने मी स्तंभित झाले. सात-आठ बलदंड पोलिसांनी वीस-पंचवीस लोकांच्या

घोळक्यातून एका स्त्रीला खेचून आणले आणि तिला एका काळ्या गाडीत बसवून घेऊन गेले. आता तिला ते काय करणार, हे मला चॅनकडून जाणून घ्यायचे होते. चॅन सरकारच्या बाजूचा, त्यामुळे तो जास्त काही सांगायला तयार नव्हता.

त्याच दिवशी रात्री जेवताना त्या व्हील चेअरवरच्या महिलेचा फोटो मी चॅनला दाखवला. तो घाबरून ओरडलाच. म्हणाला, ''आत्ता या क्षणी तो फोटो डिलिट करा.'' ''का? का म्हणून डिलिट करायचा?'' मी विचारले. तो म्हणाला, ''कारण त्या महिलेच्या मागे जी काचेची भिंत आहे, त्यात चॅन आणि मी दिसतो आहोत. हा फोटो जर कुठे प्रसिद्ध झाला, तर आमचा शोध घेतला जाईल.'' मला ते पटले. मी म्हटले, ''त्या दोन्ही कागदांवर काय लिहिले आहे, ते पुन्हा एकदा वाचून सांग तरी.'' तो म्हणाला, ''तिचा मोबाइल चोरीला गेला आहे. पोलिसांनी चोराला शोधून काढावे, एवढीच तिची मागणी आहे.'' मी विचारले, ''त्या बाईने लिहिलेल्या इतक्या साध्या गोष्टीचा फोटो काढला म्हणून सरकार तुझ्या मागे लागेल? तुला शोधून काढेल? अटक करेल?'' तो म्हणाला, ''पोलिसांच्या हाती सापडावे अशी माझी इच्छा नाही.'' ''अरे, पण जरी सापडलास तरी एवढी भीती कशाला?'' ''जे सापडतात, त्यांना फार भयंकर अनुभव येतात, किंवा असेही होऊ शकते की ते परत येतच नाहीत.'' मी विचारले, ''चॅन, तू स्वतः माओवादी आहेस, कॉलेजमध्ये मार्क्सवाद शिकवतोस, याच सरकारचा समर्थक आहेस; तरीसुद्धा तुला इतकी भीती का वाटते? आपली समस्या सोडवण्यासाठी पोलिसांची मदत मागणाऱ्या एका स्त्रीचा फोटो काढण्याचा अधिकार तुला नाही?''

चॅनने काहीच उत्तर दिले नाही. मला चिनी भाषा येत नसल्यामुळे त्या कागदांवर काय लिहिले होते, मला माहीत नाही. चॅनने मला त्याचा योग्य अनुवाद सांगितला होता की नाही कोण जाणे. मी त्या स्त्रीचा फोटो ट्विटरवर घालण्याआधी त्यातले काचेच्या भिंतीवरचे चॅनचे प्रतिबिंब काढून टाकले. त्याला कोणताही त्रास होऊ नये, अशी माझी इच्छा होती.

तियानानमान स्क्वेअरमध्ये चॅनबरोबर चालताना मला तिथे सत्तावीस वर्षांपूर्वी घडलेल्या घटनेची सारखी आठवण होत होती. चॅनला त्या दिवसाबद्दल बोलायचे नव्हते. अनेक वेळा विचारूनसुद्धा त्याने तोंड उघडले नाही. 'चार जून १९८९ रोजी काय घडले तिथे? उजव्यांनी काही विद्यार्थ्यांची हत्या केली का?' चॅन म्हणाला, ''मला काही माहीत नाही. मी काही ऐकले नाही, मी काही पाहिले नाही.''

कम्युनिस्ट पार्टीच्या एका सुधारकाच्या मृत्यूनंतर चीनमधील विद्यार्थ्यांनी बीजिंगच्या तियानानमान स्क्वेअरमध्ये १९८९मध्ये आंदोलन सुरू केले. ते काही लोकशाहीसाठी छेडलेले विशाल आंदोलन नव्हते. शिक्षण संस्थांची परिस्थिती सुधारणे, वसतिगृहातील वातावरण अधिक चांगले करणे, शिक्षण व्यवस्थेत काही परिवर्तन करणे या आणि

अशाच विद्यार्थ्यांच्या मूलभूत मागण्या होत्या. हळूहळू या आंदोलनाचे लोण चीनभर पसरले. विद्यार्थी-विद्यार्थिनींच्या आंदोलनात सामान्य नागरिकही सहभागी झाले. तियानानमान स्क्वेअरमध्ये लाखो लोक जमले होते, विद्यार्थ्यांनी उपोषणही सुरू केले होते. दोन महिन्यांपर्यंत हे आंदोलन चालले होते. शेवटी ४ जूनला सरकारी सैन्याने विद्यार्थ्यांवर गोळीबार सुरू केला. सरकारी आदेशानुसार विद्यार्थी-विद्यार्थिनींना ठार मारण्यात आले. कोणी म्हणते, त्या दिवशी शेकडो माणसे मेली, कोणी म्हणते हजारो मेली. त्या घटनेचा विचार केला तरी अक्षरशः थरकाप होतो.

मी रोज तियानानमान स्क्वेअरला जात होते, ते त्याचे रूप बघण्यासाठी नाही, तर अन्यायाविरुद्ध उठाव केलेल्या त्या विद्यार्थी-विद्यार्थिनींना श्रद्धांजली अर्पण करायला जात होते. ज्यांच्या रक्ताने तो स्क्वेअर माखला होता, ज्या तरुणांनी रणगाड्यासमोर एकामागोमाग एक ओळीत उभे राहून रणगाड्यांचा रस्ता रोखला, ज्या तरुणांनी रणगाडा चालवणाऱ्यांना सांगितले, 'आणखी मृत्यू नकोत, आत्ता थांबवा, थांबवा हे तुमचे हत्याकांड'; अशा सर्व तरुणांना आदरांजली वाहायला मी रोज जात होते.

२) हुनान सिटी युनिव्हर्सिटीच्या एका संमेलनात भाग घ्यायला चीनला गेले होते. युनिव्हर्सिटी चीनच्या दक्षिणेला हुनान प्रदेशात इयांग शहरात. आयोजक होते मार्क्सिझम विभागातील प्राध्यापक तु जियानहुआ – अत्यंत उत्साही, आनंदी माणूस. तु यांनी बीजिंग आणि शांघायहून काही मार्क्सिस्ट आणि मुक्त विचारवंतांना बोलावले होते. सेमिनार संपल्यावर त्यांनी अतिथी वक्त्यांना झान्जियाजी शहरातील तियानमेन पर्वत आणि हुआंगलंग गुहा दाखवायला नेले. तियानमेन पर्वतावर केबल कारने गेलो. अत्यंत सुंदर दृश्य होते. जगातल्या जितक्या पर्वतांवर मी फिरले आहे, त्यात इतके डोळ्यांना खिळवून ठेवणारे दृश्य मी यापूर्वी पाहिले नाही. केबल कार खडा पर्वत चढत असताना एकदा तर मी घाबरून ओरडलेच. तिथून सुटून गाडी खाली तर नाही पडणार! डेव्हिड सिल्व्हरमॅन म्हणाले, "घाबरू नका. लाखो डॉलर्सची उलाढाल आहे इथे. अपघात झाला, तर धंदा नष्ट होणार. हे तर ते कधीच होऊ देणार नाहीत." डेव्हिड अमेरिकन. ते सगळे काही रुपया-पैशातच तोलणार. "अहो पण," मी म्हटले, "केबल कार तर मेड इन चायना आहे ना. मेड इन चायना असलेले सगळे मोडते, तुटते, फुटते."

हुआंगलंग गुहा आणि तियानमेन पर्वतावर हजारो पर्यटक होते. पण सगळेच चिनी स्त्री-पुरुष. डेव्हिड आणि मी दोघेच अ-चिनी होतो. बहुतेक, मी गव्हाळ रंगाची असल्यामुळे माझ्याबद्दल कोणाला फारसे कुतूहल नव्हते, पण डेव्हिडबद्दल प्रचंड कुतूहल होते. वर जाण्यासाठी रांगेत उभे असताना कित्येक चिनी सुंदरींना डेव्हिडबरोबर फोटो काढायचे होते. डेव्हिड हसून त्यांना पोझ देत होता. डेव्हिड म्हणाला, "माओ त्से तुंगचा जन्म ज्या घरात झाला, ते घर बघायला गेलो असताना तिथेही लोक

माझ्याकडे अशा विस्मित, विस्फारित नजरांनी बघत होते, जणू काही त्यांनी आधी कधी युरोपियन किंवा अमेरिकन माणूसच बघितला नाही.'' चीनमधली बरीच शहरे, गावे जगापेक्षा जरा वेगळीच आहेत.

चीनमध्ये हिंडता-फिरताना विसरायलाच झाले, की हा देश युरोप किंवा अमेरिकेचा भाग नाही. आर्थिक उन्नतीमुळे चीन जगातल्या विकसित देशांच्या रांगेत जाऊन उभा राहिला आहे. आता यापुढे चीनला फारशी चिंता नाही. नेक्स्ट सुपरपॉवर म्हणून चीनचा विचार करण्यात काहीच अवास्तव किंवा असंभव नाही. चीनमध्ये कम्युनिस्ट पार्टी सरकार चालवते. चीनच्या नेत्यांनी कम्युनिझमची अनेक तत्त्वे, सिद्धान्त वगळून भांडवलशाहीचा अंगीकार केला आहे. आर्थिक विकासात चीन आज जगात अग्रगण्य आहे.

जर कोणाला भाषणस्वातंत्र्य नको असेल, फक्त आर्थिक प्रगती हवी असेल; तर त्याच्यासाठी किंवा त्यांच्यासाठी चीन एकदम सुयोग्य देश आहे.

बीजिंग बघण्याची खूप इच्छा होती. चीनला जेव्हा गेले, तेव्हा वाटले की दक्षिण चीनमधून स्वतःच्या जबाबदारीवर बीजिंगला जावे, स्वतःच्या खर्चाने तिथे दोन दिवस हिंडावे. अरे बापरे, संयोजक काही या गोष्टीला तयार होईनात. त्यांनी मला विमानाने बीजिंगला पाठवले, पंचतारांकित हॉटेलमध्ये उतरवले, एका मार्क्सवादी चिनी शिक्षिकेला २४ तास सोबतीला दिले. बीजिंग भ्रमणाचा सर्व खर्च त्यांनीच उचलला. तु जियानहुआ यांचे औदार्य आणि आतिथ्य यांना काही तोडच नाही- याचा दररोज प्रत्यय येत होता. त्यांनी सकाळ-दुपारच्या खाण्यापिण्याचे जे आयोजन केले होते, ते केवळ अप्रतिम! पाहुण्यांना अगदी तृप्त, संतुष्ट करण्यासाठी ते सतत धडपडत होते. मात्र चीनमधले सगळेच त्यांच्यासारखे उदार, साधे सरळ नसतात. तु हे सगळ्यांपेक्षा वेगळेच होते. पण तु इतर अनेकांसारखे देखील होते. ग्रामीण बंगालमधील साधी सज्जन माणसे आठवायची. कित्येक वेळा त्यांना बघून माझ्या आईची आठवण व्हायची. तिचा उत्साह, उत्कटता अशीच होती. इतरांसाठी भरभरून करण्यातच तिला सुख मिळायचे.

तु जियानहुआला विचारले, की दलाई लामाबद्दल तुमचे काय मत आहे? ते म्हणाले, "दलाई लामांसारखे संकट टळेल तर फार बरे होईल. त्यांना आमच्या चीनचे विभाजन करायचे आहे.'' तियानानमान स्क्वेअरच्या हत्याकांडाबद्दल विचारले तर म्हणाले, "अमेरिकेने काही धर्मवाद्यांना अंदाधुंद माजवायला उद्युक्त केले. अमेरिकेला चीनचे भले व्हायला नको आहे. म्हणून तर बंडखोर, युद्धखोरांना अमेरिकाच आश्रय देते.''

तु चे बाकी सगळे मला आवडले, पण त्याची ही दोन मते मला पटू शकली नाहीत. कदाचित भाषण स्वातंत्र्यावर शंभर टक्के विश्वास असल्यामुळे पटू शकली

नाहीत. तियानानमान स्क्वेअरमध्ये १९८९ साली जे क्रूर हत्याकांड झाले, त्यासाठी त्यात बळी पडलेल्यांनाच जबाबदार, दोषी ठरवणे हा घोर अन्याय आहे. हाच अन्याय सरकारचे समर्थक खुशाल करत आहेत.

चीनमध्ये कायमच मानवाधिकारांचे उल्लंघन होते, असे अनेक वर्षे ऐकत आले आहे. दक्षिण चीनमध्ये मानवाधिकार उल्लंघनाचे काही चिन्ह दिसले नाही, पण राजधानी बीजिंगमध्ये पोलीस ठाण्याजवळ मात्र बेचैन करणारी दृश्ये पाहिली. अन्याय-अविचाराचा निषेध व्यक्त करायला आलेल्या जनतेची उपस्थिती वाढली, तर पोलीस भयंकर बेचैन होतात.

एका महिलेच्या हातातून निषेधाचा कागद काढून घेतल्यावरही काल विरोध करणाऱ्या महिलेला मारहाण करत गाडीतून नेले.

सरकारला भीती वाटते म्हणून त्यांनी शहरभर शेकडो पोलीस तैनात केले आहेत, तियानानमान स्क्वेअरमधील दिव्याच्या खांबांवर अनेक कॅमेरे बसवले आहेत. एके काळी मी म्हणायची, 'सेक्युलर हुकूमशहाच बरा. लोकशाही पद्धतीचा अवलंब केला तर कट्टरपंथीय सत्तेवर येतात. आता मात्र मी तसे म्हणत नाही, विशेषतः चीन बघितल्यावर तर मुळीच म्हणत नाही. माझ्या लेखी भाषण स्वातंत्र्याचे मूल्य फार मोठे आहे आणि स्वातंत्र्य मी कशाच्याही बदल्यात कोणासाठीही सोडायला मुळीच तयार नाही. माझी जर सरकारविरुद्ध काही तक्रार असेल, पोलिसांवर एखादा आरोप असेल, तर भर चौकात उभे राहून त्या तक्रारी, आरोप याबद्दल ओरडून सगळ्यांना सांगायचा मला अधिकार नक्कीच हवा. हाच अधिकार माझ्या दृष्टीने अत्यंत अनमोल आहे. हा अधिकार असेल, तर खायला-ल्यायला कमी असेल तरी मी आरामात राहीन.

बीजिंगमध्ये चीनची भिंत, फोरबिडन सिटी, माओचे मुसोलियम, राष्ट्रीय संग्रहालय इत्यादी अनेक गोष्टी बघितल्या आणि तियानानमान स्क्वेअर बघितला. तियानानमान स्क्वेअरमध्ये पाऊल ठेवताच त्या हत्याकांडाची आठवण झाली. इथेच लोकशाहीची आशा बाळगून हजारो माणसे जमली होती, निषेध व्यक्त करणाऱ्या लोकांवर सरकारने रणगाडे चालवले, गोळ्या झाडून शेकडो बंडखोरांच्या छातीची चाळण केली. बंडखोर सत्तेवर आले की मग मात्र त्यांना बंड नावाची गोष्ट आवडत नाही.

चीनमध्ये लोकशाही नाही. पोलिसांनी कोणाला धमकी दिली, कोणावर ओरडले तर आपण दचकतो, एखाद्याला अटक केली तर आपला भीतीने थरकाप होतो. लोकशाही नाही– ही बातमीसुद्धा आतंक माजवू शकते. पण कागदोपत्री लोकशाही आहे, अशा अनेक देशांच्या सरकारांना लोकशाही कशाशी खातात हे माहीत नाही. त्या सगळ्या देशांत भयंकर अराजक चालते. लोकशाहीच्या विरुद्ध कृत्ये तर

चालूच असतात. सामान्य माणसांना सरकारचा छळ, पोलिसांचे क्रौर्य सहन करावे लागते. कोणीही कोणाचाही खून केलेला चालतो. सरकारची मुळीच भीती बाळगायचे कारण नाही. लोकशाही सरकार ताबडतोब खुन्याशी तडजोड करून स्वैराचारी भूमिका स्वीकारते. चीनमध्ये लोकशाही नसली, तरी तियानानमानच्या प्रश्नावरून कम्युनिस्ट पार्टीतील उदारमतवादी आणि कट्टरपंथीय यांच्यात खूप मतभेद झाले होते. मात्र एक गोष्ट मान्य करावीच लागेल, की जे चीनचा कारभार प्रामाणिकपणे चालवत आहेत, त्यांच्याकडे इतर काही नसले तरी बुद्धी आहे, सत्चारित्र्य नसले तरी सच्चेपणा आहे. जगातील अशा अनेक देशांच्या कहाण्या ऐकल्या आहेत, ज्या देशांची सरकारे देशाची मालमत्ता स्वतःच लुटतात, खोटेपणा आणि बुद्धिहीनता ही त्यांची प्रेरणा. बांगलादेशाचेच बघा ना, शेख हसीना म्हणे म्हणाल्या, की मुक्त विचार ही फॅशन आहे. चीनचे अध्यक्ष म्हणाले असते, की लोकशाही ही फॅशन आहे तर मी पोट धरून हसेन, कारण मला माहीत आहे की लोकशाही ही फॅशन नाही, गरज आहे.

अगदी त्याचप्रमाणे, मुक्त विचार ही फॅशन नाही, तीही गरजच आहे. शेख हसीना यांना लोकशाहीबद्दल काही समजत नाही, त्यामुळे मुक्त विचारांबद्दलदेखील काही कळत नाही. तु जियानहुआ यांनी माझ्या बीजिंग भ्रमणाची सगळी सोय केली, पण तियानानमान स्क्वेअरमध्ये स्तब्ध उभी असताना त्यांचे आभार मानणे मला शक्य नव्हते. ४ जूनला झालेल्या हत्याकांडाचे मी स्मरण करत होते आणि तु च्या पसंतीच्या सरकारची निंदा. आता कदाचित माझा तु यांच्याशी संपर्क राहणार नाही, पण संपर्क टिकवण्यासाठी मी भाषणस्वातंत्र्याला तिलांजली द्यायला मुळीच तयार नाही.

◆

राष्ट्रधर्म

एखाद्या सेक्युलर – निधर्मी राष्ट्राचा धर्म असतो का, या प्रश्नाचे उत्तर आपल्या सर्वांना माहीत आहे की - नसतो. बांगलादेश हे एक निधर्मी राष्ट्र आहे, असा दावा बांगलादेशांच्या पंतप्रधान का करतात कोण जाणे. धर्माधिष्ठित कायदे असलेल्या राष्ट्राला सेक्युलर म्हणणे मुळीच सयुक्तिक नाही. बांगलादेशातील विवाह, घटस्फोट, वारसाहक्क इत्यादींविषयक कायदे अजूनही धर्माधिष्ठित आहेत. बांगलादेशच्या मुख्यमंत्र्यांनी बांगलादेशासारख्या एका इस्लामी देशाला 'सेक्युलर' घोषित केल्यावर इतर लोक हसणार नाहीत, अशी आशा करते. २०११ साली बांगलादेशातील सुप्रीम कोर्टाने सरकारकडे विचारणा केली, की 'बांगलादेशाचा राष्ट्रधर्म इस्लाम आहे' ही घटनेतील आठवी दुरुस्ती अवैध म्हणून का घोषित केली जात नाही? त्याच सुप्रीम कोर्टाने आता बांगलादेशाचा राष्ट्रधर्म इस्लाम आहे, असा निर्णय दिला आहे. सुप्रीम कोर्टानेसुद्धा आपले मत बदलले आहे.

बांगलादेशातील नव्वद टक्के नागरिकांचा धर्म इस्लाम आहे. राष्ट्राचा कोणताही धर्म नसतानासुद्धा नव्वद टक्के मुसलमानांचा धर्म इस्लाम आहे. पण हे नागरिक अत्यंत आत्मविश्वासहीन आणि दुर्बल मनाचे असल्यामुळेच स्वतःचा धर्म देशालाही अंगीकारायला भाग पाडतात.

बांगलादेशाच्या राष्ट्रधर्माचा जन्म कसा झाला, ते मला आठवते. राष्ट्रपती इर्शाद यांनी नागरिकांच्या 'इर्शाद हटाव' आंदोलनाच्या दबावाखाली लोकांच्या समोर पारलौकिक गाजर झुलवले. होय, घटनेत एक नवीन कलम न बोलता, न सांगता घुसडून दिले – त्याचे नाव राष्ट्रधर्म. त्या वेळी इस्लामला राष्ट्रधर्म करण्याची कोणी मागणी केली होती का? माझ्या माहितीप्रमाणे तरी नाही. देशात मुस्लिमांना त्यांच्या धर्माचे पालन करण्यात अशी काही अडचण होती का की तो राष्ट्रधर्म नसेल, तर त्यांचे चालणारच नाही? मुसलमान अगदी ख्यालीखुशालीत होते. मशिदी-मदरसे निर्माण होत होते, जिथेतिथे लोकांना ठकवणारे पीर-फकीरही उदंड वाढत होते. तेव्हा इर्शादांना धर्माचा ढोल घेऊन मैदानात उतरण्याची काहीही गरज नव्हती.

देशाला काही कुठल्या धर्माची आवश्यकता असते का? माणसाला गरज असते- नसते, पण देश म्हणजे एखादा माणूस आहे का? देश असतो सर्व

धर्मांच्या, संस्कृतींच्या, सर्व भाषांच्या लोकांना संरक्षण देण्यासाठी. राष्ट्र जर निरपेक्ष नसेल, अनेक संप्रदायांपैकी एकाच संप्रदायाच्या दिशेने सर्वांना नेत असेल; तर त्या राष्ट्रातील नागरिकांमध्ये विरोध, अंदाधुंदी माजते. मुस्लिमेतर संरक्षणाच्या अभावी त्रास भोगतात. संस्कृतीच्या दिशेने जाताना पहिले पाऊल उचलले पाहिजे, ते म्हणजे राष्ट्र आणि धर्म यांना वेगळे करणे. सुसंस्कृत देशांत तसेच असते. ज्या युगात धर्म हा राष्ट्राचा मूलमंत्र होता, त्याला अंधकार युग म्हटले पाहिजे. अंधकार युगात लाखो माणसांना जिवंत जाळून मारले जायचे. अंधकार युगात भाषणस्वातंत्र्य नावाची गोष्टच अस्तित्वात नव्हती. इर्शादने स्वतःची सत्ता टिकवण्यासाठी विविध कपटकारस्थानांचा आधार घेतला, नाव बुडते आहे असे दिसल्यावर इस्लामला पकडून त्याला किनारा गाठायचा होता.

शस्त्र आणि धर्माची भीती घालून त्याला त्याची सत्ता टिकवायची होती. संसद बरखास्त करून निवडणूक घेतली, कोणताच मोठा पक्ष निवडणुकीत सहभागी झाला नाही, म्हणून काही छोटे पक्ष आणि काही स्वतंत्र लोक घेऊनच लोकांना फसवण्यासाठी निवडणुकीचा खेळ खेळला. खेळात जिंकून त्याला दाखवायचे होते, की त्याने राजसत्तेवर बसणे अवैध नाही. पण त्याच्या गळाला काही लागले नाही. सत्तेचा इतका लोभ, की आंदोलनाच्या भूकंपामुळे त्याची खुर्ची हलायला लागली, तेव्हा खुंटी धरावी तसा त्याने राष्ट्रधर्म पकडून ठेवला. प्रजेच्या नाकासमोर पारलौकिकाचे गाजर झुलवले. आता धर्मभीरू गट कुठे जाणार? विरोधी पक्षांनी युती केली, विविध सांस्कृतिक पक्षांनीही शहरे, गावे सगळीकडे युती केली. इर्शादविरोधी राजकीय युतीकडून राष्ट्रधर्माविरुद्ध विशेष काही बोलले गेले असे नाही. कारण इस्लामला आमंत्रण पाठवले नाही, तरी इस्लाम ही एक अशी गोष्ट आहे, जी कुठेही येऊन बसली की – तिचे बसणे कितीही अवैध असले तरी – इस्लामला नजरेआड करण्याची हिंमत सगळ्यांची नसते. समाजवादावर विश्वास असलेल्या राजकीय आणि अराजकीय पक्षांनी संविधानातील आठव्या सुधारणेचा निषेध जाहीर केला. हाताच्या बोटांवर मोजण्याइतक्याच साहित्यिक, पत्रकारांनी राष्ट्रधर्माविरुद्ध काही लिहिले - असेतसेच. त्याची फार काही गुणवत्ता नव्हती.

एकाहत्तरमध्ये बंगाली मुसलमान अत्याचाऱ्यांनी अ-बंगाली मुसलमान शासनाविरुद्ध युद्ध करून सिद्ध केले, की मुसलमान असले तरी एकत्र राहणे होणार नाही. एकाहत्तरमध्ये बंगाली लोकांनी शाबित केले, की द्विराष्ट्रवादाच्या (विभाजनाच्या) अधिष्ठानावर भारताचे भाग करणे, हा पूर्णपणे चुकीचा निर्णय होता. एकाहत्तरच्या मुक्तिसंग्रामात उडी घेतलेल्या बंगाली लोकांचे स्वप्न होते, अ-बंगाली मुसलमानांना हुसकवून बंगाली भाषा आणि संस्कृतीवर प्रेम करणाऱ्या बांगला नावाच्या एका देशाची निर्मिती करणे. नऊ महिन्यांच्या प्रदीर्घ रक्तरंजित युद्धानंतर एक स्वतंत्र देश

तयार झाला. शेख मुजिबूर रहमान यांनी देश चालवायला सुरुवात केली. त्यांच्या एकशे एक चुका झाल्या असण्याची शक्यता आहे, नेता म्हणून अत्यंत लोकप्रिय असूनही देश चालवताना त्यांचा हात कापला असण्याची शक्यता आहे; पण त्यांनी एक सशक्त संविधान - घटना निर्माण केली, ज्या घटनेत बंगाली राष्ट्रवाद आणि समाजवादाबरोबर धर्मनिरपेक्षतेलाही स्थान मिळाले. तीच धर्मनिरपेक्षता आता कुठे आहे? कुठूनतरी कोणी एक मेजर झिया आला आणि त्याने सत्ता बळकावून, कोणतेही कारण नाही, काही नाही, धर्मनिरपेक्षतेला मानगूट धरून हाकलून दिले. झियाच्या पावलावर पाऊल ठेवून आणखी एका सेनानायकाने - कमांडरने सुधारणेच्या नावाखाली घटनेत धर्माला घुसडून टोकाचा अन्याय केला. इस्लाम राष्ट्रधर्म असलेल्या देशात हिंदू-बौद्ध-ख्रिश्चन धर्मीयांना किंवा धर्मावर विश्वास नसला तरी त्या धर्माचा अवलंब करणाऱ्यांच्या पुढच्या पिढीला दुय्यम श्रेणीचे नागरिक म्हणून राहायला लागणे, हे योग्यच म्हणायला हवे. ७ जून १९८८ – एक छान असांप्रदायिक समाज घडवण्याच्या संभावनेची गळा दाबून हत्या केली गेली तो दिवस. एक – दोन वर्षेच नव्हे तर हजार वर्षे मागे जाण्याचा दिवस. या वेळी शेख हसीनाचीच मदत होऊ शकली असती. शेख हसीना ८१ साली देशात परत आल्या होत्या, अवामी लीगच्या अध्यक्ष झाल्या होत्या. परत आल्यावर मुक्तियुद्धाच्या चैतन्याने भारलेल्या लोकांनी – जे लोक झिया उर रहमानवर क्रोधित झाले होते, कारण स्वाधीनतेचा शत्रू असलेल्या गुलाम आझमसारख्या एकाहत्तरमधील हत्याकांड करणाऱ्याला देशात प्रवेश करायला त्याने अनुमती दिली, अवैध धार्मिक राजकारणाला वैधता दिली, घटनेमध्ये 'बिस्मिल्लाह'चा अंतर्भाव केला, धर्मनिरपेक्षतेला फाटा दिला – त्यांनी शेख हसीनावर विश्वास ठेवला. पण याच हसीनाने इर्शादच्या जाळ्यात सापडून ८६ साली जमाते इस्लामीला घेऊन निवडणुकीत भाग घेतला. पण खालेदा झिया मुळीच इर्शादच्या आमिषाला बळी पडली नाही. इर्शादने स्वतःची सत्ता वैध ठरवण्यासाठी निवडणुकीचे आयोजन केले, हे कळल्यावर शेख हसीनाने शेवटपर्यंत संसदेवर बहिष्कार टाकला; पण जमाते इस्लामसारख्या पक्षाबरोबर जोडली गेल्यामुळे त्यांना जो काळिमा लागला, तो सहज दूर होण्यासारखा नाही. तरीही प्रगतिशील लोकांना आशा होती, की त्या सत्तेवर आल्या की घटनेची गमावलेली प्रतिष्ठा त्या पुनःप्रस्थापित करतील.

शेख हसीनावर ज्यांनी भरवसा ठेवला होता, ते आज फारच हताश झाले आहेत. १९७२ची निधर्मी घटना परत लागू करण्याचे त्यांनी आश्वासन दिले होते पण त्यांनी ते पाळले नाही. शेवटी घटनेतून राष्ट्रधर्म हटवण्यासाठी काही बुद्धिजीवींनी २८ वर्षांपूर्वी जो खटला भरला होता, त्याचा निर्णय जाहीर झाला – सुप्रीम कोर्टाने सांगितले, की बांगलादेशात राष्ट्रधर्म आहे. राष्ट्रधर्म असणे म्हणजेच देशाला

लगेचच इस्लामी राष्ट्रात परिणत करणे - ज्या राष्ट्रात इस्लाम हाच एकमेव कायदा असेल. अल्लाचा कायदा किंवा शरिया कायदा सोडून परधर्मीयांनी निर्माण केलेले कायदे लागू करणे म्हणजे इस्लामचा अपमान करणे. मला खात्री आहे, की मी जिवंत असेपर्यंत बांगलादेशात इस्लामी कायदे कायम असलेलेच मला बघायला लागतील.

◆

भारत आणि जनावरे

दोन वर्षांपूर्वी वृंदावनला गेले होते. रस्त्यांवर, मैदानात, झाडांवर, इमारतींत, मंदिरांत सगळीकडे माकडे बघून मी अवाक झाले. मी केळी विकत घेऊन त्यांना खाऊ घालण्यात रमले. त्या दिवशी गोवर्धन पूजा होती. गोवर्धन पूजेबद्दल मला आधी काही माहिती नव्हती. शेणाची पूजा करतात, हे मी त्या दिवशीच पाहिले. प्रथम माझा माझ्या डोळ्यांवर विश्वासच बसेना. आसपासच्या लोकांना सारखी विचारत होते की, खरेच शेणाची पूजा करत आहेत का! ते सारखी माझी खात्री करून देत होते, की होय शेणाचीच पूजा होते आहे. शेणाची पूजा करण्यामागचे कारण विचारले, तर सांगण्यात आले की कृष्णाने गोवर्धन पर्वत उचलून गोकुळवासी आणि जनावरांचे नैसर्गिक आपत्तीपासून रक्षण केले. तर मग कृष्णाची पूजा करायला हवी, शेणाची कशाला? मग मला त्यांनी त्यामागचा सांकेतिक अर्थ समजावून सांगितला – आपल्याला गोमातेला विसरून चालणार नाही.

ज्या स्नेह्यांबरोबर वृंदावनला गेले होते, त्यांच्या घरी बोलावले होते. ते मला घरी घेऊन गेले. भलेमोठे घर होते. घरातही गोवर्धन पूजा चालली होती. मध्ये शेण ठेवून त्याभोवती पुरुष फिरत होते, गाणी गात होते. घरात जो काही स्वयंपाक केला होता, तो सगळा त्या शेणासमोर ठेवला होता. पूजा झाली, प्रदक्षिणा झाली, आता ते खायचे पदार्थ आत नेऊन सगळ्यांना खायला दिले. ते खायला मला कसेतरीच वाटत होते, पण आपल्याला तर माहीतच आहे, की भूक लागली की माणसे शेणसुद्धा खातात.

हिंदू अनेक पशुपक्ष्यांप्रमाणे गाई-गुरांनादेखील पवित्र मानतात. शेणाची पूजा करतात, गोमूत्र पितात. गोमूत्र प्यायल्याने म्हणे अनेक आजार-रोग बरे होतात. सुशिक्षित लोकसुद्धा गोमूत्र पितात, हे मी पाहिले आहे. या असल्या अंधश्रद्धांची प्रथा बघून मी तर स्तिमितच होते. अंधश्रद्धा आहेत याची मला कल्पना आहे; पण त्यामुळे माणसे जेव्हा खून करायला लागतात, तेव्हा त्यांना प्रतिकार करण्याशिवाय दुसरा काही उपाय नाही.

काही दिवसांपूर्वी गुरांच्या सुरक्षिततेची मागणी करण्यासाठी आठ हिंदू गोभक्त गुजरातमधील सरकारी इमारतीच्या बाहेर आंदोलनासाठी बसले होते, तिथे बसूनच

ते कीटकनाशक प्यायले. त्यांना अस्वस्थ वाटायला लागल्यावर सगळ्यांना इस्पितळात नेले, तिथेच एकाचा मृत्यू झाला. गाईला राष्ट्रमाता म्हणून दर्जा देणे आणि संपूर्ण भारतात गोमांस भक्षणाला बंदी घालणे या मागण्यांसाठी त्यांचे आंदोलन होते. त्यांची तक्रार अशी होती, की देशात अनेक ठिकाणी गोहत्येला बंदी असतानासुद्धा ती अमान्य करून गोहत्या आणि गोमांस भक्षण केले जाते.

थंड डोक्याने खून करण्याच्या घटनाही घडत आहेत. उत्तर प्रदेशातील मुहम्मद इख्लासला ठार मारण्यात आले. त्यानंतर हिमाचलमध्ये गाय-वासरू घेऊन कुठेतरी चाललेल्या माणसांनाही अडवून मारण्यात आले. दोन दिवसांपूर्वी झारखंडमध्ये असेच झाले. दोन मुसलमान गाय नाही, म्हैस घेऊन बाजारात विकायला चालले होते. त्यांना मारहाण करून अर्धमेल्या अवस्थेत त्यांच्या तोंडात कपडा कोंबून गळ्याला दोरी बांधून झाडावर लटकावले. हिंदू कट्टरपंथीयांच्या या उद्योगांमुळे पूर्ण भारतात संघर्ष, हिंसाचार सुरू झाला आहे. असहिष्णुतेची चर्चा, तर्कुतर्क इथेच थांबत नाहीत. अनेक जण पंतप्रधान मोदींना दोष देतात. म्हणतात, 'पंतप्रधान मोदींचे अनुयायीच हे खून करत आहेत. मोदी सत्तेवर आहेत म्हणूनच त्यांना अभय मिळते आहे.' पण मोदी स्वतः कधीच या कट्टरपंथीयांना म्हणालेले नाहीत, की गोमांस खाणाऱ्यांची हत्या करणे हे फार चांगले काम आहे. हे काम चालू ठेवण्याचा सल्ला त्यांनी कोणालाही दिलेला नाही; उलट खुनी, अपराध्यांचा तपास करण्याचे आदेश दिले आहेत.

मग गोभक्तांनी सारासार विवेक का गहाण टाकला आहे? स्वतःच्या जिवाचा धोका पत्करूनही ते खूनखराबी करत चालले आहेत. लोकांची श्रद्धा आहे की हिंदू गोहत्या करत नाहीत, गोमांस खात नाहीत; पण एके काळी हिंदू गोहत्या करत होते, गोमांस खात होते असा वेदांत उल्लेख आहे. वैदिक काळात ब्राह्मणदेखील गोमांस खात होते, हे बहुतांश हिंदूंना माहीतच नाही. पंडित म्हणतात, गायी-बैल शेतीच्या कामांसाठी उपयुक्त असल्यामुळे या प्राण्यांना मारून त्यांचा निर्वंश न करण्याचा सल्ला दिला गेला. पण याचा अर्थ असा नाही, की हिंदूंमध्ये गोमांस खातच नव्हते. खात होते, पण हळूहळू ते बंद झाले.

मला गोमांस खायला खूप आवडते. पण भारतात राहून गोमांस खायचा विचारही मी करू शकत नाही. मांस-मटण विकणाऱ्या दुकानात चौकशी केल्यावर कळले, की हल्ली 'बीफ' म्हणून जे मिळते, ते गायीचे नव्हे तर म्हशीचे मांस असते. ते ऐकून माझी मांस खायची इच्छाच मेली. भारतातील कुठल्याच मॅक्डोनाल्डमध्ये बीफ नाही. ज्या रेस्टॉरंट्समध्ये आतापर्यंत गेले, तिथे कुठेच बीफ मिळाले नाही. गोमांस खायला मला युरोप-अमेरिकेलाच जावे लागेल. आणखी किती माणसांना गोमांस खाल्याबद्दल, गुरे घेऊन बाजारात गेल्याबद्दल, त्यांची विक्री केल्याबद्दल

छळ सोसावा लागणार आहे, मार खावा लागणार आहे, जीव गमवावा लागणार आहे कुणास ठाऊक. चळवळ, दंगे सुरू होणे सोपे असते, थांबवणे अत्यंत कठीण – विशेषतः जर त्या चळवळीला धर्माचा वास असेल.

दिवसेंदिवस लोक सुसंस्कृत होत आहेत, धर्मांधतेतून मुक्त होत आहेत, सुशिक्षित होत आहेत, अंधश्रद्धा सोडून आधुनिक होत आहेत. पण काही कट्टर मुस्लीम देशांप्रमाणे भारत धर्माला घट्ट पकडून आहे. भविष्याकडे वाटचाल करण्याऐवजी मागे, भूतकाळाकडे चालला आहे. कधीकधी तर मला भीती वाटते, की जगातील मुस्लीम आतंकवाद्यांप्रमाणेच कदाचित हिंदू दहशतवादीही तयार होतील. तयार होऊ शकले नाहीत, तरी तसा प्रयत्न करतील. कोणास ठाऊक, कदाचित प्रयत्न करता करताच एक दिवस त्यांचे स्वप्न पूर्ण होईल. मुस्लीम आतंकवादी साऱ्या जगात दहशतवाद माजवत आहेत, हिंदू दहशतवादी भारतात माजवत आहेत. संपूर्ण जगाला इस्लामी विश्व किंवा दारूल इस्लाम बनवणे, हा मुस्लीम दहशतवाद्यांचा उद्देश आहे. हिंदू दहशतवाद्यांचा हेतू - संपूर्ण भारत हिंदुराष्ट्र बनवणे. कदाचित दोघांची भीषणता समान नसेल, तरीही दोन्ही भयंकरच आहेत.

भारताच्या बाहेर गोमांसाची किंमत आणि लोकप्रियता इतर प्राण्यांच्या मांसापेक्षा जास्त आहे. इतर सर्व देश धर्मांधतेतून मुक्त झाले, तरी भारत मुक्त होऊ शकत नाही. मुसलमान डुकराचे मांस खात नाहीत, हिंदू गायीचे खात नाहीत. न खाण्याची करणे भिन्न आहेत, पण अंधश्रद्धा सारखीच - अवैज्ञानिक, अयुक्तिक, तितकीच अतार्किक, मिथ्या.

तरीसुद्धा मी असे म्हणेन, की हिंदू पूर्वीपेक्षा उदारमतवादी बनले आहेत. एकेकाळी हिंदूंच्या घरात कोंबडीला शिरकाव नव्हता. मुसलमान कोंबड्या पाळायचे, खायचे, ते पाहून हिंदू 'शिव शिव' म्हणायचे. एकेकाळी हिंदूच्या घरांत कांदा-लसूणसुद्धा खात नसत. हल्ली मात्र मांसाहारी हिंदू कांदा-लसूण घालून कोंबडी शिजवतात. कदाचित आज गोमांस खाणे हे वाटणारे भयंकर संकट उद्या राहणार नाही. मुसलमानही डुकराचे मांस खायला लागतील. मुसलमानांसाठी दारू पिणे निषिद्ध. पण तरी मुसलमान दारू पीत नाहीत की काय? अनेक जण पितात. ऐशआराम, सुखोपभोगासाठी धर्माला फाटा द्यायला लोकांची हरकत नसते. अनेकांनी आजतागायत तसे केले आहे. निषिद्ध असलेली गोष्ट फार काळ निषिद्ध राहत नाही. आपल्या सोयीप्रमाणे, गरजेप्रमाणे निषिद्ध गोष्टींना मान्यता देण्याची प्रथा समाजात कायमच होती, आजही आहे. इस्लामच्या मते कुत्रा हा अपवित्र प्राणी आहे, पण मुसलमान घरात कुत्रे पाळत नाहीत का? पाळतातच ना? चोरांना दूर ठेवण्यासाठी पाळतात, कुत्रे आवडतात म्हणूनही पाळतात.

ज्या गायीगुरांसाठी हिंदू संप्रदाय जीव घ्यायलासुद्धा मागेपुढे पाहत नाही, ती गुरे

रस्त्याच्या मधून एखाद्या शहेनशाहप्रमाणे चालत असतात. त्यांच्यासाठी गाड्या हळू जातात किंवा थांबतात. असे स्वातंत्र्य, असा सन्मान एखाद्या जनावराला मोठ्या भाग्याने मिळतो. पण हीच गुरे आपले खाद्य शोधत दिवसभर इकडेतिकडे हिंडत असतात.

कुठेच खायला मिळत नाही. उद्यानांतून हिरवे गवत असते, पण गुरांना उद्यानात प्रवेश नाही. खायला काहीच न मिळाल्यामुळे ती गुरे मग कचरापेट्या उचकतात. त्यात जे मिळेल, ते खातात. प्लास्टिकच्या पिशव्या खातात, खरेच, शपथेवर सांगते. गोरक्षक समितीचे लोक अशा असहाय गायी-गुरांकडे का पाहत नाहीत कोण जाणे.

◆

महिला दिन

महिला दिनी सकाळी काही फोन आले. सगळेच म्हणाले 'हॅपी विमेन्स डे'. जसे 'हॅपी व्हॅलेंटाइन्स डे' किंवा 'हॅपी मदर्स डे' म्हणतात– तसेच. व्हॅलेंटाइन्स डे किंवा मदर्स डे आनंदाची, सुखाची बाब आहे. प्रेमी-प्रेमिका किंवा स्त्रियांना आनंद साजरा करायला हेच दोन दिवस असतात. पण महिला दिनाचा हा एकच उद्देश नाही. महिला दिनाची सुरुवातच मुळात स्त्रीविषयक विषमता दूर करण्याच्या आंदोलनासाठी झाली. अजूनही एकाच कारणासाठी महिला दिन साजरा केला जातो. हा दिवस स्त्रियांच्या आनंदाचा उत्साहाचा दिवस नाही. याच दिवसाचे अस्तित्वाचे प्रमाण देऊन आजही स्त्री अत्याचारित, अपमानित, वंचित, लांछित आहे. त्यामुळेच त्या दिवशी आजही स्त्रिया प्राप्य अधिकारांची मागणी करतात.

महिला दिन मला यत्किंचितही आनंद देत नाही, कारण तो दिवस माझ्यासाठी अत्यंत दुःखद दिवस आहे. दुःखद आहे; कारण आमचे मूल्यवान अधिकार मिळवण्यासाठी आजही आम्ही रडतो आहोत, ओरडतो आहोत, सभा-सेमिनार भरवतो आहोत, रस्त्यावर उतरतो आहोत, मोर्चे काढतो आहोत.

खूप पूर्वी- सुमारे १०५ वर्षांपूर्वी पतित, अत्याचारित, पीडित, अपमानित न होण्याचा अधिकार स्त्रियांना पाहिजे होता. तेव्हापासून आजपर्यंत वर्षानुवर्षे या दिवशी एकाच अधिकाराची मागणी आहे, कारण स्त्रीचा जन्म मिळाल्याच्या अपराधाबद्दल स्त्रिया पतित, पीडित, अत्याचारित, अपमानितच आहेत. आजही आम्ही स्त्रिया वंचित, लांछितच आहोत. ज्या दिवशी समान अधिकार मिळेल, त्या दिवसापासून या दिवसाचे अस्तित्वच राहणर नाही. हा दिवस नामशेष व्हावा, ही माझी अगदी मनापासून इच्छा आहे.

मी नेहमीच म्हणते, की वर्षातील ३६४ दिवस पुरुष दिन असतात, एक दिवस महिला दिन. स्त्री-पुरुषांत जे हजारो भेदभाव आहेत, ते सगळे नाहीसे झाले तर महिला दिनाचे प्रयोजनच राहणार नाही. काही स्त्रीद्वेष्टे पुरुष 'पुरुष दिनाचे' आयोजन करतात, तेही बंद झाले पाहिजे. स्त्री-पुरुष दोघांनी मिळून 'मानव दिन' साजरा केला पाहिजे.

महिला दिनी बलात्कार होत नाहीत? स्त्रीवर होणारे अत्याचार एक दिवस तरी

बंद होतात? स्त्रिया-मुलांची तस्करी होत नाही? लहान, किशोरवयीन मुलींचे लैंगिक शोषण करण्यासाठी वेश्यावस्तीत त्यांची विक्री होत नाही? महिला दिनी महिलांचे खून पडत नाहीत? महिला दिनी स्त्रियांना जाळून मारले जात नाही? अगदी खरे सांगायचे, तर संपूर्ण जगात महिला दिनी स्त्रियांचा छळ होतो. एक दिवससुद्धा स्त्रीची त्यातून सुटका नाही, मग वर्षाचे ३६५ दिवस स्त्री त्यातून कशी सुटेल कोण जाणे. आमच्या पुरुषप्रधान समाजात पुरुषांना कायम फुलेच झेलायला मिळतात असे नाही. याच समाजात पुरुषही पीडित असतात, पण ते पुरुषाचा जन्म मिळाला म्हणून नाही. ज्या कारणांसाठी पुरुषांना भोगावे लागते, त्या कारणांमुळे स्त्रियांनादेखील भोगावे लागते. स्त्री-पुरुष दोघांनाही दारिद्र्य भोगावे लागते, पण स्त्री म्हणून तिचे भोग खूप जास्त असतात. पुरुष आहे म्हणून पुरुषाला ते भोगावे लागत नाही. उलट पुरुषांना जो ऐशआराम आणि जास्त सुखसोयी मिळतात, त्या मात्र पुरुष असल्यामुळेच मिळतात.

माझा महिला दिन इतर कोणत्याही सामान्य दिवसाप्रमाणेच गेला. या दिवशी कोणत्याही संमेलनात- सोहळ्यांत सहभागी झाले नाही. कोणतेही भाषण, चर्चा केली नाही. अर्धा दिवस एका मोठ्या नियतकालिकात छापून आलेल्या बातमीने बेचैन होते. बातमीचे शीर्षक होते, 'महिलांच्या गुप्तांगाच्या दुर्गंधीची चार कारणे'. महिला दिनी जणू पुरुषांच्या संस्थेने स्त्रियांना दिलेली सुंदर भेट.

अनादिकालापासून हेच ऐकत, वाचत आले आहे की महिलांच्या गुप्तांगाला म्हणे अत्यंत दुर्गंधी येते. ही दुर्गंधी दूर करण्यासाठी मला वाटते, संपूर्ण मानवजात आल्याचे पाणी प्यायला लागली आहे. किती प्रकारची कारणे आहेत ही दुर्गंधी दूर करण्याची. किती प्रकारचे उपाय आहेत ती दूर करण्याचे. योनिमार्गाच्या नैसर्गिक गंधाला 'दुर्गंधी' म्हटले जाते. हा गंड नष्ट करण्यासाठी कितीतरी हानिकारक केमिकल्स बाजारात आणली जातात.

पुरुषांगाच्या दुर्गंधीबद्दल कधी कोणी ऐकले आहे? पुरुषांगाच्या दुर्गंधीविषयी कुठल्या प्रसारमाध्यमांतून कधी काही लिहिले, बोलले जाते? 'का, का बरे पुरुषांच्या गुप्तांगाला दुर्गंधी येते, ती दुर्गंधी कशी बरे दूर करता येईल, याबद्दल कधी काही संशोधन होत नाही? चेटकी म्हणून, अपशकुनी, अमंगल, नरकद्वार म्हणून, घाणेरडी, दुर्गंधीयुक्त म्हणून स्त्रीवर शिक्कामोर्तब, जेणेकरून स्त्री संकोचाने, लज्जेने, भीतीने मिटून जाईल; आत्मविश्वास हरवून बसेल, स्वतःचाच तिरस्कार करायला शिकेल.

ही झाली गेल्या अर्ध्या दिवसाची गोष्ट, माझे मन बेचैन झाल्याची गोष्ट. उरलेल्या अर्ध्या दिवसात मी स्वतःला लज्जा, भय यांपासून मुक्त केले, गमावलेला आत्मविश्वास परत मिळवला, स्वतःबद्दलच्या तिरस्काराचे प्रेमात रूपांतर केले.

उरलेला अर्धा दिवस छान गेला. समाजाने स्वतःचा तिरस्कार करायला शिकवल्यामुळे ज्या स्त्रिया तसे करतात, त्यांना स्वतःचा तिरस्कार करू नका, असे मी सांगत असते. कारण त्यामुळे स्वतःच्या प्रगतीत आपण स्वतःच अडथळा आणतो, माणसाची पीछेहाट होते. षड्यंत्र रचून स्त्रियांना मागेच ठेवण्यात आले आहे, त्याहीपेक्षा त्या मागे जाण्याचा धोका आहे. फार पूर्वीच त्यांची पाठ भिंतीला टेकली आहे. भिंतीला पाठ टेकली की खरे म्हणजे माणूस पुढे जातो. समोर काही असेल ते तोडूनफोडून आणखी पुढे जातो. सुरक्षित अंतरावर जातो. स्त्रिया कधी माणूस होणार?

◆

देशप्रेम नसले तरी माणसाला लोकशाहीचा अधिकार आहे

देशप्रेम म्हणजे जर, काहीही झाले तरी देशाचे समर्थन करणे, देशाच्या शत्रूविरुद्ध लढणे असेल; तर मग मी देशप्रेमी नाही. राष्ट्रवाद म्हणजे जर काहीही असले तरी देशाच्या सार्वभौमत्वाच्या बाजूने उभे राहणे असेल, तर मी राष्ट्रवादीही नाही. राज्याच्या वा देशाच्या तुकड्यातुकड्यांवर माझा विश्वास नाही. देशादेशांच्या मध्ये ज्या सीमारेषा, काटेरी तारा असतात; त्यांची गरज आहे असे मला वाटत नाही. जगातील सगळे देश एकत्र यावेत, या मताची मी आहे. जो युरोप आधी लढत होता, तोच आता एक झाला आहे. सगळे मतभेद विसरून सहयोगाच्या दिशेने पाऊल टाकले, की प्रवास बिनधोक होण्याची नेहमीच खूपच शक्यता असते. आपण मांजराच्या जातीचे प्राणी नाही. आपापल्या हद्दीत एकेकट्याने राहण्याची आपली पद्धत नाही. आपल्या पूर्वजांनी तर समूहाच्या जोरावरच आफ्रिका सोडून अनोळखी जगाच्या दिशेने पाऊल टाकले. आपण एकेकटे उत्क्रांत, विकसित होऊ शकत नाही. पहिल्यापासूनच आपण एकत्र राहणे पसंत करतो. राजकारणी आपल्यात फूट पाडतात. एका विशाल मनुष्यजातीचे वेगवेगळे छोटे छोटे भाग करतात. देशाच्या सीमारेषा आखतात. वेगवेगळे नकाशे ठरवतात. सगळी चूक त्यांची- राजकारण्यांची आहे. मी ज्या भूमीत जन्मले, वाढले; त्या भूमीत जे जे अविचार, अत्याचार बघितले त्यांचा निषेध करते. पण याचा अर्थ असा नाही, की जगात इतरत्र घडणाऱ्या अविचार-अत्याचारांचा निषेध करत नाही. का मी इतकी खवळून उठते, का घरचे खाऊन लष्करच्या भाकऱ्या भाजते? कारण जग सुंदर व्हावे, अशी माझी इच्छा आहे. जगातील माणसांनी प्रेम देत-घेत, आनंद देत-घेत जगावे, अशी माझी इच्छा आहे. आयुष्य एकदाच मिळते. इतके अनमोल जीवन हिंसाचार, युद्ध आणि क्रौर्य यांनी मलिन करण्यात, अशांतीमय करण्यात; संकटे, चिंता, काळजीत घालवण्यात मुळीच अर्थ नाही.

मी निघाले होते सगळे अशुभ हद्दपार करायला, पण उलट मलाच देशातून हद्दपार केले गेले. अतिरेकी मूलतत्त्ववाद्यांनी समर्थन केले म्हणून मला दूर करण्यात आले. असे नाही तर दुसरे काय! बहिष्काराची शिक्षा भोगते आहे, पण त्याचबरोबर जगातील इतरही खूप काही बघण्याची, आपलेसे करण्याची संधी मिळाली. एकच

प्रदेश धरून राहिले, तर इतर प्रदेशांबद्दल अनभिज्ञ राहिले जाते. पण खरे सांगते, माझ्या लेखी कुठलाच प्रदेश परका नाही- मग तो उत्तर, दक्षिण, पूर्व, पश्चिम कुठलाही असो.

बांगलादेशात 'रोदेला' नावाच्या एका प्रकाशन संस्थेला बांगला अकॅडमीने राष्ट्रीय पुस्तकमेळ्यात येण्यास बंदी केली. या वर्षीसुद्धा 'ब-द्वीप' नावाच्या प्रकाशन संस्थेवर बंदी घातली. वाटेल तसे वागण्यात सरकार जसे तरबेज तशीच बांगला अकॅडमी. इतर कोणत्याही स्वाधीनतेवर किंवा हक्कांवर त्यांचा विश्वास असो, कोणाच्याही अभिव्यक्ती स्वातंत्र्यावर किंवा अधिकारावर त्यांचा विश्वास नाही.

दरम्यान, भारतात घडलेल्या घटनेने मी विलक्षण बेचैन झाले. संपूर्ण जग एक व्हावे; सगळे खंड, उपखंड एक व्हावेत अशीच माझी इच्छा आहे, त्यामुळे साहजिकच भारताचे तुकडे व्हावेत असे मला वाटणे शक्यच नाही. ज्यांना तुकडे व्हायला हवेत असे वाटते त्यांच्याशी मी मुळीच सहमत नाही. भारताची झालेली फाळणी आजही मला मान्य नाही. देश विभागला गेल्यामुळेच अधिक धार्मिक कट्टरवाद, अधिक हिंसकता, अधिक शत्रुत्व, क्षुद्रपणा उपखंडात फोफावला आहे.

दिल्लीच्या 'जे एन यू युनिव्हर्सिटी'त काश्मिरी विभाजनवादी (सेपरेटिस्ट) अफजल गुरूच्या फाशीविरुद्ध घोषणा देणाऱ्या कन्हैया कुमारला पोलीस पकडून घेऊन गेले. त्याच्यावर आरोप होता की त्याने देशद्रोह केला, अतिरेक्यांची बाजू घेतली, सेपरेटीझमला फूस दिली. जे एन यू हा आधीपासूनच डाव्या विचारसरणीचा अड्डा. उजव्या विचारसरणीच्या राजनीतीविरुद्ध तिथे मोर्चे, सभा नेहमीच होत असतात. २००१मध्ये भारताच्या लोकसभेवर झालेल्या अतिरेकी हल्ल्याचा सूत्रधार म्हणून अफझल गुरूला फाशी देण्यात येणार होती. पण ती योजना अफझल गुरूनेच केली होती, याला फारसा सबळ पुरावा नव्हता. अफझल गुरूच्या कॉम्प्युटरवर भारतीय संसदेच्या अंतरंगाचा फोटो होता. संसद भवनात प्रवेश करण्यासाठी लागणाऱ्या ओळखपत्राची नकली प्रत होती. अफझल गुरू कैदेत असताना पोलिसातील कोणीतरी त्याच्या कॉम्प्युटरमध्ये हे घातले का, असा प्रश्न होता.

जे लोक अफझल गुरूला संसदेवरील अतिरेकी हल्ल्यामागचा सूत्रधार मानायला तयार नाहीत, ते राहून राहून हेच म्हणत राहतात, की त्याच्याविरुद्ध ठोस, सबळ पुरावा नसल्यामुळे त्याला फाशी देणे म्हणजे भारताने आपल्या लोकशाहीला कलंकित करण्यासारखे आहे. गुरूच्या फाशीबद्दल चर्चा-परिचर्चा नवीन नाहीत. काही नावाजलेले, धनाढ्य बुद्धीजीवीदेखील गुरूला फाशी देण्याच्या विरोधात आहेत. पण या बहुचर्चित फाशीच्या विरोधात घोषणा दिल्या म्हणून अटक का केली जावी? देशविरोधी षड्यंत्रात गुंतलेला आहे, असा आरोप त्याच्यावर का केला जावा? जे एन यूमधील ज्यांनी ज्यांनी गुरूच्या फाशीचा निषेध केला, ते सगळे

देशद्रोही? मला तरी तसे वाटत नाही. मी बांगलादेश सरकार, दुर्नीतिबाज, फतवेबाज, स्त्री विद्वेषी कुलांगार, बलात्कारी, खुनी, शोषक, शासक यांना उठताबसता शिव्या घालते, ते काय मी देशाचा तिरस्कार करते म्हणून की देशावर प्रेम करते म्हणून? प्रेम करते म्हणूनच देशाच्या चुका, त्रुटी दूर होऊन देश स्वस्थ, सुंदर व्हावा, राहण्यासाठी सुखकर व्हावा अशी माझी इच्छा आहे. प्रसिद्ध बुद्धिप्रामाण्यवादी लेखक थॉमस पेइनला त्याने लिहिलेल्या *'मानवाधिकार'* पुस्तकासाठी १७९३ साली अटक झाली होती. १७९३नंतर जग बदलले, असे म्हणतात. कधीकधी काही काही देशांच्या कारवाया बघून वाटते, काळ बदललाच नाही.

समजा, कन्हैया आणि त्याचे साथीदार देशप्रेमी नाहीत, राष्ट्रवादी तर नाहीतच; पण त्यामुळे कोणाला काय त्रास होतो? देशावर टीका करण्याचा, देश न आवडण्याचा किंवा देशाचा तिरस्कार करण्याचा त्यांना अधिकार नाही? देशात स्वतंत्रपणे राहताना देशावर प्रेम केलेच पाहिजे, अशी लोकशाहीची अट आहे काय? की लोकशाही भिन्न भिन्न मतांच्या अधिकारांची भाषा बोलते? देश अखंड राहावा अशी इच्छा असली, तरच तुम्ही देशाचे भले चिंतिता; अन्यथा तुम्ही देशद्रोही, तुम्हाला शिक्षा दिली जाणार- हे म्हणजे त्या अत्याचारी राजाच्या राजवटीच्या गोष्टीप्रमाणे झाले, जिथे लोकशाही नावाची काही धारणाच नव्हती, मानवी हक्कांबद्दल कुणी कधी ऐकलेच नव्हते. राजाला मुजरा करा, नाहीतर सुळावर चढा हाच नियम. या एकविसाव्या शतकात सुसंस्कृत जगाच्या लोकशाहीच्या नीतिनियमांचे राजेशाहीच्या नीतिनियमांत रूपांतर करून कसे चालेल? निवडून दिलेल्या सरकारने अत्याचारी राजाची भूमिका घेऊन कसे चालेल? आपल्याला तर पुढे जायचे आहे, मागे कशाला? काही कूपमंडूक वृत्तीचे लोक आपल्याला मागे रेटू पाहताहेत. पण म्हणून त्या कूपमंडूकांना तुरुंगात टाकून मागे ढकलणाऱ्यांची संख्या कमी होणार आहे का? शिक्षण-संस्कारांत त्रुटी राहिल्यामुळे निर्बुद्धता वाढते. तुरुंगवास, दंड, फाशी, हद्दपारी यांमुळे माणसाला शहाणे केले जाऊ शकत नाही. 'आम्ही लोकशाही मानतो' अशा बढाया मारणारे बहुतांश लोक भाषण स्वातंत्र्य मानत नाहीत. तेही म्हणतात, की अभिव्यक्ती स्वातंत्र्याच्या नावाखाली मनाला येईल ते बोललेले चालणार नाही.

पण जे पाहिजे, ते बोलणे यालाच भाषण स्वातंत्र्य म्हणतात, हे त्यांना कळत नाही. भिन्न मत मांडण्याचा हक्क पाहिजे म्हणूनच अभिव्यक्ती स्वातंत्र्य पाहिजे. बहुतांश लोक जे अनुकूल आहे, तेच बोलत गेल्यामुळे अभिव्यक्तीसाठी वेगळा काही अधिकार पाहिजे असण्याची आवश्यकताच भासत नाही. जे एन यू च्या कन्हैयाला बहुधा वाटत असावे, की काश्मीरला भारतापासून वेगळे करणे उचित आहे. माझ्या मतांशी त्याचे मत जुळत नाही, तरीसुद्धा कन्हैयाला कुठल्याही कारणावरून अटक करणे योग्य आहे, असे मला वाटत नाही. जोपर्यंत तो हिंसाचार

करत नाही, अतिरेकी कारवायांत थेट सहभागी होत नाही, तोपर्यंत त्याला अटक करणे, हे लोकशाहीविरोधी कृत्य आहे.

कोणी धर्माविरुद्ध बोलले तरी कोणाच्याही निंदेमुळे, टीकेमुळे धर्माचे काही वाकडे होत नाही. माणसापेक्षा धर्म कितीतरी शक्तिशाली आहे. धर्माची मोडतोड करण्याची, धर्माशी मस्ती करण्याची माणसाची ताकदच नाही; यावर खूप लोकांचा विश्वास आहे. देशाच्या बाबतीत असाच विश्वास का नाही? 'कोणाचीही निंदा, टीका देशाचे काही वाकडे करू शकत नाही, माणसापेक्षा देश कितीतरी बलशाली आहे! देशाची मोडतोड करण्याची, देशाशी मस्ती करण्याची माणसाची ताकदच नाही,' असे का बोलले जात नाही? एखाद्या माणसाला देशाचे तुकडे व्हावेसे वाटले म्हणून तो तसे करू शकतो का? नाही करू शकत. जर करू शकला, तर समजा की देश तसा नाजूक, कमकुवतच होता.

◆

ड्रेस लाइक अ वूमन

अमेरिकेचे प्रेसिडेंट डोनाल्ड ट्रम्प यांनी त्यांच्या व्हाइट हाउसमधील महिला कर्मचाऱ्यांना सांगितले, 'ड्रेस लाइक अ वूमन.' – 'सगळ्या स्त्रियांनी स्त्रीसुलभ पोशाख करावा.' स्त्रियांच्या कुठल्या पोशाखाला बायकांचे पोशाख म्हणायचे? ज्या स्त्रिया वैमानिक असतात; लष्करात, पोलिसात काम करतात; कष्टाची कामे करतात; कुस्ती, फुटबॉल खेळतात. त्या तसे तसे पोशाख घालतात. ते पोशाखसुद्धा बायकांचे पोशाखच असतात. खरे म्हणजे बायकांचे पोशाख म्हणजे जे पोशाख घातले असता स्त्रियांबद्दल लैंगिक आकर्षण वाटेल, असे पोशाख ट्रम्प महाशयांना अभिप्रेत आहेत. स्त्रियांनी जीन्स घातल्याच तर त्यांनी सांगितले, की त्या स्वच्छ आणि नीटनेटक्या दिसल्या पाहिजेत. 'मिस अमेरिका' स्पर्धेचे ट्रम्प मालक होते. कोणत्या पोशाखाला ते 'बायकांचा पोशाख' मानतात, याचा आपण तर्क करू शकतो.

पुरुषांनी पुरुषांसारखा पोशाख करावा, असे त्यांनी पुरुषांना कधी सांगितले का? नाही सांगितले, कारण पुरुष पुरुषांसारखाच पोशाख घालतात.

'स्त्रियांना धरताना त्यांचे विशिष्ट अवयव दाबून धरा, तरच तुम्ही त्यांना आनंद देऊ शकाल' अशी मुक्ताफळे ट्रम्प यांनी २००५ साली उधळली होती. तेच स्त्रीद्वेष्टे ट्रम्प आज अमेरिकेचे प्रेसिडेंट आहेत. प्रेसिडेंट झाल्यावर ते अधिकच स्त्रीविद्वेषी विधाने करू लागले आहेत. ते फक्त स्त्रीच्या रूपाचाच विचार करतात. एकदा ते *'ई स्क्वेअर'* नियतकालिकाला दिलेल्या मुलाखतीत म्हणाले, ''जर तुमची मैत्रीण तरुण, सुंदर 'पीस ऑफ ॲस' असेल; तर कोणी तुमच्याबद्दल काहीही लिहिले, न लिहिले तरी काही फरक पडत नाही.'' जे लोक स्त्रियांना डुक्कर, घृणास्पद, तिरस्करणीय वस्तू मानतात, त्यांच्या अवयवांपलीकडे ज्यांना इतर काही दिसत नाही, त्यांना ओव्हल ऑफिसमधल्या स्त्रियांनी उंच टाचांचे बूट आणि स्कर्टसारखा 'स्त्रीसुलभ पोशाख' घालून फिरावे असे वाटणे स्वाभाविकच आहे. १९९६ साली 'मिस अमेरिका' स्पर्धेच्या दरम्यान 'बिकिनी आणखी तोकडी पाहिजे आणि बुटांच्या टाचा आणखी उंच पाहिजेत' अशी विधाने ज्यांनी केली, त्यांना ओव्हल ऑफिसमधल्या स्त्रिया कामुक, सेक्सी दिसाव्यात असे का बरे वाटणार

नाही? त्या स्पर्धेच्या दिवशी ट्रम्प म्हणाले, "तुम्हाला जर एखाद्या रॉकेट सायन्टिस्टला बघायचे असेल तर आज रात्री टीव्ही लावू नका, जर खऱ्या सुंदरींना पाहायचे असेल तरच लावा.'' रॉकेट सायन्टिस्ट असणाऱ्या स्त्रिया सुंदर नसतात, असे ट्रम्प यांनी गृहीतच धरले. गुणी स्त्रिया सुंदर नसतात. स्त्री म्हणजे त्यांच्या लेखी फक्त ओठ, छाती, पोट, नितंब आणि जननेंद्रिय. स्त्री म्हणजे केवळ एक शरीर.

डोनाल्ड ट्रम्प रिॲलिटी टीव्ही शो करत होते. त्यांना व्हाइट हाउसमध्येपण 'द रिअल हाउसवाइफ' नावाच्या रिॲलिटी शोसारखा शो पाहिजे की काय– ज्या शोमध्ये स्त्रिया सजवलेले शरीर दाखवणारे कपडे घालतील? तसा पोशाख जर त्या स्त्रियांना घालायचा असेल, तर त्यांनी तो घालावा; पण व्हाइट हाउसमध्ये तसा नियम कशाला करायचा? व्हाइट हाउसमध्ये स्त्रियांचे त्यांच्या शरीर आणि पोशाखाच्या निकषावर मूल्यमापन होते की काय? की व्हाइट हाउस म्हणजे रॅम्प आहे - जिथे बायकांनी कंबरा लचकवत चालले पाहिजे? स्त्रियांचे मूल्यमापन त्यांच्या कामावरूनच व्हायला हवे. पुरुषांचे मोजमाप त्यांच्या कामावरून होते; पण पुरुष जे करू शकतात, ते स्त्रियाही करू शकतात हे सिद्ध करूनदेखील स्त्री-पुरुष भेदभाव करणारे लोक स्त्रीचे सौंदर्य हा तिचा एकमेव परिचय आहे असेच मानतात. घरात तर आहेच; पण बाहेरसुद्धा स्त्रीची जी निष्ठा, दक्षता, सफलता असते, त्याला जणू काहीच किंमत नाही.

हजारो स्त्रिया या गोष्टीचा निषेध करतात. ट्विटरवर हॅशटॅग असतो - 'ड्रेस लाइक अ वूमन.' स्त्रीच्या गुणांना जे तुच्छ लेखतात, तिचे रूप हीच तिची एकमेव ओळख असे मानतात; त्यांच्या पुरुषप्रधान मानसिकतेबद्दल आपल्याला माहिती आहे. त्यांना जागरूक करण्याचा आपण प्रयत्न करतो, पण त्यांच्यातला एक जण आमच्या डोळ्यांसमोर सत्तेत उच्चपदी विराजमान होऊन माणसांना नष्ट करू पाहतो; बोलण्यातून, वागण्यातून, आचारविचारांतून स्त्रीवर उपभोगाची वस्तू म्हणून शिक्कामोर्तब करतो, अशा वेळी निषेध न करून कसे चालेल? प्रेसिडेंट एक शक्तिशाली व्यक्ती. सत्ताधारी, बलशाली, धनाढ्य व्यक्तींचा सामान्य माणसावर प्रचंड प्रभाव असतो. प्रेसिडेंट ट्रम्पचा आजचा स्त्रीविषयक भेदभाव लाखो माणसांच्या स्त्रीविद्वेषाला प्रोत्साहन देईल. स्त्रीविद्वेष ही समाजमान्य गोष्ट बनेल. माणसाच्या सभ्यतेची, संस्कृतीची यापेक्षा जास्त हानी ती कोणती! ज्या समाजात स्त्रियांचा छळ, बलात्कार, स्त्रीहत्या हे अपराध समजले जात नाहीत; त्याच समाजाला हळूहळू आम्ही सुसंस्कृत करतो आहोत, त्याच समाजात स्त्रीचा समानाधिकार प्रस्थापित करतो आहोत, नाहीतर समान हक्कांसाठी आंदोलन करत आहोत. ज्या समाजात स्त्रीला सती जावे लागत होते, तिला शाळा- कॉलेजमध्ये जायची परवानगी नव्हती, त्याच समाजात स्त्रिया आज मोठमोठ्या विदुषी, वैज्ञानिक, डॉक्टर, अभियंता म्हणून

गाजत आहेत. आज पुरुषांचे असे कुठले क्षेत्र आहे जिथे स्त्रिया नाहीत? समाज जितका पुढे जात आहे, तितकेच त्याला मागे रेटणाऱ्या ट्रम्पसारख्या माणसाला तोड नाही. 'अमेरिकेचा अध्यक्ष जर स्त्रीकडे एक भोगवस्तू म्हणून पाहतो, तर आम्हाला पाहायला काय हरकत आहे?' असे अनेकांच्या मनात येते. सुबुद्ध लोकांनी स्त्रीद्वेष्ट्या ट्रम्पला काही शिकवले पाहिजे. ज्या लोकांना आपल्याकडे भरपूर पैसा असल्यामुळे अशिक्षित राहण्यात काही गैर वाटत नाही, त्यांना शिक्षित करण्यात अमेरिकेच्या न्यायालयाने नक्कीच चांगली भूमिका घेतली आहे. न्यायालयाने मध्यंतरी ट्रम्पच्या मुस्लीमविरोधी धोरणांना लगाम घातला. सात मुस्लीम देशांच्या नागरिकांना अमेरिकेत येण्यास ट्रम्प यांनी मज्जाव केला होता. त्या आदेशाला न्यायालयाने स्थगिती दिली आहे. प्रेसिडेंट झाल्यावर ट्रम्पची लोकप्रियता निम्म्यावर आली आहे, असे सर्वेक्षणात दिसते. घोर निराशेमध्ये हाच तेवढा आशेचा किरण म्हणायचा.

◆

मेनोपॉज

काही काही पाहुण्या शब्दांनी अन्य भाषेतून येऊन घरातल्या बंगाली शब्दांना व्यवस्थित डच्चू दिला आहे. 'मेनोपॉज' हा असाच एक शब्द. 'रजोनिवृत्ती' नावाचा एक शब्द आमच्याकडे असूनसुद्धा आम्ही म्हणतो 'मेनोपॉज.' मेनोपॉजबद्दल आजकाल मी खूप उत्सुक आहे. कदाचित मेनोपॉज नावाच्या प्रक्रियेमध्ये मी प्रवेश करणार आहे म्हणून असेल.

प्राणिजगतात जितक्या प्रजाती आहेत, त्यांच्यापैकी किलर व्हेल, पायलट व्हेल आणि माणूस या तीन प्रजातींच्या माद्यांचाच मेनोपॉज होतो. मेनोपॉज म्हणजे ऋतुस्राव जिवंतपणीच बंद होणे. बाकी प्रजातींच्या प्राण्यांचा तो मृत्यू आल्यावरच बंद होतो. मानवजातीची गोष्टच वेगळी. मेनोपॉजनंतरसुद्धा स्त्रिया दीर्घकाळ स्वस्थ, समर्थ आयुष्य जगतात. जर जगतात, तर मग प्रजनन का करू शकत नाहीत? सगळीच उत्क्रांती चांगल्या, वाईट किंवा निरपेक्ष कारणांमुळेच होते. स्त्रियांच्या बाबतीत मेनोपॉजचे काय कारण? उत्क्रांतीवर संशोधन करणाऱ्या वैज्ञानिकांनी दीर्घकाळ संशोधन करून 'ग्रॅनी हायपोथिसिस' किंवा 'आजी सिद्धान्त' मांडला आहे. मदर हायपोथिसिस -'आईबद्दलचाही' एक तर्क आहे. पण सगळ्यात लोकप्रिय आहे 'आजी सिद्धान्त'. आजी झाल्यावर स्त्रिया आपलेच जीन्स घेऊन आलेल्या नातवंडांचे पालनपोषण करू शकतात. त्यामुळे वंश चांगल्या रीतीने टिकतो, वाढतो. आणि वंशाच्या छोट्यांना सांभाळण्यात व्यस्त असल्यामुळे स्वतःच्या अपत्याला जन्म देण्याची गरज भासत नाही. याच कारणामुळे ऋतुस्रावाची आवश्यकता राहत नाही आणि म्हणूनच मेनोपॉज होतो. आपल्याला माहीतच आहे, की उत्क्रांतीच्या प्रक्रियेत अनावश्यक, निरुपयोगी गोष्टी गळून जातात.

सगळेच उत्क्रांती संशोधक हा सिद्धान्त निर्विवाद मान्य करतात असे नाही. ते म्हणतात, आपला वंश टिकवण्याची इच्छा प्रत्येक प्रजातीला उपजतच असते. आपला वंश वाढवण्यासाठी नातवंडांना सांभाळण्यापेक्षा स्वतःच्या अपत्याला जन्म देण्याला अधिक प्राधान्य देणे उचित. त्याशिवाय मुलांच्या मुलांमध्ये आपले फक्त एक चतुर्थांश जीन्स येतात, पण अपत्यांमध्ये अर्धे येतात. अर्धे जीन्स यावेत म्हणून परिश्रम न करता एक चतुर्थांश जीन्ससाठी कशाला कष्ट करायचे? हाच महत्त्वाचा

प्रश्न आहे. शिवाय, नातवंडांना सांभाळताना स्वतःलाही मुले होऊ शकतात. हत्ती तसेच करतात.

'आईच्या बाबतीतला सिद्धान्त' बहुधा असा असावा – अपत्याला जन्म दिल्यावर त्याला वाढवताना अनेक खटपटी लटपटी कराव्या लागतात, ज्या तरुण वयात करणे जितके शक्य असते, तितके वय झाल्यावर अवघड जाते.

म्हणून मेनोपॉज होतो. पण या सिद्धान्ताच्या विरुद्धदेखील तर्क आहेत.

आतापर्यंत मेनोपॉजबद्दल जे तर्क मांडले गेले आहेत, त्यातील एक वाक्यसुद्धा पटत नाही. मेनोपॉजनंतर बहुधा अर्धे आयुष्य उरलेले असते. प्रजनन क्षमता गेल्यानंतर स्त्री चाळीस-पन्नास वर्षे जगू शकते. वैद्यकीय शास्त्राच्या प्रगतीमुळेच हे शक्य झाले आहे. एकेकाळी मेनोपॉजनंतर स्त्रिया फार काळ जगत नव्हत्या. तरीसुद्धा निरोगी आयुष्यात मध्यमवयात स्त्रीची प्रजननक्षमता का नष्ट व्हावी, हा माझा प्रश्न आहे. इतक्या कोट्यवधी प्रकारच्या प्रजाती असताना फक्त माणूस आणि दोन प्रकारचे व्हेल्स यांनाच मेनोपॉज आहे? किलर व्हेल किंवा ऑर्का यांच्यावर गेली चाळीस वर्षे संशोधन चालू आहे. दोन दिवसांपूर्वीच उत्क्रांती शास्त्रज्ञांनी विधान केले, की किलर व्हेलचा ऋतुस्त्रावसुद्धा माणसाप्रमाणेच पंधराव्या वर्षी सुरू होतो, ३० ते ४० वयात मेनोपॉज होतो आणि त्यांचे आयुष्य ७० वर्षांपेक्षा अधिक असते. जास्त वयात किलर व्हेलला पिल्लू झाले, तर अनेकदा ते जगत नाही पण लहान वयात झालेले पिल्लू जगते, उलट त्याची अधिक चांगली वाढ होते. स्वतःच्या अपत्यापेक्षा नातवंडे जगण्याची शक्यता अधिक दिसून येते. त्यामुळे या प्रजनन स्पर्धेत आई व्हेलची तिच्या मुलीकडून हार होते. हेच मेनोपॉजबाबत उत्क्रांतिवादाचे स्पष्टीकरण आहे. यापूर्वी अनेक तर्क सिद्धान्तात बांधले गेले आहेत. आता आपण त्यांचे पुरावे, प्रमाण शोधू शकतो.

वाढत्या वयाबरोबर जीन्स प्रसारित करण्याची प्रक्रिया परिपूर्ण होणे सयुक्तिक आहे, पण माणूस आणि दोन प्रकारचे व्हेल्स यांच्या बाबतीत ही प्रक्रिया नेमकी उलटी कशी घडते, ते काही कळत नाही. विषय निघाला म्हणून सांगते – माझी आई आणि आजी (आईची आई) एकाच वेळी गरोदर होत्या. साधारण एकाच वेळी प्रसूत झाल्या. वयाने लहान असलेल्या माझ्या आईचे एकही मूल गेले नाही आणि जास्त वयाच्या माझ्या आजीचेही नाही. अर्थातच माझी आई आणि आजीच्या बाबतीतल्या घटनांची उत्क्रांतीमध्ये काही भूमिका नाही. पण दखल घेण्यासारख्या घटना निश्चितच लाखो वर्षांपूर्वी लाखो वर्षे घडल्या असल्या पाहिजेत.

आधी सांगितल्याप्रमाणे माझा मेनोपॉज जवळ आला आहे. इतके दिवस ऐकते आहे, की या काळात स्त्रियांना शरीरात अचानक उष्णता वाढणे, झोप न लागणे, कंबर दुखणे, स्वभाव चिडचिडा होणे, छातीत धडधडणे असे त्रास होतात. यांतील

काहीच मला अजून तरी होत नाहीये. कामवासना कमी होते किंवा नाहीशी होते, असेही मला माझ्या बाबतीत मुळीच जाणवत नाही.

कदाचित सगळे त्रास एकदमच सुरू होतील. नक्की कशा प्रकारच्या शारीरिक, मानसिक अवस्थेतून जावे लागेल, ते अजून कळत नाही.

मेनोपॉज ही एक स्वाभाविक, नैसर्गिक प्रक्रिया आहे हे मान्य करा – अशा प्रकारचा उपदेश द्यायला मी आज आलेली नाही. स्त्रियांचा मेनोपॉज होणे योग्य नाही, असे मला वाटते. माझ्या मते मेनोपॉज ही उत्क्रांतीतील एक दुर्घटना आहे, बाकी काही नाही. याच दुर्घटनेची शिकार मीही आहे. मेनोपॉज होणार म्हणजे माझ्या शरीरातील इस्ट्रोजेन होर्मोन संपणार, त्यामुळे माझ्या शरीरांतील हाडे कमकुवत होतील, माझ्या हृदयाची क्रिया चालू असली तरीसुद्धा माझ्या स्तनांत, गर्भाशयात, अंडाशयात कर्करोग घर करू शकेल. एकेकाळी मेनोपॉजनंतर होणाऱ्या अस्वास्थ्यापासून रक्षण करण्यासाठी इस्ट्रोजेन होर्मोन दिला जात असे. आता दिला जात नाही, कारण असे आढळून आले की हा होर्मोनच शरीरात गेला की कर्करोग निर्माण करतो.

पुरुषांना असले काहीही भोगावे लागत नाही. त्यांच्या शरीरातील कुठलाच होर्मोन कुठल्याच कारणाने संपत नाही. त्यांची प्रजनन क्षमतासुद्धा पूर्णपणे नष्ट होत नाही. होर्मोनच्या अभावामुळे जे त्रास स्त्रियांना सहन करावे लागतात, ते पुरुषांना भोगावे लागत नाहीत. उत्क्रांतीतील दुर्घटना पुरुषांच्या बाबतीत घडत नाही. पुरुषांची संभोग क्षमता लोप पावणे याला अनेक जण पुरुषांचा मेनोपॉज म्हणतात, पण इरेक्टाइल डिसफन्क्शन किंवा उत्थानरहित अवस्थेची कुठल्याच बाबतीत मेनोपॉजशी तुलना होऊ शकत नाही. पुरुषांच्या या समस्येवर उपाय आहे. मेनोपॉजमुळे उद्‍भवणाऱ्या स्त्रियांच्या समस्यांतील बहुतेक समस्यांचे निर्मूलन करणे किंवा त्यातून मुक्त होणे शक्य नाही. मेनोपॉज नावाच्या दुर्घटनेत काही सुधारणा होणेही अशक्य.

जर आमचा मेनोपॉज झाला नसता, तर काय झाले असते? जास्त वयात कोणाला मूल झाले असते, तर ते गेले असते? नसते गेले. गेले नसते, पण कोणे एके काळी गेले म्हणून मेनोपॉज नावाचा हाडामांसात रोग उत्पन्न करणारा एक अहेतुक उपद्रव आमच्या कपाळी आला. उत्क्रांती नेहमीच काहीतरी छान भेट देते. आवश्यक, उपयुक्त असेच काहीतरी घेऊन येते असे नाही, अनावश्यक असेही बरेच काही देते, अनेक अवांछित, अहितकर गोष्टी घेऊन येते– जसा मेनोपॉज.

◆

बांगला अकॅडमीची भूमिका

'तुमचे मत जर माझ्या मतापेक्षा भिन्न असेल तर गप्प बसा, बोलू नका' असे कोण म्हणते? स्वैराचारी शासक, मूर्ख धर्मांध. स्वैराचारी शासक आणि मूर्ख धर्मांधांचे फतवे आणि बंदींच्या आदेशांची निंदा कोण करते? बुद्धिजीवी, लेखक, साहित्यिक करतात. भाषा आणि साहित्याच्या सेवेसाठी जी अकॅडमी आहे ती करते. बांगलादेशात मोठमोठ्या बुद्धिजीवींना घेऊन निर्माण केलेल्या बांगला अकॅडमीचे तेच काम आहे. पण सरकार आणि धर्मीय अतिरेकी जेव्हा लेखकांच्या हत्या करतात, त्यांना तुरुंगात डांबतात, हद्दपारीची शिक्षा देतात, पुस्तके जप्त करतात; तेव्हा बांगला अकॅडमी गप्प राहते; लेखक, बुद्धिजीवीसुद्धा अकॅडमीच्या पावलावर पाऊल टाकून गप्प राहतात. गप्प बसण्याच्या राजकारणात सगळे अगदी तरबेज.

बांगला अकॅडमीच्या सहसंचालकांनी अलीकडेच 'श्रावण' नावाच्या एका प्रकाशन संस्थेला पुस्तक मेळ्यात स्टॉल लावायला देऊ नये, असा फतवा काढला. या आदेशावर खूप टीका होते आहे. सहसंचालकांच्या राजीनाम्याचीही मागणी होते आहे.

त्यावर बांगला अकॅडमी काही समझोता, तडजोड, वाटाघाटी करू इच्छिते. कशा प्रकारच्या? तर 'ग्रंथमेळ्याच्या धोरणांच्या विरुद्ध काही कृत्ये करणार नाही आणि धार्मिक मूलतत्त्वांवर आघात करणारी पुस्तके प्रकाशित करणार नाही,' अशी अट श्रावण प्रकाशनाने मान्य केली, तरच बांगला अकॅडमी त्यांच्यावरच्या बंदीचा आदेश मागे घेईल.

ओह माय गुडनेस! 'जमात ए इस्लाम' किंवा इस्लामी कट्टरपंथीय अतिरेक्यांची वाणी ऐकते आहे, असेच मला वाटले. तेही अशाच वाटाघाटी करतात. माझ्याबद्दलही म्हणाले, 'तसलिमा जर यापुढे इस्लामबद्दल काही वाईटसाईट बोलली नाही, तिला पश्चात्ताप झाला; तिने नमाज, रोजे सुरू केले; तर तिला क्षमा केली जाईल.'

श्रावण प्रकाशनाचा दोष काय? याच प्रकाशन संस्थेवर बांगला अकॅडमीने दोन वर्षांसाठी बंदी का घातली? कारण श्रावण प्रकाशनाचे मालक रबीन एहसान लेखकांच्या अभिव्यक्ती स्वातंत्र्याच्या बाजूने बोलले. गेल्या पुस्तक मेळ्यात 'ब-द्वीप' प्रकाशनाच्या एका पुस्तकावर बंदी घातल्याचा त्यांनी निषेध केला. इतकेच नव्हे, तर

ते पुस्तक प्रकाशित केल्याबद्दल अटक झालेले प्रकाशक शमसुज्जामान माणिक यांच्या सुटकेसाठी झालेल्या आंदोलनातही ते सहभागी झाले. रबीन एहसान यांची अशी निषेध – आंदोलने बांगला अकॅडमीला सहन झाली नाहीत. म्हणून हा बंदीचा आदेश.

जेव्हा देशभरात कट्टरपंथीय तांडव करतात; ब्लॉगर्स, पुरोगामी यांना दिवसाढवळ्या ठार मारतात, जेव्हा सरकार मुक्त विचार करणाऱ्यांना तुरुंगात टाकते, त्यांची पुस्तके जप्त करते; तेव्हाही बांगला अकॅडमी प्रतिगाम्यांच्याच सुरात सूर मिसळते.

लहानपणी मी अभिनेता आसादुज्जामान नूरची भक्त होते. नूर भल्या माणसाची, सज्जन माणसाची, आदर्शवान माणसाची भूमिका करायचा. आता वाटते, तो सगळा फक्त अभिनयच होता. जे थिएटर करतात, गातात, कविता लिहितात, साहित्य संस्कृतीशी ज्यांची जवळीक असते; ते सगळे प्रगतिशीलच आहेत असे आपण गृहीत धरतो. ते लोकशाहीवर, मुक्त विचारांवर, अभिव्यक्ती स्वातंत्र्यावर विश्वास ठेवणारेच आहेत असे आपण धरून चालतो. पण माझी ही धारणा नूरने खोटी ठरवली. असे ऐकले, की नूरने गटबाजीच्या बळावर पुस्तकावर बंदी आणण्याचा निर्णय घेतला. पुस्तक बहिष्कृत केले. बांगलादेशातील कवी–लेखक हेसुद्धा एकच उद्योग करतात. कोणतेही सरकार असले तरी त्या सरकारचे गुणगान गाण्याचाच अधिकांश कलाकार-लेखकांचा स्वभाव. त्यांना पद आणि पदके यांचा इतका लोभ असतो, की तो बघून शरम वाटते.

रबीनचा पराजय बघून वाईट वाटते. रबीन एहसान म्हणाले, ''पुस्तकमेळ्याच्या संविधानात हे धोरण असेल, तर स्वाक्षरी करण्यास माझी हरकत नाही.' धर्मीय मूलतत्त्वांवर आघात करणारे कोणतेही पुस्तक श्रावण प्रकाशनातर्फे प्रकाशित झालेले नाही, अशी माहिती देऊन 'भविष्यातही होणार नाही' असे ते म्हणाले. रबीन एहसान यांना तडजोड करणे भाग पडले असावे, असा माझा अंदाज आहे. पुस्तक विक्री करून ते आपला चरितार्थ चालवतात. बांगलादेशात पुस्तक विक्री मुख्यतः फेब्रुवारी महिन्यातील मेळ्यात होते. या मेळ्यात पुस्तके विकता यावीत म्हणून रबीन एहसान यांना बांगला अकॅडमीची अट मान्य करणे भाग पडले. असे म्हटले जाऊ शकते, की प्रकाशकांचा धोका टाळण्यासाठी बांगला अकॅडमीने रबीन यांना तडजोड करण्यास भाग पडले. रबीन यांचा दोष नाही, दोष आहे बांगला अकॅडमीचा.

अशी अट मान्य करण्याची रबीन यांची निश्चितच इच्छा नव्हती. शेवटी स्वतःच्या उरल्यासुरल्या आत्मसन्मानाचे रक्षण करताना ते म्हणाले, ''तथापि एखाद्या स्वतंत्र लेखकाने आदर्शांच्या कारणासाठी बांगला अकॅडमीच्या बाहेर निषेधदर्शक कार्यक्रम केला, तर मी त्यात नक्कीच सहभागी होईन.''

बंगाली लेखक, प्रकाशकांनी जर पाठीचा कणा ताठ ठेवला, तर ते आपला

मानसन्मान अबाधित ठेवू शकतील. त्यांनी तसे करावे, याची काळजी कोणी घ्यायची? बांगला अकॅडमीने. बांगला अकॅडमीने त्यांना हिंमत, पाठिंबा देणे अपेक्षित आहे. ते तर राहोच, पण उलट बांगला अकॅडमीच लेखक, प्रकाशकांचा कणा मोडून टाकते, मनोबल खच्ची करते. कट्टरपंथीयांची भीती, सरकारची भीती, आता बांगला अकॅडमीची भीती. धर्माबद्दल काही बोलू शकत नाही, सरकारवर टीका करू शकत नाही. मग काय करू शकतो? काय करू शकतो, हे एकदा तेच सांगतील. कदाचित कोणीतरी एकदा एक यादी हातात देईल. हे विषय सोडून इतर कोणत्याही विषयांवर लिहिलेले चालणार नाही. विषयांची संख्याही हळूहळू कमी होत जाईल. काय करतील कुणास ठाऊक. लोकशाही केवळ कागदावर लिहिण्यापुरती. आतून सगळे स्वैराचारी.

जर असे झाले असते तर? बांगलादेशातील सगळ्या प्रकाशकांनी पुस्तक मेळ्यावर बहिष्कार घातला असता तर? बांगला अकॅडमीचे आधिपत्य झुगारून दिले असते तर? जर असे झाले, की सगळे लेखक त्यांना जे पाहिजे ते लिहीत आहेत, त्यांचे सर्व लेखन लेखणीच्या स्वातंत्र्याकरता आहे, बांगलादेशातील सगळे प्रकाशक त्यांना जे छापायची इच्छा आहे ते सगळे छापण्याच्या अधिकारासाठी. – अभिव्यक्ती स्वातंत्र्याच्या विरुद्ध सरकार, कट्टरपंथीय, बांगला अकॅडमी यांनी रचलेल्या षड्यंत्राचा निषेध करत आहेत; तरच बांगलादेशात मुक्त विचारांना काही भविष्य आहे, असे म्हणता येईल. आणि जर तसे झाले नाही; तर ज्याप्रकारे सगळे नशेत असल्यासारखे धर्माचे रक्षण करत आहेत; त्यामुळे धर्म नावाची गोष्टच काही काळानंतर शिल्लक राहणार नाही, अशी भीती वाटते.

◆

नावाने काही जाते, काही जातही नाही

माणूस विचित्रच. त्याला शांती जशी आवडते, तशीच अशांतीही आवडते. त्यामुळेच चोहीकडे अशांती आहे. सगळ्यांना जर शांतीच आवडत असती, तर जग शांतीमय झाले असते. आजही जगात राहून राहून अशांती माजते. दीर्घकाळापासून हेच चालले आहे. काही लोक शांततेसाठी प्रयत्न करतात, तर काही अशांती निर्माण करण्यासाठी धडपडतात. जगाचा विध्वंस करणाऱ्यांची जशी जगात कमतरता नाही, तशीच जगाला विध्वंसापासून वाचवू इच्छिणाऱ्यांचीही नाही. जे जगाला नाशापासून वाचवतात, त्यांच्याबद्दल आपण जिवंत असणाऱ्यांनी कृतज्ञता बाळगलीच पाहिजे.

हिटलरच्या मानवताविरोधी मतवादाच्या विरोधात आमचे सुबुद्ध लोक उभे ठाकले, पण सगळेच नाही उभे राहिले. अनेक देशांत, अनेक प्रदेशांत हिटलरचे समर्थक आढळतात. फक्त युरोपमध्येच नाही तर आशिया, आफ्रिकेतदेखील. लोक हिटलरच्या बाजूने बोलतात. सगळेच काही मानवता मानत नाहीत. काही लोकांना हिंसेचे दुर्दम्य आकर्षण असते.

कित्येकांनी त्यांच्या मुलांची नावे 'हिटलर' ठेवली आहेत. ऑस्ट्रिया किंवा जर्मनीत नाही, भारतात अशा घटना घडतात. गहूवर्णी अनार्य माणसाचे नाव – हिटलर. काळ्या रंगाच्या, काळ्या केसांच्या माणसाचे नाव हिटलर. भारतातच काही काहींचे 'स्टॅलिन' हेही नाव ऐकले आहे. हिटलर आणि स्टॅलिनच्या भारतीय भक्तांनी आपल्या मुलांची नावे आपल्या गुरूच्या नावावरून ठेवली आहेत. रानटीपणाला महानता प्रदान करणारे लोक जगात अजिबात कमी नाहीत. सध्या अभिनेत्री करिना कपूर आणि तिचा पती सैफ अली खान पतौडी यांनी त्यांच्या मुलाचे नाव 'तैमूर' का ठेवले यावरून अनुकूल, प्रतिकूल टीका होत आहे. त्यांचा विवाह हिंदू – मुस्लीम विवाह आहे.

जेव्हा दोन भिन्न धर्मांचे लोक विवाह करतात, तेव्हा आपण धरूनच चालतो की ते धर्म मानत नाहीत, ते आस्तिक नाहीत, धर्माबद्दल त्यांना श्रद्धा-ममता काही नाही. पण एके काळी पती त्याचा स्वतःचा धर्म, श्रद्धा त्याच्या पत्नी आणि मुलांवर लादायचा. इतकेच नव्हे, तर वरवर जरी तो स्त्रियांच्या हक्कांवर त्याचा विश्वास आहे असे दाखवत असला, तरी प्रत्यक्षात मात्र तसे नसायचे, याचे अनेक पुरावे आहेत.

करिना कपूरला इस्लाम धर्म ग्रहण करणे भाग पडले. तिच्या पुत्राचे नाव आहे 'तैमूर अली खान पतौडी.' पितृसत्ताक नियम स्वावलंबी स्त्रियादेखील मान्य करतात. सैफ अली खानची आई शर्मिला टागोर हिने पण ते मान्य केले. करिनानेही मान्य केले. तैमूरच्या नावात अली खान पतौडी का आहे, कपूर का नाही, असा प्रश्न उठणे स्वाभाविक आहे. तैमूर जितका त्याच्या वडिलांचा तितकाच, त्याच्या आईचाही आहे. अनेक जण म्हणतील की करिनाला कपूर हे आडनाव तिच्या वडिलांकडून मिळाले आहे म्हणजे पितृसत्ताक फक्त अली खान पतौडी यांच्या बाबतीत आहे असे नाही, तर कपूरांच्या बाबतीतसुद्धा आहे. ते तर आहेच. पण जरा कमी आहे. जास्त होते त्यापेक्षा कमी, कमी होत होत बंद होण्याची प्रक्रिया हळूहळू होऊ शकेल. मी अर्थातच पारिवारिक नाव, आडनाव, उपाधी यांच्या बाजूने मुळीच नाही. जो ज्याच्या नावाने ओळखला जातो, तेच तर पाहिजे. उदाहरणार्थ – मी, माझे नाव. मी माझ्या आईवडिलांची मुलगी आहे, पण मी एक वेगळी व्यक्ती आहे. हे व्यक्तिमत्त्व हीच माझी ओळख. सगळे काही तेच तर आहे. आइसलंडच्या नागरिकांच्या नावात आई-वडील दोघांचेही नाव असते. जसे एरिक आणि मारियाच्या मुलीचे नाव जर सुझान असेल, तर सुझानचे नाव होईल सुझान एरिकडॉटर, जर एरिक आणि मारियाच्या मुलाचे नाव जॉन असेल तर त्याचे नाव होईल जॉन एरिक्सन.

हल्ली अनेक मुलामुलींना आपण वडिलांच्या नावापेक्षा आईच्या नावाने ओळखले जावे असे वाटते. सुझान तिचे नाव सांगेल – सुझान मारियाडॉटर, जॉन त्याचे नाव सांगेल जॉन मारियासन. सुझान आणि जॉन दोघेही स्वतःला एरिकचा पुत्र किंवा कन्या न म्हणवता मारियाचा पुत्र आणि कन्या म्हणवतील. असेही होऊ शकेल – सुझान एरिकमारिया डॉटर आणि जॉन एरिकमारियासन. समाजाला बदलावेच लागेल. एकदा कधीतरी पितृसत्ताकापेक्षा स्वसत्ताक होणेच आवश्यक आहे. सायन्स फिक्शनमध्ये आपण जसे बघतो, तसेच भविष्यात घडेल- माणसाचे नाव म्हणून काही राहणारच नाही. असेल फक्त नंबर.

तैमूर नाव का ठेवले? तैमूर तर एका क्रूर युद्धखोराचे नाव होते. हा आरोप ऐकून काही जण म्हणतात, नाव हे फक्त नावच आहे; ज्याला जे पाहिजे ते नाव ठेवू शकतो. तैमूर या नावाचा अर्थ आहे लोखंड, बस्स. ते नाव कुण्या दुर्जनाचे होते की नाही ते बघणे योग्य नाही. एका वाईट माणसाचे नाव तैमूर होते, पण इतर खूप चांगल्या लोकांचे नावही तैमूर होते.

इतिहासतज्ज्ञ गौतम भद्र म्हणतात, 'एखाद्याचे नाव तैमूर किंवा कंस ठेवायचे असेल, तर ती सर्वस्वी त्याच्या आईवडिलांची वैयक्तिक बाब आहे. या बाबतीत चर्चा करणे निरर्थक आहे. मध्य आशियाच्या दृष्टिकोनातून पाहिले, तर तैमूरलंग एक मोठा शासक होता. त्याचे एकात्मिक साम्राज्य होते. तो भारतात लूटमार करायला

आला हे बरोबर आहे, पण शासनव्यवस्थेत मनसबदारी प्रथा आणि अनेक बाबतींत त्याचे योगदान आहे.'

आणखी एक इतिहासतज्ज्ञ सुगत बसू म्हणाले, 'तैमूर हे एक सुंदर नाव आहे. इस्लामी जगतात हे नाव खूप प्रचलित आहे. एका तैमूरने मध्य आशियात साम्राज्य निर्माण केले. त्याने दिल्लीवर आक्रमणही केले. पण त्याचा नावाशी काय संबंध? तैमूर या तुर्की शब्दाचा अर्थ आहे– लोखंड.'

सैफ अली खानने आपल्या मुलाचे तैमूर हे नाव इतिहासातील युद्धबाज अतिरेकी तैमूरलंग याच्या चरित्राने प्रभावित झाल्यामुळे ठेवले की तैमूर या शब्दाचा अर्थ त्याला भावला म्हणून? सैफ अलीला इतिहास चांगला माहीत आहे, त्यामुळे कदाचित तैमूरलंगच्या चरित्राने तो प्रभावित झाला असेल. १३९८ मध्ये दिल्ली हस्तगत करून लाखो माणसांना ठार करणाऱ्या, प्रचंड लूटमार करून अर्ध्याअधिक शहराला स्मशानकळा आणणाऱ्या तुर्की मुगल शासक तैमूरलंगची गोष्ट सैफ विसरला नसणार. तैमूरचे साम्राज्य अफगाणिस्तान, पारस्य, बगदाद यांच्या मोठ्या भागाशी जोडलेले होते. १३९८ साली सकाळी सिंधू नदी पार करून महाराष्ट्रावरून जाऊन त्याने दिल्ली पादाक्रांत केली. शेवटी एक लाख भारतीय कैद्यांना मारून टाकले. असे बोलले जाते, की दिल्ली पार धुळीला मिळवली. छिन्नमुंडूगुल्ली स्तंभाच्या आकारात त्याच्या सैन्याची रचना होती. विपुल संपत्ती त्याने लुटली.

अनेकांना हिटलरच्या क्रौर्याच्या गोष्टी ऐकूनसुद्धा जसा हिटलर आवडतो, त्याचप्रमाणे तैमूरलंगच्या क्रूरतेबद्दल माहिती असूनदेखील अनेकांना तो आवडतो. सैफ अली खान एकविसाव्या शतकातील व्यक्ती आहे, तो भारतीय आहे, हिंदूंच्या आसपास राहतो, त्याची आई आधी हिंदू धर्माचा अवलंब करणारी होती, म्हणून त्याला तैमूरलंगने केलेले हिंदूंचे हत्याकांड पसंत नसेल असे काही नाही. पसंत असेल म्हणूनच कदाचित त्याने इतिहासातील तैमूर नाव निवडून आपल्या मुलाला दिले. करिना तर म्हणतेच, की तो इतिहासतज्ज्ञ आहे. हा इतिहासतज्ज्ञ कदाचित प्रार्थना करत असेल की त्याचा पुत्र तैमूरलंगसारखा प्रभावशाली, सक्षम व्हावा. हे होताना कदाचित त्याला हिंदूविद्वेषी व्हावे लागेल, क्रूर व्हावे लागेल, निष्ठुर व्हावे लागेल, अमानुष व्हावे लागेल.

मी आधीच म्हटले की माणूस विचित्रच. तुम्ही चित्रपटसृष्टीतले लोक आहात म्हणून तुमचा मानवतेवर विश्वास आहे, असे काही नाही. चहूबाजूंनी तैमूर नावाबद्दल गदारोळ होत असला तरी मला विश्वास ठेवावासा वाटतो, की सैफला तैमूर नाव आवडले, कारण तैमूरचा अर्थ लोखंड असा आहे. सैफला कोणी युद्धबाज खुनी आवडत नाही.

◆

बांगलादेशातील हिंदू स्त्रिया कशा आहेत ?

किती काळापासून स्त्री भोगत आली आहे – मग ती मुस्लीम असो, हिंदू असो, बौद्ध किंवा ख्रिश्चन असो; तिला भोगावे लागतेच. बांगलादेशातील हिंदू स्त्रिया आज तोंड उघडून सांगत आहेत, की त्यांना घटस्फोटाचा अधिकार हवा आहे. हा अधिकार त्यांना नाही, हेच अनेक जणींना माहीत नाही. बांगलादेशातील मुस्लीम कायद्यांत काही बदल, सुधारणा आणल्या गेल्या तरी हिंदू कायदे जसे होते, तसेच राहिले आहेत. राहिले आहेत, कारण ते बदलायची इच्छा नाही. ते कायदे तसेच ठेवणे भाग पडले आहे. भारतातील मुस्लीम कट्टरपंथीयांना जसे व्यक्तिगत मुस्लीम कायद्यांत परिवर्तन नको आहे, तसेच बांगलादेशातील हिंदू कट्टरपंथीयांना हिंदू कौटुंबिक कायद्यात काहीही बदल नको आहे. कोणत्याही धर्माचे कट्टरपंथीय असोत, त्यांच्यात मूलतः काहीच फरक नाही. सगळेच स्त्रीविरोधी आहेत. स्त्रीचा जो स्वाधीनतेचा जन्मसिद्ध अधिकार आहे, तो तिला मिळावा अशी त्यांची इच्छा नाही.

मुस्लीम स्त्रिया अधूनमधून त्यांचे कौटुंबिक कायदे धर्माधिष्ठित न करता समानाधिकारावर आधारित करण्यासाठी अर्ज करतात. त्याचा फायदा काहीच होत नाही. स्त्रीविरोधी गट तलवार उपसूनच सज्ज आहे. हिंदू स्त्रियांना तर त्यांच्या कौटुंबिक कायद्यांत सुधारणा करण्यासाठी विनंती अर्ज देण्याची हिंमतच नाही. हे धाडस हिंदू कट्टरपंथी सहन करणार नाहीत हे माहीत आहे म्हणून त्या तसे करत नाहीत, पण कधी ना कधी सहनशीलतेचा कडेलोट होणारच. बांगलादेशातील हिंदू स्त्रियांनी आता लक्ष्मणरेषा ओलांडली आहे.

त्यांना पतीचा छळ, अत्याचार सहन करावे लागतात; पण अत्याचारी पतीला घटस्फोट देऊ शकत नाहीत. अनेक हिंदू स्त्रिया पतीच्या अत्याचारातून सुटण्यासाठी वेगळ्या राहतात, पण संबंध तोडू शकत नाहीत. मानवाधिकार संघटना म्हणतात, 'हिंदू स्त्रियांमध्ये पतीपासून वेगळे राहायचे प्रमाण वाढते आहे.' घटस्फोटाचा हक्क नसल्यामुळे त्यांच्यामध्ये क्षोभ वाढतो आहे. विधवा स्त्रियांच्या संपत्तीवरील अधिकार प्रस्थापित करण्याचा प्रश्नदेखील आता उठतो आहे. खरेतर तो उठणारच.

स्त्रिया सुशिक्षित झाल्या, स्वावलंबी झाल्या, जागरूक झाल्या की घटस्फोटांची संख्या वाढते. जसजसा काळ जातो आहे; तशा मुली-स्त्रिया शिकतात, तितक्या

स्वावलंबी होतात, तितकाच त्यांचा आत्मसन्मान वाढतो, तितक्याच त्या होणाऱ्या छळाचा निषेध करतात. ही अत्यंत स्वाभाविक घटना आहे. पण जे स्वाभाविक नाही, तेच घडते. पुरुष सुशिक्षित होतात, स्वावलंबी होतात; पण जागृत होत नाहीत. स्त्रियांना छळण्याच्या घटना कुठेच तितक्या कमी होत नाहीत.

बीबीसीची एक बातमी वाचली. 'ढाक्क्याच्या लक्ष्मीबाजार भागात एका हिंदू प्रेमी युगुलाने त्यांचे कुटुंबीय राजी नसतानाही ढोलताश्यांच्या गजरात शास्त्रशुद्ध विवाह केला. नंतर अर्थातच कुटुंबीयांनी स्वीकार केला. पण काही महिन्यांतच त्याच संसारात मूल हवे की नको यावरून वाद सुरू झाले. मूल हवे, या आपल्या निर्णयावर पत्नी ठाम राहिली म्हणून तिला माहेरी पाठवून दिले. तिथे कन्येला जन्म दिल्यावर तीच स्त्री जेव्हा पतीच्या घरी परत आली, तेव्हा तिला घरात घेतले नाही. तेव्हापासून एका तपापेक्षाही जास्त काळ ती ढाक्क्याच्या लक्ष्मीबाजार भागात मुलीसह नवऱ्यापासून वेगळी राहते. ती म्हणते, ''मी नवऱ्याला घटस्फोट देऊ शकत नाही. जरी लवादाद्वारे वेगळे होऊन तो मला महिना नऊ हजार रुपये देतो, तरी हे काय आयुष्य आहे का? माझी मुलगी मला विचारते, 'माझे बाबा का आपल्याबरोबर राहत नाहीत? शाळेतल्या सगळ्या मैत्रिणींचे बाबा आहेत.' मुलीच्या या बोलण्याचा मला फार त्रास होतो.''

एकदा विवाह झाला, की घटस्फोटाची काही व्यवस्था नाही म्हणून स्त्रीला दुसऱ्या लग्नाचाही अधिकार नाही. पण पुरुषांना मात्र पाहिजे तितके विवाह करण्याचा अधिकार आहे. पुरुषांना पाहिजे तितके घटस्फोट देण्याचा अधिकार आहे.

मानवी हक्क संघटन कायदा आणि लवाद केंद्र पीडित स्त्रियांना कायदेशीर मदत करतात. त्या संघटना सांगतात, की तक्रार करणाऱ्या हिंदू स्त्रियांची संख्या वाढतेच आहे. कायदा व लवाद केंद्राच्या तक्रार विभागाच्या प्रमुख नीना गोस्वामी म्हणाल्या, ''हिंदू स्त्रिया मुख्यतः कौटुंबिक छळाच्या तक्रारी घेऊन पतीपासून वेगळे राहण्यासाठी अर्ज घेऊन येतात. मग लवाद-समझोत्याच्या माध्यमातून उदरनिर्वाहासाठी पैसे घेऊन त्या वेगळ्या होतात. पण लग्नाचे नाते संपत नाही. त्यातून बाहेर पडण्याचा काही मार्ग नाही. हिंदू स्त्रिया आता घटस्फोटाचा अधिकार मागत आहेत.''

जेव्हा संयमाचा बांध फुटतो किंवा आयुष्यच थांबते, तेव्हा अनेक स्त्रिया धर्म-शास्त्र सगळे काही लाथाडून शेवटी नवऱ्यापासून वेगळ्या राहतात किंवा राहण्याचा प्रयत्न करतात. एरवी बहुतेक सगळ्याच तोंड दाबून बुक्क्यांचा मार सहन करत राहतात. बंधनापेक्षा जिवंत राहणेच मुख्य प्रश्न बनला आहे.

हिंदू स्त्रियांचा संपत्तीवर काही हक्क नाही. वडिलांच्या संपत्तीतला वाटा मुलाला मिळतो, मुलीला नाही. लग्नानंतरही पतीच्या संपत्तीचीही स्त्री मालकीण होऊ शकत

नाही. विधवा झाली, तर आश्रित म्हणून राहावे लागते. सुप्रिया दत्तची कहाणी सांगते. पती जेव्हा गेला, तेव्हा तिच्या पदरात दोन मुले होती. ढाक्का विश्वविद्यालयातून राष्ट्रविज्ञान विषयात मास्टर्स करून ती फारीदपूरच्या एका कॉलेजमध्ये शिकवत होती. तरी विधवा झाल्यापासून ती सासरी आश्रित म्हणून राहते आहे, असेच तिला वाटते. ती म्हणते, 'पती गेल्यापासून मी सासरच्या घरी आहे. मला एक मुलगा आणि एक मुलगी आहे. मुलगा आहे म्हणून सासरी राहू शकते, पण संपत्तीवर माझा काहीही हक्क नाही. माहेरी जाण्याची सोयच नाही. माझा स्वतःचा असा काही पैसा नाही. सासरी मी आश्रित आहे असे म्हणू शकता.'

भारत आणि नेपाळमध्ये हिंदू कायद्यांमध्ये बऱ्याच सुधारणा झाल्या आहेत. हिंदू स्त्रिया घटस्फोट घेऊ शकतात किंवा वैधव्य आले तर पुन्हा दुसरे लग्न करू शकतात, पण बांगलादेशात या कायद्यात काही बदल झालेला नाही. २०१२ साली फक्त नोंदणीविषयक एक कायदा झाला. तोही बंधनकारक नाही. तेव्हा कायदामंत्री म्हणाले, 'घटस्फोट आणि संपत्तीच्या मालकीबाबत हिंदू स्त्रियांच्या प्रश्नासाठी कायद्यात तरतूद करणे आवश्यक आहे. पण यासाठी काही पुढाकार घेतला तर धार्मिक भावना दुखावल्या गेल्याचा आरोप केला जाईल, अशी सरकारला भीती वाटते.'

हिंदूंच्या अधिकारांसाठी काम करणाऱ्या ज्या संघटना आहेत, त्यांनासुद्धा हिंदू स्त्रियांच्या अधिकारांची फारशी फिकीर नाही. विवाह नोंदणी कायदा बंधनकारक करण्याच्या बाबतीतसुद्धा ते फार आग्रही नाहीत.

हिंदू, बौद्ध, ख्रिश्चन समितीचे सामाईक संपादक राणा दासगुप्ता म्हणाले, "सरकारच्या उच्चपदस्थांकडून त्यांना एकमताने एक मसुदा तयार करायला सांगण्यात आले आहे, पण त्यांचा काहीच पुढाकार नाही. सध्या परिस्थिती अशी आहे, की अल्पसंख्याकांवर एकूणच छळ होत असल्याचा आरोप आहे. त्यांचे अस्तित्वच संकटात आहे. परिणामतः आता अस्तित्वाचे रक्षण केले पाहिजे, नाहीतर आंतरिक सुधारणांबाबत काम केले पाहिजे."

या सगळ्या समस्यांत बऱ्याच कमतरता दिसून येतात. त्यामुळेच काही पुढाकार घेतला जात नाही. राणा दासगुप्ता हिंदू धर्माचा अवलंब करणाऱ्यांवर होणाऱ्या छळाच्या आरोपाबद्दल बोलले, पण स्त्रियांच्या अधिकारांबद्दल पुढाकाराचा विषय त्यांनी वगळला. हिंदू नेते अजूनही हिंदू शास्त्राच्या ऐवजी समानाधिकारावर अधिष्ठित एखाद्या आधुनिक कायद्याच्या विरोधातच आहेत.

बांगलादेशात हिंदू कायद्यांत सुधारणा करायच्या म्हटल्यावर हिंदूंच्या धार्मिक भावना दुखावल्याचा आरोप केला जातो. ढाक्का विश्वविद्यालयातील प्राध्यापक

निमचंद्र भौमिक म्हणाले, ''दीर्घकाळापासून लग्न, कुटुंब या बाबतीत धर्माने मान्य केलेले नियमच चालत आले आहेत. त्यामुळे सुधारणांविषयी हिंदू समाजात औदासीन्य आहे.''

भारतातील मुसलमानांना जसे वाटते, की शरिया कायदा हा अल्लाचा कायदा आहे, त्यात कोणताही बदल होणे नाही; तसे हिंदूंनाही वाटते की शास्त्र हे पवित्र आहे, शास्त्राप्रमाणे चालणे ही सगळ्या हिंदूंची जबाबदारी आहे. बांगलादेशातील हिंदू स्त्रिया जागरूक झाल्या आहेत म्हणून घटस्फोटाच्या अधिकाराची मागणी करत आहेत, भारतातील मुस्लीम स्त्रियाही तीन तलाक निषिद्ध करण्याची मागणी करत आहेत. स्त्रियांना त्यांचे प्राप्य अधिकार मिळण्यातील सर्वांत मोठा अडथळा म्हणजे बुरसटलेल्या विचारांचे प्रतिगामी पुरुषच. पुरुष कधी माणूस बनतील, कधी त्यांच्या जोडीदारांना दासी न मानता सहयात्री मानतील, याचे उत्तर कोणाला माहीत आहे का?

◆

हाच बांगलादेश मला अनोळखी

गेली बावीस वर्षे मी देशात नाही. देशाबद्दल जे ऐकते, वाचते ते भयंकर आहे. जितकी मशिदी-मदरशांची संख्या वाढते आहे, जितकी हिजाबांची संख्या वाढते आहे, रोजे ठेवणाऱ्यांची संख्या वाढते आहे, जितका पैसाअडका वाढतो आहे; तितकेच सुबुद्ध आणि प्रगतिशील लोकांचे खून पडत आहेत. एकेकाळी धर्मांध आणि धर्मीय कट्टरपंथीयांच्या विरुद्ध कोणी बोलले, तर कट्टरपंथीय रस्त्यावर उतरून बुद्धिवाद्यांच्या फाशीची मागणी करायचे. आता बळी द्यायच्या गुरांना, शेळ्यांना जसे शांतपणे मारतात, तसेच बुद्धिवाद्यांना मारून टाकत आहेत. गुरे, शेळ्यांना ज्याप्रमाणे जगाच्या निर्मात्यासाठी मारतात, तसेच माणसांनाही मारतात. देशात खुन्यांची वाढणारी संख्या अविश्वसनीय आहे. बांगलादेशात माणसे स्वतःला सुरक्षित कशी समजतात कोण जाणे. तडजोडी करत राहिले; किंवा चेहरा झाकून चालले, किंवा दहशतवादाचे समर्थन करत राहिले तरच बहुधा सुरक्षितता मिळते. देशात सध्या विद्यार्थी, लेखक, प्रकाशक, संपादक, बुद्धिजीवी, ब्लॉगर्स यांचे एकामागोमाग एक खून पडत आहेत, तरी कोणीही त्याचा निषेध करत नाही. चिडून उठत नाही, उलट जो जसा जगत आला आहे, तसेच जगत राहतो. नाही, या बांगलादेशाला मी ओळखत नाही.

उलट माझ्या ओळखीचा बांगलादेश मला वेगळाच आठवतो. ज्या बांगलादेशात श्यामल कांती भक्त नावाच्या एका शाळेच्या मुख्याध्यापकाच्या छळाच्या विरोधात शेकडो माणसांनी निषेध केला होता. हा निषेध बघूनच माझी मेलेली आशा पुन्हा जिवंत झाली. शाहबागेतील आंदोलनाने अशीच माझ्या दीर्घकाळच्या निराशेला पुन्हा संजीवनी दिली होती. पण हा निषेध त्या पीडित मुख्याध्यापकाला वाचवेल का? इतर ज्या सगळ्या भयंकर बातम्या कानांवर येतात, त्या ऐकून मला तरी मुळीच वाटत नाही की ते वाचतील. ढाक्का मेडिकलमध्ये श्यामल कांती उपचार घेत आहेत. मेडिकलमध्ये शिरून श्यामल कांतीला मारून टाकायची योजना काही अतिरेकी करत आहेत– उघडपणे करत आहेत. फेसबुकवर, सगळ्यांना सांगून. आता हत्याकांड करण्यासाठी अतिरेकी रात्रीच्या अंधाराची वाट बघत नाहीत. जंगल, झाडीसुद्धा शोधत नाहीत. सुरा घेऊन सगळ्यांच्या देखत कोणाच्याही घरात घुसून एखाद्याला भोसकून छाती फुगवून सगळ्यांच्या समोरून निघून जातात. त्यांना रोखणे

बांगलादेशात कोणाला शक्य आहे?

बातमी वाचली – नारायणगंज शाळेच्या अपमानित शिक्षक श्यामल कांती भक्तविरुद्ध 'इस्लामविद्वेष' आणि इस्लामला शिव्या दिल्याचा आरोप असल्यामुळे त्याला हत्येचे टार्गेट म्हणून निश्चित केले आहे आणि त्याची अंमलबजावणी कशी करणार, त्याची प्राथमिक योजना करून फेसबुकवर एकापेक्षा अधिक पेजेसवर भडकावणाऱ्या पोस्ट्स टाकल्या आहेत. 'सलाउद्दीनेर घोडा' आणि 'नबी-साच्या कटू उक्तीची शिक्षा – मृत्युदंडच' नावाचा पेज इव्हेंट उघडला, तर श्यामल कांतीच्या हत्येचे टार्गेट लॉक केलेले आहे आणि जाहीर केले आहे, की श्यामल कांती भक्त सध्या ढाक्का मेडिकलमध्ये आहे.

'सलाउद्दीनेर घोडा' नावाच्या पेजवर श्यामल कांतीची हत्या करण्याच्या ११ पद्धतींचा उल्लाख केला आहे. 'नबी-साच्या कटू उक्तीची शिक्षा – मृत्युदंडच' पेजवर श्यामल कांतीचा परिचय देऊन इस्लामविद्वेष आणि इस्लामला शिवीगाळी करणे, हा त्याचा अपराध असल्याचे आणि त्याला विज्ञानी बनवावे, असे नमूद केले आहे. त्याची हत्या करण्यासाठी परवलीचा शब्द म्हणून – विज्ञानी बानानो – वापरला आहे. श्यामल कांतीला एक दिवस वार करून ठार मारले जाईल, अशी मला भीती वाटते. पण श्यामल कांती इस्लामबद्दल वाईट बोलले, हे याचे कारण नाही. इस्लामबद्दल ते काही वाईट बोललेच नव्हते. रिफात नावाच्या ज्या विद्यार्थ्यासमोर ते कटू शब्द बोलले असा आरोप होता, तो विद्यार्थीच सांगतो आहे की श्यामल कांती असे काही बोलले नव्हते. अर्थात रिफातने हिफाजतेच्या कार्यक्रमात आपले मत बदलले. नुसते मत बदलले नाही, तर उलट त्याला खोटे बोलायला भाग पाडले असे बोलले जाते. श्यामल कांतीला मारून टाकले पाहिजे, कारण हिंदूविरोधी अतिरेक्यांनी त्याला खुनाचे टार्गेट बनवले आहे. बांगलादेशातील कट्टरपंथीयांची ताकद आणि धाडस बांगलादेशच्या सरकारपेक्षा कितीतरी जास्त आहे. सरकारलासुद्धा दहशतवाद्यांचा मान राखूनच चालावे लागते.

हा बांगलादेश मला अपरिचित आहे – जिथे बळीच्या बकऱ्याप्रमाणे बुद्धिजीवी मारले जातात, जिथे दहशतवाद्यांशिवाय इतर कोणालाही आपले मत मांडण्याचा अधिकार नाही. ज्युलियस सीझर नावाच्या माझ्या ओळखीच्या एका ब्लॉगरची एक गोष्ट मला फार भावते. त्याने लिहिले होते, 'सलाउद्दिनेर घोडा' नावाच्या एका फेसबुक पेजवर शिक्षक श्यामल कांती भक्त याच्या हत्येची धमकी दिली आहे. कशा तऱ्हेने मारले जाणार, त्याची पद्धतदेखील नमूद केली आहे. आता सरकारचे माहिती तंत्रज्ञान मंत्रालय या बाबतीत काय भूमिका घेणार आहे? आय सी टी ॲक्टचे कलम ५१ गप्प का? या बाबतीत सरकार गप्पच बसणार. काही कार्यवाही करणार नाही. या प्रसंगी एक जुन्या विषयावर चर्चा करावीशी वाटते.

नयन चटर्जी, अनिमेष राय, बाख्तीयारेर घोडा, सलाउद्दीनेर घोडा, दस्तार राजदरबार, बंशेरकेल्ला अशा प्रकारचे डझनभर फेसबुक पेजेस आहेत, जिथे सातत्याने सांप्रदायिक आणि मूलतत्त्ववादी पोस्ट्सद्वारा भडकवले जाते. विशेष सांगायचे तर या सगळ्या पेजेसवरून ज्यांच्याविरुद्ध प्रचार केला गेला, त्या सगळ्यांचे खून झाले. बांशेरकेल्ला पेजवरून अभिजित रायबद्दल तो इस्लामविद्वेषी आहे, असा प्रचार झाला. चट्टग्राम नर्सिंग कॉलेजमधील शिक्षिका अंजली देवी हिच्याविरुद्धदेखील असाच प्रचार केला गेला. या दोघांचीही इस्लामी कट्टरपंथीयांनी निर्घृण हत्या केली. हेच कृत्य फाराबीनेसुद्धा त्याच्या आय डी-वरून केले. फाराबी एखाद्या व्यक्तीविरुद्ध चिथावणे, अल्पसंख्याकांविरुद्ध भडकावणे अशी जी कामे करत होता, तसेच काम तो आताही 'नयन चटर्जी' आणि 'अनिमेष राय' या दोन पेजेसवरून करत आहे.

सध्या 'अनिमेष राय' पेजवरून आदिवासींबद्दल भडकवणाऱ्या पोस्ट्स टाकल्या जात आहेत. त्यानंतरच बांदारबनच्या नैक्षयांगछडीमध्ये बौद्ध भिक्षूंचे खून झाले.

या हत्याकांडांचा या पेजेसशी संबंध आहे की नाही कोण जाणे. सर्व काही शक्य असलेल्या बांगलादेशात सगळ्याची शक्यता आहे.

अशाप्रकारे सातत्याने अस्थिर परिस्थिती निर्माण करण्याचा प्रयत्न होऊनसुद्धा, एखाद्या व्यक्तीला उघड उघड खुनाची धमकी देऊन, किंवा हत्या करण्याचे जाहीर करूनसुद्धा या पेजेसच्या विरुद्ध सरकार काहीच पावले उचलत नाही. त्याव्यतिरिक्त कट्टरपंथीयांचे रक्षण करण्यासाठी विविध ठिकाणी अल्पसंख्याकांवर हल्ला करणाऱ्यांची सरकार आणि प्रशासन 'मानसिकरीत्या असंतुलित' अशी भलावण करते.

याउलट अल्ला किंवा नबी रसूलबद्दल देशाच्या एखाद्या गल्लीबोळात बसून जे पेज चालवतात, त्यांना नेमकी अटक होते. एवढेच नव्हे, तर फेसबुकवर टिप्पणी केल्याबद्दलसुद्धा अल्पसंख्याक माणसाला अटक होते. फक्त शेजारच्या घरातल्या सैतानाला दगड मारल्याविषयी लिहिले म्हणून ५१ कलमाखाली मोहनकुमार मंडल याला अटक झाली. 'सैतान, आणि दगड हे शब्द लिहिले तरी अपराधी. पण माणसांना उघड उघड खुनाची धमकी देणाऱ्या, सांप्रदायिक भावना भडकवणाऱ्या, हिंसक वातावरण निर्माण करणाऱ्या पेजेसविरुद्ध काहीही कार्यवाही केली जात नाही.'

ज्युलियस सीझरने प्रश्न केला, 'बांगलादेशा, तू कोणाचा आहेस?' हाच प्रश्न माझाही आहे. अर्थात प्रश्न करण्याची कदाचित काहीच गरज नाही. मला भीती वाटते, की या प्रश्नाचे उत्तर कदाचित मला माहीत आहे. बांगलादेश जर, जे धर्माच्या नावाखाली दहशतवाद माजवत आहेत त्या अतिरेक्यांचा असेल, तर तो शेवटपर्यंत त्यांचाच असेल. या बांगलादेशाला मी ओळखत नाही, ओळखू इच्छित नाही.

◆

राष्ट्रगीताबद्दलचा गोंधळ

भारताचे सर्वोच्च न्यायालय आता भारतीयांना सच्चे देशप्रेमी बनवल्याशिवाय सोडणार नाही. भारताचे राष्ट्रगीत आणि झेंड्याचा मान राखण्याचा आदेश जारी केला गेला आहे. आता चित्रपटगृहांत फक्त चित्रपट दाखवून चालणार नाही, चित्रपट सुरू होण्याआधी 'जनगणमन' वाजवावे लागेल. 'जनगणमन' चालू असताना चित्रपटगृहाचे दरवाजे-खिडक्या बंद राहतील; जेणेकरून कोणीही आत येऊ शकणार नाही, तसेच बाहेरही जाऊ शकणार नाही. येण्याजाण्याच्या आवाजामुळे प्रेक्षकांची राष्ट्रगीतातील एकाग्रता भंग पावेल, किंवा त्यांच्या तन्मयतेत व्यत्यय आणेल ही भीती. राष्ट्रगीताच्या वेळी पडद्यावर भारताचा झेंडा दाखवला जातो आणि चित्रपटगृहातील आबालवृद्ध, महिला सगळ्यांना ५२ सेकंद उभे राहून तिरंग्याबद्दल आदर प्रकट करावा लागतो. हाच मुद्दा आहे.

सुप्रीम कोर्टाचे विचारवंत विसराळू आहेत. ते विसरले आहेत, की १९९७ साली दिल्लीच्या 'उपहार' चित्रपटगृहात एक भीषण दुर्घटना घडली होती. 'बॉर्डर' नावाचा एक चित्रपट चालू असताना चित्रपटगृहात आग लागली. दरवाजा बंद असल्यामुळे कोणी प्रेक्षक बाहेर जाऊ शकले नाहीत. त्या दिवशी त्या आगीत ५९ माणसे मेली, शंभरहून अधिक जखमी झाली. या दुर्घटनेनंतर सुप्रीम कोर्टाने सांगितले, की यापुढे चित्रपटगृहाचा दरवाजा उघडा राहील. त्यानंतर दरवाजा उघडा ठेवत होते. आता पुन्हा दरवाजा बंद केला गेला आणि आग लागली, तर लोकांनी जीव कसा वाचवायचा हे मात्र सांगितलेले नाही.

लहानपणी चित्रपटगृहात राष्ट्रगीत लागले, की मी उभी राहायची. अनेक जण उभे राहायचे. पण काही काहीजण नाही उभे राहायचे. कदाचित अपंग असतील, कदाचित राष्ट्रगीताबद्दलचा आदर प्रकट करण्यासाठी उभे राहण्याचा नियम मान्य नसेल, बसूनसुद्धा राष्ट्रगीताचा मान राखता येतो असे काहींना वाटत असेल, किंवा काहींना वाटत असेल की आदर प्रकट करण्याचे मुळीच कारण नाही. प्रत्येक माणूस वेगळ्या प्रकारचा असतो. ज्या मतांमुळे कोणाला हानी पोचत नाही, ती मते अंगीकारणे हीच लोकशाहीची अट आहे. राष्ट्रगीताच्या वेळी जे उभे राहत नाहीत, त्यांचा कोणी तिरस्कार केलेला बघितला नव्हता. ही माझ्या लहानपणची गोष्ट. देश

स्वतंत्र झाल्यावर सगळ्यांचे देशप्रेम फार संवेदनशील झाले, चित्रपटगृहांत राष्ट्रगीत वाजवायचा नियम केला गेला. हाच नियम नंतर उठवला गेला.

भारतातसुद्धा हा नियम कधी होता, कधी नव्हता. हा देश सत्तर वर्षांपूर्वी स्वतंत्र झाला. इतक्या काळानंतर कोण देशप्रेमी आहे, कोण नाही याची पारख करून दाखवणे, हा माझ्या मते पोरखेळ आहे. देशाचे सर्वोच्च न्यायालय जेव्हा प्रेक्षागृहात राष्ट्रगीत वाजवण्याचा, प्रेक्षागृहाचे दरवाजे बंद करण्याचा, आणि प्रेक्षकांना उभे राहून राष्ट्रगीताचा मान राखणे बंधनकारक करण्याचा आदेश देते, तेव्हा मी अवाक होते. एखाद्याला जबरदस्तीने देशप्रेमी बनवता येते का? देशप्रेमी नसलेल्या माणसालादेखील चित्रपटगृहात जाऊन चित्रपट बघण्याचा आणि झेंडा बघूनसुद्धा उभे न राहण्याचा, इतरांप्रमाणे राष्ट्रगीताचा मान न राखण्याचा अधिकार आहे. शिवाय, राष्ट्रगीत म्हणणे किंवा ऐकताना उभे राहणे म्हणजेच राष्ट्रवादावर विश्वास असणे आणि तसे न केल्यास विश्वास नसणे, असे काही नाही.

सर्वोच्च न्यायालयावर लोकांचा दृढ विश्वास असतो. या विश्वासाला तडा जाऊन कसे चालेल? परस्परविरोधी विधाने करणे आणखी कोणाला शोभले तरी सर्वोच्च न्यायालयाला नक्कीच शोभत नाही.

मला आठवते, राष्ट्रगीत म्हणण्याबद्दलचे एक प्रकरण १९८६ सालच्या ऑगस्ट महिन्यात झाले होते, ज्यात केरळमधील एका शाळेतील बऱ्याच ख्रिश्चन विद्यार्थ्यांना राष्ट्रगीत न म्हटल्याच्या अपराधाबद्दल दोषी ठरवले होते. सर्वोच्च न्यायालयाने निर्णय दिला होता की, 'राष्ट्रगीत ही मान देण्याचीच गोष्ट आहे, पण एखाद्यावर जबरदस्ती केली म्हणून ते म्हणण्यात कोणताच मान, आदर नाही. कोण म्हणेल, कोण नाही हा ज्याचात्याचा व्यक्तिगत प्रश्न आहे, हक्क आहे.' सुप्रीम कोर्टाचा नवीन कायदा मात्र या व्यक्तिस्वातंत्र्याच्या अधिकारालाच न मानणारा आहे. त्याचप्रमाणे व्यक्तिस्वातंत्र्याचाही अपमान करणारा आहे. हा लोकशाहीचाच अपमान आहे.

भारतात यापूर्वी राष्ट्रगीताबद्दल कोणताही कठोर कायदा नव्हता, होती ती प्रशासकीय सूचना. गेल्या वर्षीच पास झाली. सूचना अशी होती, 'अनिच्छेने राष्ट्रगीत म्हटले तर त्याचा अवमान होतो, तर मग म्हणणे- न म्हणणे लोकांवरच सोपवणे उचित; चित्रपट किंवा प्रदर्शनांमध्ये विविध कारणांमुळे राष्ट्रगीताचा जसा मान राखायला हवा तितका राखला जात नाही, त्यामुळे अशा जागी राष्ट्रगीत न वाजवणेच योग्य.' ही सूचना फेटाळून सुप्रीम कोर्टाने लोकांच्या लोकशाही अधिकाराची तमा न बाळगता पूर्णपणे उलट सूचना जारी केली, हे बरोबर काम केले का?

चला, मध्य प्रदेशातील निवृत्त इंजिनिअर महानाटकी श्याम नारायण चोक्सीचे उपद्व्याप बघू या. २००१ सालच्या डिसेंबर महिन्यात करण जोहरचा 'कभी खुशी

कभी गम' चित्रपट बघायला ते भोपाळच्या ज्योती थिएटरमध्ये गेले होते. त्या चित्रपटात एक भारतीय मुलगा त्याच्या इंग्लंडमधील शाळेच्या वार्षिक कार्यक्रमात भारताचे राष्ट्रगीत म्हणतो. प्रथम फक्त त्या मुलाचे कुटुंबीय भारतीय म्हणून उभे राहतात, पण हळूहळू तिथे उपस्थित असलेले सगळेच भारताच्या राष्ट्रगीताच्या सन्मानार्थ उठून उभे राहतात. पण ज्योती थिएटरमध्ये बसलेले कोणीच प्रेक्षक उभे राहिले नाहीत. फक्त श्याम नारायण चोक्सी एकटेच उभे राहिले. ते उभे राहिल्यावर त्यांच्या मागे बसलेल्या प्रेक्षकांनी त्यांना ओरडून बसायला सांगितले, कारण ते उभे राहिल्यामुळे मागच्यांना नीट दिसत नव्हते. श्याम नारायण चोक्सींना तो त्यांचा अपमान वाटला. त्यानंतर चित्रपटगृहाच्या बाहेर जमावाने निषेध दर्शवून ते थांबले नाहीत, तर मध्य प्रदेशच्या उच्च न्यायालयात त्यांनी खटला दाखल केला. हायकोर्टाने जोपर्यंत चित्रपटातील राष्ट्रगीताचे दृश्य कापले जात नाही, तोपर्यंत 'कभी खुशी कभी गम' चित्रपटाचे खेळ बंद केले. हायकोर्टाचा हा निर्णय उडवून लावत सुप्रीम कोर्टाने तेव्हा सांगितले, 'चित्रपटात राष्ट्रगीत चालू असले तर प्रेक्षागृहातील प्रेक्षकांनी उभे राहू नये. जर कोणी उभे राहिले तर बाकीच्या प्रेक्षकांची गैरसोयच वाढेल, राष्ट्रगीताचा मान वाढणार नाही.'

श्याम नारायण चोक्सी तरीही हटले नाहीत. याच्या मागे हात धुवून लागले. राष्ट्रगीताच्या अवमानाचे नानाविध पुरावे गोळा करणे त्यांनी सुरू केले. यातला एक पुरावा म्हणजे– वर्तमानपत्राच्या कागदाच्या द्रोणात मध्य प्रदेशातील एका माणसाने काहीतरी खाल्ले आणि तो द्रोण कचरापेटीत फेकून दिला. ज्या कागदाचा द्रोण बनवला होता, त्यावर भारताचे राष्ट्रगीत आणि झेंड्याचा फोटो छापलेला होता. चोक्सीच्या राष्ट्राभिमानाला इतकी मोठी ठेच पोचली, की ते थेट सुप्रीम कोर्टात गेले. त्यांचे म्हणणे होते, की भारतीय संविधानाच्या ५१ कलमानुसार देशाच्या प्रत्येक नागरिकाने देशाचा झेंडा आणि राष्ट्रगीताबद्दल आदर दर्शवलाच पाहिजे.

त्यांची आणखी एक मागणी होती, की चित्रपटगृहांत सिनेमा सुरू व्हायच्या आधी राष्ट्रगीत वाजवले पाहिजे, प्रेक्षकांनी शेवटपर्यंत– ५२ सेकंद- उभे राहिलेच पाहिजे. राष्ट्रागीताबाबत चित्रपटगृहांनी धंदा करू नये, आणि आलतूफालतू जागी राष्ट्रगीत छापले जाऊ नये.

चोक्सीच्या आवेदनाचा परिणाम म्हणजे सुप्रीम कोर्टाने आधीचा निर्णय रद्द करून नवीन निर्णय दिला, जो पहिल्या निर्णयाच्या विरुद्ध होता आणि मानवाधिकाराचे उल्लंघन करणारा होता.

देशभर कट्टर उजव्या विचारसरणीच्या लोकांचा गदारोळ सुरू झाला. 'तुम्ही हा निर्णय मानला नाही तर तुम्ही देशप्रेमी तर नाहीच; पण तुम्ही देशद्रोही' हेच सगळीकडे ऐकू येते आहे. देशाचा झेंडा बघून किंवा राष्ट्रगीत ऐकून उभे राहिल्याने

जितके देशप्रेम प्रकट होते, त्यापेक्षा कितीतरी अधिक- देशातील दारिद्र्य, स्त्री-पुरुष विषमता, भ्रष्टाचार, बलात्कार दूर करण्याचा प्रयत्न करण्याने प्रकट होते – हे मी कोणाला पटवून देऊ शकत नाही. उलट काही बोलायला गेले तर कित्येकांच्या शिव्याच ऐकाव्या लागतात.

आपण जर अशा क्षुद्र, तुच्छ गोष्टींना देशप्रेमाची व्याख्या समजू लागलो आणि यातच संतुष्ट राहू लागलो, तर राज्यकर्त्यांना आपल्याला संतुष्ट करणे आणि इतर मोठ्या समस्यांपासून आपली दृष्टी हटवणे अगदीच सोपे होईल. राजनैतिक पक्ष असे हीन हेतू ठेवून चालू शकतात, चालतातही, पण सुप्रीम कोर्टाचा तर चांगला सोडून काही वाईट उद्देश असू शकत नाही. साधारणतः सुप्रीम कोर्ट लोकांच्या लोकशाहीच्या अधिकारांचे उल्लंघन करणाऱ्या सगळ्या प्रकारच्या प्रक्रिया रद्दबातल करते, तिथे स्वतःच त्याच अधिकाराच्या विरुद्ध का जात आहे? भीती वाटण्यासारखी बाब आहे खरी.

◆

कॅस्ट्रोचे क्यूबा

काल मी ट्विटरवर फक्त लिहिले, 'कॅस्ट्रो क्यूबामध्ये मोफत आरोग्यसुविधा, मोफत शालेय शिक्षण देऊन गेला पण, त्याच्या सन्मानार्थ एकाही रस्त्याला त्याचे नाव नाही, त्याचा एकही पुतळा नाही.' हे ट्विट बहुधा चार हजार वेळा रीट्विट केले गेले आणि त्याला चार हजार लाइक्स पण मिळाले. त्याचबरोबर याच ट्विटमुळे हजारो जणांचे तिरस्कार, शिव्या, छी थू हेही माझ्या पदरात पडले. दोन्हीही खरे. कॅस्ट्रो आवडणारे जसे लोक आहेत, तसेच त्याचा तिरस्कार करणारेही आहे; कारण कॅस्ट्रोने चांगली कामे केली तशी वाईट कृत्येही केली. सुप्रसिद्ध बुद्धिबळपटू गॅरी कॅस्परोवने माझ्या ट्विटला प्रतिक्रिया दिली, 'अनेक तुरुंगांमधूनदेखील चांगले शिक्षण, चांगल्या आरोग्यसुविधा असतात पण तरीही तो तुरुंगच.'

मी जर कॅस्ट्रो असते तर – असा मी विचार करते. क्यूबातील सियेरा मायेस्त्रो डोंगरावरून गनिमी काव्याने लढाई करून बातीस्ता सरकारचे शेवटी पतन घडवले असते, तर मी काय केले असते? पहिल्यांदा लोकशाही पद्धतीने सरकार स्थापनेची व्यवस्था केली असती. राजकीय पक्षाने सरकार चालवले असते, मी क्यूबाच्या क्रांतीची 'प्रिय कमांडन्ट' म्हणूनच राहिले असते. आणि जर मलाच देशाचे सुकाणू हाती धरावे लागले असते, अर्थात – लोकशाही पद्धतीने जर मीच निवडून आले असते- तर समता आणि समानाधिकार यांच्या अधिष्ठानावर देशाची घटना आणि कायदे निर्माण करून शिक्षण, आरोग्य, पारदर्शकता, स्वाधीनता इत्यादींच्या समतोल वितरणाची व्यवस्था करून, माझा कार्यकाल संपल्यावर निरोप घेतला असता. मी देशाला स्वतंत्र केले म्हणून देशाला आजन्म माझी संपत्ती, मालमत्ता मानणे; माझ्या विरोधात कोणाचे बोलणे चालवून न घेणे – अशा गोष्टी मी कधीच केल्या नसत्या. पण हे सगळे कॅस्ट्रोने केले. कॅस्ट्रोने शंभर चांगली कामे करूनसुद्धा काही वाईट कामे केल्यामुळे लोकांनी त्याचा धिक्कार केला. कॅस्ट्रो श्रीमंताचा मुलगा होता. आमच्या देशातील राजकारण्यांप्रमाणे क्यूबाची संपत्ती त्याने चोरली नाही. क्यूबाला आदर्श देश बनवण्याची त्याची तीव्र इच्छा होती. त्यात कुठे त्रुटी नव्हती. नव्वदच्या दशकात सोव्हिएत युनियनच्या पतनाचा परिणाम म्हणून क्यूबामध्ये आर्थिक दुरवस्था, अन्नधान्याची टंचाई सुरू झाली. अमेरिकेने लागू केलेला एम्बार्गो हेही त्या टंचाईचे

आणखी एक कारण होतेच. एम्बार्गोच्या विरुद्ध कॅस्ट्रो लढला, पण ती टंचाई दूर करू शकला नाही. कधीकधी मी विचार करते, की लोकशाहीबद्दल आस्था न बाळगणे आणि भाषणस्वातंत्र्याला किंमत न देण्याचे शिक्षण त्याला कुठून मिळाले असावे? बहुधा १९५३ सालच्या २६ जुलैला मांकदा बराक्सवर हल्ला केल्यावर तुरुंगात बसून त्याने कम्युनिस्ट गुरूंची जी पुस्तके वाचली, त्यामुळे त्याला कम्युनिझमची दीक्षा मिळाली असावी, तेव्हाच तो शिकला असेल की लोकशाहीपेक्षा हुकूमशाही उत्तम, भिन्न भिन्न मतांपेक्षा एक मत उत्तम. तुरुंगात जाण्यापूर्वी त्याने कोलंबिया आणि डॉमिनिक रिपब्लिकमध्ये जाऊन ज्या आंदोलनात भाग घेतला होता, ते पूर्णपणे वसाहतवादी शासनाविरुद्ध आंदोलन होते, तेव्हाही त्याचा भिन्न मतांवरचा विश्वास ढळला नव्हता.

एका लहान बेटावरून त्याने ज्याप्रकारे जगातल्या सर्वांत बलाढ्य देशाला ललकारले होते, ते अचंबित करणारे होते. हे आव्हान देण्यासाठी किती आत्मविश्वास, अहंकार, निर्भयता पाहिजे याचा आपण अंदाज बंधू शकतो.

क्यूबाची लोकसंख्या अमेरिकेच्या एक शतांश आहे.

क्यूबाचे आकारमान/ क्षेत्रफळ अमेरिकेच्या (युनायटेड स्टेट्स) एक शतांश. हेच बेट हस्तगत करण्यासाठी अमेरिकेने काय काय म्हणून केले नाही? कॅस्ट्रोच्या हत्येसाठी त्याच्या सिगारेटच्या पाकिटात बॉम्ब ठेवण्याची योजना आखली, पण सी आय एच्या सगळ्या योजना अखेर निष्फळ ठरल्या. साठच्या दशकाच्या सुरुवातीला क्यूबाने आपल्या देशात सोव्हिएत युनियनला त्यांची क्षेपणास्त्रे ठेवायला जागा दिली म्हणून अमेरिकेचा क्यूबावर राग? की आपल्या आसपास आपण निवडून दिलेले स्वैराचारी राज्यकर्ते बसवू शकत नाही म्हणून राग? अमेरिकेने लागू केलेल्या एम्बार्गोमुळे क्यूबातील लोकांना जी अन्नटंचाई भोगायला लागली, त्याला फक्त कॅस्ट्रो जबाबदार? अमेरिकेची काहीच जबाबदारी नाही?

गॅरी कास्परोव क्यूबाला तुरुंग म्हणाला. पण हा तुरुंग इतर तुरुंगांपेक्षा वेगळा आहे. या तुरुंगातून कोणालाही आपल्या मर्जीने बाहेर पडता येते. खूप कॅस्ट्रो-विरोधी लोक अमेरिकेला गेले, त्यांनी मायामीला समुद्रकिनारी घरे बांधली. त्यांनी कॅस्ट्रोच्या मृत्यूनंतर आनंद साजरा केला. कोणाच्याही मृत्यूनंतर जे कोणी उत्सव साजरे करतात ते फार निष्ठुर असतात, असे मला वाटते. माझ्या कट्टर शत्रूच्या मृत्यूनंतरही मी आनंदोत्सव साजरा करू शकणार नाही. कोणाचाही मृत्यू माझ्या लेखी वेदनामयच असतो.

लॅटिन अमेरिकेच्या इतिहासात युनायटेड स्टेट्सची भूमिका काही फारशी उज्ज्वल नाही. कम्युनिस्ट नेत्यांचा – मग ते कितीही लोकप्रिय असले तरी– अमेरिकेने त्यांचा विनाश करण्याचा प्रयत्न केला. बराक ओबामा बहुधा असा एकमेव

नेता होता, ज्याने एम्बार्गो उठवण्याबद्दल आणि क्यूबाबरोबरचे राजनैतिक संबंध सुधारण्याबद्दल पहिल्यांदा सूतोवाच केले. अमेरिकेहून क्यूबाला थेट प्रवास करायला आतापर्यंत जी बंदी होती, तीसुद्धा त्यांनी रद्द केली. स्वतः क्यूबाला जाऊन राओल कॅस्ट्रोची भेट घेतली. ५३ राजनैतिक कैद्यांना राओल यांनी सशर्त मुक्त केले. राओलचे वय आत्ता ८५ आहे. फिडेलपेक्षा त्यांची जिद्द, तेज कमी आहे. कदाचित ते आणखी काही सुधारणा करतील. पण फक्त राओल यांनीच तडजोड केली का? फिडेल यांनीही तडजोडी केल्या. नास्तिक असूनसुद्धा पोपचे क्यूबामध्ये सन्मानपूर्वक स्वागत केले. मी अत्यंत विनयशील, नम्र लेखक असूनही मी कधीच इतकी तडजोड केली नाही.

फिडेल कॅस्ट्रो अमेरिकेला पसंत नव्हता, कारण तो हुकूमशहा होता. ही गोष्ट खरी नाही. अमेरिकेला अनेक देशांचे हुकूमशहा पसंत आहेत. सौदी अरेबिया अमेरिकेचा परममित्र. केवळ मध्यपूर्वेतच नव्हे, तर लॅटिन अमेरिकेतही स्वतः निवडलेले हुकूमशहा बसवले आहेत. कॅस्ट्रोचा गर्व, अमेरिकेपुढे न नमणे हीच एम्बार्गो आणि त्याच्या हत्येचा प्रयत्न करण्याची मुख्य कारणे होती. चे गेव्हाराची अमेरिकेने हत्या केली. आज जर चे जिवंत असता, तर त्यालाही कदाचित तिरस्कार सहन करावा लागला असता, कॅस्ट्रोसारखीच त्याची स्थिती झाली असती. स्वप्ने पाहणारे हे दोन्ही बंडखोर फक्त आपली भूमी स्वतंत्र करून थांबले नाहीत; तर त्यांना संपूर्ण जगाला अन्याय, अत्याचार आणि शोषणापासून मुक्त करायचे होते. आफ्रिका आणि लॅटिन अमेरिकेतील अनेक देशांत कॅस्ट्रोने शोषण करणाऱ्यांविरुद्ध लढण्यासाठी आपले सैन्य पाठवले.

कॅस्ट्रोची चूक झाली, हजारो लोकांच्या वाट्याला भोग दिले. हजारो माणसांना तुरुंगात डांबले, हजारो माणसांना देशत्याग करायला लावला. पण समाजसुधारणेचे जे महान कार्य कॅस्ट्रोने एकट्याने केले, ते शक्तिशाली अमेरिकेला आजही करणे शक्य झाले नाही – सर्वांसाठी विनामूल्य आरोग्यसेवा, सर्वांसाठी मोफत शिक्षण, शिक्षितांचे प्रमाण जवळजवळ शंभर टक्क्यांपर्यंत नेणे. लॅटिन अमेरिकेतील मोठमोठ्या देशांमधून प्रगत उपचार घेण्यासाठी लोक क्यूबा नावाच्या एका छोट्या बेटाकडे जाऊ लागले. कल्पना तरी करता येते? फिडेल नाही, कदाचित राओलसुद्धा फार दिवस राहणार नाही. राओल गेल्यानंतर जो कोणी सत्तेवर येईल, तो कदाचित अमेरिकेचा एम्बार्गो नसल्यामुळे आर्थिक प्रगतीही साधू शकेल. अमेरिकेहून कॅस्ट्रोविरोधी क्यूबन्स परत येऊन कदाचित समाजवाद हटवून भांडवलशाही रुजवायला सुरुवात करतील. बातीस्तासारख्या एखाद्या निरुपयोगी माणसाला अमेरिका राज्यावर बसवेल की नाही कोण जाणे. जर बसवले तर क्यूबा कितीतरी मागे जाईल. श्रीमंत-गरीब, स्त्री-पुरुष यांच्यात पूर्वीप्रमाणे खूप अंतर निर्माण होईल.

कमांडन्टच्या मृत्यूनंतर जे तो देऊ शकला नाही ते - लोकशाही, आणि अभिव्यक्ती स्वातंत्र्य -भविष्यातील नेते क्यूबाला देतील, अशी आशा करते. आणखी एक आशा आहे, की स्वैराचारी फिडेल कॅस्ट्रोने क्यूबाला अमेरिकन पर्यटकांचा पिकनिक स्पॉट न बनवता एक स्वतंत्र, सार्वभौम राष्ट्र बनवले; ते शेवटपर्यंत तसेच टिकून राहो.

◆

रोहिंग्यांचे जीवन

म्यानमारच्या राखाईन किंवा आराकान राज्यातील रोहिंग्या हे अक्षरशः देशहीन लोक आहेत, कोणताच देश त्यांचा देश नाही. पिढ्यान्‌पिढ्या म्यानमारमध्ये राहूनदेखील ते म्यानमारचे नागरिक नाहीत. हद्दपार होऊन बांगलादेशात, इंडोनेशियात, मलेशियात, थायलंडमध्ये किंवा भारतात आश्रय घेतलेले रोहिंग्या त्या कुठल्याही देशाचेही नागरिक नाहीत. सगळ्या देशांत ते निर्वासितच आहेत, नको असलेले शरणार्थी.

बांगलादेशातून नाफ नदी पार केली की म्यानमार आहे. टेकनाफहून नावेत बसून गेले की मंडो. आराकान राज्याच्या उत्तरेला या मंडो प्रदेशातच रोहिंग्या राहतात. एकेकाळी बंगालच्या पूर्वभागातून लोक मंडोला जाऊन राहायला लागले. सुमारे पंधराव्या शतकात किंवा त्याहीपूर्वी. इंग्रजांच्या राजवटीत गेले. इंग्रज- बर्मीज युद्धानंतर गेले. एकाहत्तरमध्ये गेले. दोन्ही प्रदेश नदीच्या या तीरावर आणि त्या तीरावर. इकडे एखाद्या रोगाची साथ आली की तिकडे जायचे, तिकडे गुंडगिरी झाली की इकडे यायचे. जगात सगळीकडे माणसे अशीच तर जगतात. आफ्रिकेहून आपले पूर्वज अनुकूल हवापाण्याच्या शोधात निघाले. जिथे अन्न होते तिथे, जिथे सुरक्षित वाटले तिथे गटागटाने गेले. माणसाचा इतिहास म्हणजे माणसाचे एका प्रांतातून दुसऱ्या प्रांताकडे भ्रमण– जगण्यासाठी. रोहिंग्याही तसेच. पण आज त्यांचा असा कोणताच देश नाही. युनायटेड स्टेट्सने रोहिंग्यांना 'जगातील सर्वांत जास्त पीडित लोक' म्हटले आहे. देश असूनही देश नाही, ही जाणीव मी अगदी चांगली समजू शकते. मीही त्यांच्यासारखीच जगण्यासाठी एका देशातून दुसऱ्या देशात गेले आहे, आयुष्यभर फक्त निर्वासित म्हणून जगते आहे.

भारताच्या फाळणीच्या वेळीच रोहिंग्यांमध्ये तयार झालेला एक कट्टर इस्लामपंथी मुजाहिदीन गट गोंधळ घालू लागला. त्यांनी जिनांची भेट घेऊन सांगितले, 'आम्हाला पाकिस्तानचा भाग व्हायचे आहे. राखाईनचा पूर्वभाग पाकिस्तानच्या पूर्वभागाशी जोडून द्या.' जोडण्याची मागणी जिनांनी मानली नाही. फाळणी झाली, तेव्हापासून मुजाहिदीनांनी राखाईनचा पूर्वभाग म्यानमारपासून वेगळा करण्यासाठी सशस्त्र आंदोलन सुरू केले. एकदा त्यांनीच राखाईनच्या पूर्वभागावर राज्य करायला सुरुवात केली.

याच वेळी बांगलादेशातून देखील मुजाहिदीनांच्या आमंत्रणावरून खूप मुस्लीम राखाईनमध्ये जाऊन म्यानमार सरकारच्या अनुमतीशिवाय तिथे स्थायिक होऊ लागले. त्याचा परिणाम असा झाला, की शेकडो बौद्ध भिक्षूंनी मुजाहिदीनांच्या विरुद्ध निषेध केला. त्यानंतरच सरकारने मुजाहिदीनांची ताकद निष्प्रभ करण्यासाठी पुढाकार घेतला. एक दिवस म्यानमारच्या लष्कराने मुजाहिदीनांकडून सत्ता काढून घेतली. अनेक नेते मरण पावले, काही पळून गेले. हे सगळे एका दशकातच घडले.

त्या दिवशीसुद्धा लष्कराने रोहिंग्यांची घरेदारे जाळली. १३० जणांची हत्या केली. एक लाख रोहिंग्यांना बेघर केले. २०१२ सालीसुद्धा १०० रोहिंग्यांना मारून टाकले, दीड लाख रोहिंग्यांना निर्वासित केले. मला आठवते, की रोहिंग्या जीव वाचविण्यासाठी म्यानमारमधून पळून गेले. जिवाला धोका पत्करून खवळलेल्या समुद्रात नाव घालून ज्या दिशेला ते गेले तिकडे किनारा होता, पण नाव तिथे टेकवायला अनुमती मिळाली नाही. मानवतेचा केवढा हा बीभत्स अपमान.

शांतिदूत आंग सान स्यू की काय करत होत्या कोण जाणे. म्यानमारच्या क्रूर लष्कराविरुद्ध त्यांनी मुळीच तोंड उघडले नाही. वास्तविक सत्तेच्या गादीचे सुख टिकवून ठेवण्यासाठी टोकाची अशांतता माजवायला त्यांनी मागेपुढे पहिले नाही. आयुष्यभर मानवी हक्कांबद्दल लढूनसुद्धा मानवाधिकारांचे उल्लंघन करताना त्यांना यत्किंचितही शरम वाटली नाही.

सगळेच रोहिंग्या मुजाहिदीन नाहीत, सगळेच रोहिंग्या जिहादी नाहीत. बहुतांश रोहिंग्या सामान्य कष्टकरी आहेत. बहुतेक रोहिंग्यांना शांततापूर्ण, सुरक्षित आयुष्य हवे आहे.

इम्तियाज महमूद यांनी फार छान लिहिले आहे, की आमच्या देशातील एका गटाचे लोक रोहिंग्यांच्या समस्येकडे मुस्लिमांच्या आणि बौद्धांच्या विवादासारख्या दृष्टिकोनातून पाहण्यासाठी प्रवृत्त करत आहेत. असे सरसकट करून चालणार नाही. सर्वांत आधी आपल्याला एक गोष्ट लक्षात ठेवली पाहिजे, की बर्मातील रोहिंग्या तिथलाच एक पारंपरिक समूह आहे. संख्येने कितीही कमी असले तरी त्याच देशाचे नागरिक म्हणून सन्मानाने तिथे राहण्याचा आणि त्या देशातील राजकारणात भाग घेण्याचा त्यांना अधिकार आहे. फक्त रोहिंग्या म्हणून त्यांच्याबद्दल देश भेदभाव करतो, हा तर अन्याय आहे.

आणि ही जी रोहिंग्यांच्या घरांना आग लावल्याची आपण बातमी ऐकतो, त्यांची हत्या केल्याची बातमी ऐकतो, हा जो अन्याय आहे त्या अन्यायाची विविध प्रकारची स्पष्टीकरणे देण्याची गरज नाही. पण त्यांच्या याच दुर्दशेवर तुम्ही फक्त फोटोशॉप करून किंवा बनवून फोटो पोस्ट करून उपाय करू शकत नाही. हे सगळे करून तुम्ही फक्त दंगे घडवून आणू शकता. त्यामुळे रोहिंग्यांना काही फारसा

फायदा होण्याची शक्यता आहे, असे मला तरी वाटत नाही. त्यांच्यासाठी जर काही करायचे असेल, तर विविध प्रादेशिक आणि आंतरराष्ट्रीय पर्यायांनी त्यांची समस्या सोडवण्यासाठी सरकारला पाऊल उचलायला भाग पाडले पाहिजे. आंतरराष्ट्रीय दबावाकडे दुर्लक्ष करणे, ही बर्माची जुनी सवय. पण बर्मादेखील बदलत आहे. प्रादेशिक, आंतरराष्ट्रीय दबाव निर्माण करण्याव्यतिरिक्त तुम्ही बर्माविरुद्ध आणखी काय करू शकता?

आणि निषेध! तो तर केलाच पाहिजे. अन्यायाचा निषेध करणे, ही तर आपल्या सर्वांचीच जबाबदारी आहे. निषेध करायचा तोही असा की जेणेकरून बर्माच्या राज्यकर्त्यांना समजेल, की जगभरातले लोक हा अन्याय सहन करणार नाहीत. पण रोहिंग्याच्या या मानवी आपत्तीचा निषेध करताना त्यांच्यातील कट्टरपंथीय दहशतवादी गटांचे नैतिक समर्थन केले जाणार नाही, याचे भान राखणे आवश्यक आहे.

जगात जिथे कुठे हे सगळे जिहादी दहशतवादाच्या पंथाला लागतात– त्यांच्यापैकी कोणीतरी शेवटी मानवतेच्या मार्गावर येतात का?

रोहिंग्यांवरचा अन्याय म्हणजे मानवतेवरचा अन्याय आहे. कृपा करून त्यांचा संबंध तुम्ही इस्लामी आंदोलनाशी जोडू नका. तसे झाले, तर हे असहाय लोक जगातील लोकांची सहानुभूती गमावतील.

माझेही हेच, असेच म्हणणे आहे. रोहिंग्यांबाबत दोन्ही बाजूंनी मोहीम चालू आहे. कट्टर मुस्लीम म्यानमारमधील मुसलमांना मारून त्यांचा कोळसा करून दाखवत आहेत. मुस्लीमविरोधी म्हणतात की सगळेच रोहिंग्या जिहादी आहेत, त्यांना कोणतीही दया दाखवू नका.

पण मानवाधिकारावर विश्वास असल्यामुळे मला दोन्हीपैकी कोणताच मार्ग पटत नाही. जर कोणी रोहिंग्या जिहादी कृत्ये करत असल्याचा पुरावा मिळाला, तर त्याला शिक्षा झालीच पाहिजे. पण तो जर निरपराध असेल; तर त्याला संरक्षण, नागरिकत्व यासह सगळे महत्त्वाचे अधिकारही मिळाले पाहिजेत. रोहिंग्यांना जर म्यानमारमध्ये सुरक्षित वाटत नसेल, तर त्यांना पाहिजे त्या देशात जाऊन स्थायिक होण्याचा अधिकार त्यांना आहे. जगातील सर्वांत जास्त पीडित लोकांना जगायला मदत नाही केली तर– आमचा लोकशाहीवर किंवा मानवी हक्कांवर विश्वास आहे– अशी बढाई कोणत्याही देशाने मारू नये.

◆

अमेरिकेतील निवडणूक

मी बर्नी सॅन्डर्सची समर्थक होते, पण बर्नी यांनी माघार घेतल्यावर हिलरी जिंकावी अशी माझी इच्छा होती. हिलरी मला फार आवडत होती, म्हणून ती जिंकावी, असे वाटत होते. डोनाल्ड ट्रम्प प्रेसिडेंट व्हावेत ही मुळीच इच्छा नव्हती, म्हणून हिलरी जिंकायला हवी होती. माझ्याप्रमाणेच बहुतेक अनेकांना असे वाटत होते. पण आपल्या सगळ्यांनाच आश्चर्याचा धक्का देत ट्रम्प जिंकले. पुष्कळसे ब्रेक्झिटप्रमाणे. मतदारांना नीट कळत नव्हते की त्यांनी नक्की काय करावे, कोणाला मत द्यावे. लोकप्रिय माहितीपट निर्माते मायकेल मूर म्हणाले, "हिलरीला जास्त लोकांची मते मिळाली म्हणून हिलरीच जिंकली आहे. ट्रम्पला प्रसारमाध्यमांनी चढवले आहे, त्यामुळे मीडियाला ताब्यात घेऊन हिलरीला विजयी घोषित केले पाहिजे." मायकेल मूरची ही मोहीम लोकांना फारशी पटली, असे मला वाटत नाही. अमेरिकेतील मतदानाचे जे नियम आहेत, त्यानुसार ट्रम्प जिंकले. हे नियम पसंत नसतील, तर नियमच बदलून टाकणे बरे. जगात मतदानाविषयी नाना प्रकारचे नियम आहेत.

ट्रम्पच्या विजयाबरोबरच अमेरिकेच्या शहरांतून निषेधाचे मोर्चे निघाले. निषेधक म्हणत होते, 'ट्रम्प आमचे प्रेसिडेंट नाहीत,' त्याचा साधा अर्थ म्हणजे ते ट्रम्पना प्रेसिडेंट मानायला तयार नाहीत. अनेकांनी ट्रम्पचे पुतळे जाळले. बर्नीच्या अनेक समर्थकांनी मतदानच केले नाही. त्यांना वाटले, हिलरीच जिंकेल. ट्रम्पचा विजय त्यांनाही अनपेक्षित होता.

डेमोक्रेट पक्षाच्या अनेकांना हिलरी पसंत नव्हती, त्यांनी ग्रीन पार्टीच्या उमेदवारांना मत दिले. ते जिंकणार नाहीत, हे माहीत असूनसुद्धा मत दिले. तेही बहुधा हतबुद्ध झाले असावेत.

कू क्लुक्स क्लॅनचा एकेकाळचा नेता डेव्हिड ड्यूक याने 'विकीलीक्स'च्या ज्युलियन असांज याचे ट्रम्पना जिंकून दिल्याबद्दल आभार मानले. डेव्हिडला वाटले, ट्रम्प त्यांचा माणूस आहे. कू क्लुक्स क्लॅन ही अमेरिकेतील कुप्रसिद्ध वर्णद्वेषी संघटना. तिचे काम म्हणजे कृष्णवर्णीयांचा तिरस्कार करणे, त्यांचा छळ करणे, त्यांची घरेदारे जाळणे, त्यांना ठार मारणे. या सगळ्या दुष्कीर्तीमुळे अमेरिकेत या गटावर बंदी आहे. गोऱ्या लोकांशिवाय ते कोणाला माणूस मानतच नाहीत. त्वचेचा

गोरा रंग सोडून दुसरा कोणताही रंग त्यांना मान्य नाही. अमेरिकेतील बहुतांश गोऱ्यांनीच ट्रम्पला मते दिली. त्यांच्यामध्ये कॉलेजची पदवी नसलेल्या गोऱ्यांची संख्या खूप जास्त होती. हिलरीला कृष्णवर्णीयांची ८८% मते मिळाली, ट्रम्पना ८% मिळाली. या ८% लोकांची तरी मते ट्रम्पना कशी मिळाली कोण जाणे. ओबामांना कृष्णवर्णीयांची ९७% मते मिळाली होती. हिलरीलासुद्धा ही सगळी मते मिळतील, असे वाटत होते. ट्रम्पचा कृष्णवर्णीयांबद्दलचा तिरस्कार त्यांनी स्पष्टपणे प्रकट केला होता. तरीही कृष्णवर्णीयांनी त्यांना मते कशी काय दिली? स्त्रीद्वेष्टे म्हणून? हिलरी पसंत नाही म्हणून? की ई-मेल प्रकरण पसंत नाही म्हणून? असांज याने ट्रम्पना जिंकून दिल्याबद्दल त्याला अमेरिकेकडून माफी मिळण्याचे आश्वासन मिळाले आहे, असे कानावर आले.

ट्रम्प खूपच हिटलरसारखे आहेत. वर्णद्वेषाने हिटलरला सत्ता दिली, त्याचप्रमाणे ट्रम्पनादेखील. हिटलरप्रमाणेच त्यांनाही हजारो लोकांना देशातून बाहेर घालवायचे आहे. जर्मनीच्या समस्यांबद्दल हिटलरने ज्यूंना दोषी ठरवले. अमेरिकेच्या समस्यांबद्दल ट्रम्पनी इमिग्रंट्स – स्थलांतरितांना दोष दिला. हिटलर ज्यूद्वेष्टा होता, ट्रम्प मुस्लीमद्वेष्टे आहेत. हिटलरला जर्मनी पुन्हा फक्त गोऱ्यांची बनवायची होती, ट्रम्पनाही तेच हवे आहे.

ट्रम्प स्त्रियांकडे कशा नजरेने बघतात, ते अनेक स्त्रियांना चांगले ठाऊक आहे. स्त्रियांना ते कुत्री, कुरूप अशा भाषेत शिव्या देतात. स्त्रियांच्या शारीरिक सौंदर्यालाच स्त्रियांचा एकमेव गुण मानतात, वारंवार तसे बोलूनही दाखवतात. मला जाणून घेण्याची फार इच्छा आहे की ज्या स्त्रियांनी ट्रम्पना मत दिले, त्यांना ट्रम्प स्त्रीस्वातंत्र्याच्या विरुद्ध आहेत, हे माहीत नव्हते का? कसे काय ५३ टक्के स्त्रियांनी ट्रम्पसारख्या एका स्त्रीद्वेष्ट्या माणसाला मतं दिली? कृष्णवर्णीय माणसाला अमेरिकेचा प्रेसिडेंट होऊ दिले, पण योग्यता असूनसुद्धा एका स्त्रीला प्रेसिडेंट होऊ दिले नाही.

स्त्रीला प्रेसिडेंट होण्यासाठी अजून किती दशके वाट पाहावी लागणार कोण जाणे. कदाचित स्त्रियाच स्त्रियांना प्रेसिडेंट होण्यापासून रोखत असतील, याशिवाय दुसरे काय म्हणणार! अमेरिकेत अज्ञ, अशिक्षित आणि संवेदनाहीन लोकांची कमतरता नाही हे माहीत होते; पण त्यांची संख्या इतकी विपुल आहे, हे माहीत नव्हते. ज्या नागरिकांनी विषमतेच्या विरुद्ध उभे ठाकलेल्या, समता आणि समानाधिकारावर विश्वास असणाऱ्या एका आफ्रिकन-अमेरिकन व्यक्तीला निवडणूक जिंकून देऊन प्रेसिडेंट बनवले, त्याच नागरिकांनी आठ वर्षांनी एका वर्णवादी, स्त्रीद्वेष्ट्या व्यक्तीला निवडून दिले?

स्वतःची मुलगी इव्हान्का हिच्याबद्दल ट्रम्प म्हणाले, "ही जर माझी मुलगी नसती, तर तिच्याबरोबर मी डेटला गेलो असतो." हिलरीला ट्रम्प 'नॅस्टी वूमन'

म्हणाले. ते ऐकून सिनेटर एलिझाबेथ वॉरन म्हणाल्या, ''आम्ही नॅस्टी बायका आमच्या नॅस्टी पायांनी मार्च करून आमची नॅस्टी मते देऊन तुम्हाला कायमचे आमच्या आयुष्यातून हद्दपार करू.'' एलिझाबेथप्रमाणे जर इतरही स्त्रियांना आत्मसन्मान वाटत असता तर? बिली बुशबरोबरचे ट्रम्पचे बोलणे आठवते? स्त्रियांना इतक्या भयंकर रीतीने अपमानित करूनसुद्धा स्त्रिया त्यांना मते देऊन देशाचा प्रेसिडेंट बनवतील, अशी कदाचित कोणी कल्पनाही केली नसेल. कदाचित यालाच आपल्या पायावर कुऱ्हाड मारून घेणे म्हणतात.

ट्रम्प जिंकल्यावर जगातल्या मुस्लीमद्वेष्ट्यांना अतिशय आनंद झालेला दिसतो. त्या आनंदाचे कारण म्हणजे त्यांना वाटले, की अमेरिकेचा प्रेसिडेंट त्यांच्याप्रमाणेच मुस्लीमद्वेष्टा आहे. आता ट्रम्प आपल्या प्रखर सत्तेच्या बळाने विविध कारणांसाठी मुस्लिमांना अमेरिकेतून हाकलून देतील, मुस्लिमांचे जगणे दुष्कर करतील, कोणत्याही मुस्लिमांना अमेरिकेत प्रवेश करायला बंदी करतील. लोकांचा स्थलांतराला विरोध असल्यामुळे मेक्सिको आणि युनायटेड स्टेट्सच्या मध्ये विशाल भिंत बांधतील. ट्रम्पनी माणसाची माणसाबद्दलची हिंसकता, घृणा वाढवली किंवा लोकांच्या मनात जो सुप्त तिरस्कार होता, त्याला डिवचून जागे केले. लोकांची अवहेलना, अपमान, मानहानी करण्यात ट्रम्प अगदी तरबेज. देशाचा विचार करणारे, देशाच्या नागरिकांना मान देणारे राजकारणी ते नाहीत, ते होते रिॲलिटी टीव्ही शो, रिअल इस्टेटचा व्यवसाय करणारे. दीर्घ राजनैतिक जीवनाचा त्यांना अनुभव नाही. अमेरिकेच्या अन्य अध्यक्षीय उमेदवारांप्रमाणे ते सुसंस्कृत, सुशिक्षित, चारित्र्यशील नाहीत. तरीसुद्धा ते जिंकून येणे, ही अमेरिकेची शोकांतिका आहे. कोणी कोणी म्हणतात, की ट्रम्प म्हणे खरे बोलतात. बिल माहर यांनी त्या दिवशी एक एक करून सांगितले, की डोनाल्ड ट्रम्प काय काय खोटे बोलले. म्हणाले, डेव्हिड ड्यूकविषयी त्यांना काही माहिती नव्हती, खरेतर माहिती होती. म्हणाले, पुतीन त्यांचे खास मित्र आहेत, मात्र ते पुतीनबरोबर कधीही दिसलेले नाहीत. म्हणाले, ते इराक युद्धाच्या विरुद्ध होते, पण ते इराक युद्धाच्या विरुद्ध नव्हते, याचा पुरावा आहे.

म्हणाले, निवृत्त सैनिकांना त्यांनी आर्थिक साहाय्य दिले नाही, त्यांनी दिले नाही. फुटबॉल लीगबाबत पण ते खोटे बोलले. ग्लोबल वॉर्मिंगबद्दल त्यांनी ट्विट केले, की ग्लोबल वॉर्मिंग असे काही नाहीच आहे, हे सगळे चीनचे षड्यंत्र आहे. नंतर असे काही बोलल्याचा इन्कार केला. पण ते असे बोलले, याचा पुरावा ट्विटरवर अंकित झाला. 'टोरोंटो सन' वृत्तपत्राचे बातमीदार डॅनियल डेल यांनी ट्रम्प २५ दिवसांत २१२ वेळा खोटे बोलले, याची नोंद केली आहे. त्यांना सत्यवादी म्हणण्याची सवय लोकांनी सोडून देणे बरे.

कु क्लुक्स क्लॅनचे नेते डेव्हिड ड्यूक यांनी ट्विट केले, 'ट्रम्प यांना आता

पृथ्वीवरील श्रेष्ठ महामानव बनण्याची संधी आली आहे,' पुढे लिहिले, 'आम्हीच, आमच्या लोकांनीच ट्रम्पना जिंकून दिले आहे. असे आढळते, की ज्यांनी ट्रम्पना जिंकून दिले, ते; जे गोरे नाहीत त्यांचा तिरस्कार करतात, त्या लोकांना त्यांना नामशेष करायचे आहे; त्यांना काळे, गहूवर्णी, पीतवर्णी लोक त्यांच्या देशात नको आहेत. त्यांचा देश गोऱ्यांचा देश आहे आणि तो गोऱ्यांचाच राहिला पाहिजे. हे तर आहेच, आता बघू या ट्रम्पचे व्हाइस प्रेसिडेंट कसे आहेत. ट्रम्पचे व्हाइस प्रेसिडेंट माईक पेन्स हे महिलाविरोधी, विज्ञानविरोधी, समलिंगीविरोधी, ख्रिश्चन कट्टरपंथीय आहेत. ट्रम्पनी स्वतःच आपले व्हाइस प्रेसिडेंट निवडले आहेत. म्हणतात ना– चोराची पावले चोरच ओळखतो.'

डेमोक्रेट पक्ष हरला, त्यामागे त्यांची स्वतःची नक्कीच काहीतरी चूक आहे. मध्यमवर्गीय गोऱ्यांचा विश्वास संपादन करण्यात ते अयशस्वी ठरले. ट्रम्पच्या मोठ्या मोठ्या वल्गना ऐकून माणूस प्रभावित होतो. कदाचित निवडणुकीच्या स्पर्धेत ट्रम्पविरुद्ध त्यांच्याचसारख्या एखाद्या रिॲलिटी टीव्ही शोच्या हिरोने किंवा एखाद्या स्त्रीद्वेष्ट्या धनवानाने, किंवा एखाद्या सायकोपॅथने उतरायला पाहिजे होते.

अमेरिकेत ट्रम्पचा विजय हा जणू संपूर्ण जगातील कट्टर उजव्या विचारसरणीच्या, वर्णवादी, राष्ट्रवादी, पुराणमतवादी गटांचा विजय, त्यांच्याही उत्थानाची प्रेरणा. असे वाटते, की प्रगतीचे चक्र एकवीस वर्षे मागे गेले आहे.

◆

पौर्णिमेचा अंधकार

पौर्णिमाची कहाणी आठवते? तीच पौर्णिमा- इयत्ता आठवीत शिकणारी विद्यार्थिनी. सिराजगंजमधील उल्लापाड्यात राहणारी मुलगी. वडील सलून चालवायचे. तीच पौर्णिमा, जिच्यावर ८ ऑक्टोबर २००१ रोजी सामूहिक बलात्कार झाला. तीच पौर्णिमा.

तेच २००१ साल. तेव्हा तिचे वय होते १३ वर्षे. तिला एका निर्जन जागी नेऊन अनेक पुरुषांनी तिच्यावर बलात्कार केला. तेव्हा बीएनपी आणि जमातीच्या युतीची सत्ता होती. पौर्णिमाच्या वडिलांनी १७ बलात्काऱ्यांविरुद्ध खटला भरला. सहा जणांना सोडण्यात आले. १० वर्षे खटला चालल्यावर ११ जणांना आजीवन कारावासाची शिक्षा झाली. सहा जण तर पळूनच गेले होते. पौर्णिमाच्या आयुष्यात घोर अमावस्या आली. ती अमावस्या दूर करण्यासाठी मदत करायला देशातील काही संवेदनशील, जागरूक लोक पुढे आले. ओयाहीदुल हक, शहरियार कबीर आणि घटक दलाल हे निर्मूल कमिटीचे काही सदस्य. लेखक मुन्तसीर मामून यांनी लिहिले, 'पौर्णिमा ही १९७१च्या मुक्तियोद्ध्यांचे प्रतीक आहे. या मुलीने नागरिकांना, आम्हाला थप्पड मारून जाणवून दिले की आम्ही माणसेच नाही. कारण आम्ही अल्पवयीन मुलींवर बलात्कार करतो, आम्ही बलात्कारित मुलीचे रक्षण करत नाही, बलात्काऱ्यांना न्यायनिवाड्यातून सूट देऊ पाहतो आणि याचा तीव्र निषेध करत नाही. कुटुंबाचे रक्षण करायला पुढे येत नाही.'

पौर्णिमाला ढाक्क्याला आणले, शाळेत घातले. पौर्णिमा विश्वविद्यालयातही शिकते आहे. पौर्णिमाला तिच्या आयुष्यातली अमावस्या दूर करून प्रकाशमान जीवन जगायचे आहे. पण हे तिच्यासाठी फारसे सोपे नाही. सोपे नाही, कारण पौर्णिमा बलात्कारित होती. इतर कोणताही छळ झाला तर माणूस कदाचित पुन्हा उभा राहू शकतो, पण लैंगिक अत्याचाराला बळी पडलेली व्यक्ती नाही उभी राहू शकत. त्या वेळी ती काही माणसे तिच्या मदतीला उभी राहिली नसती, तर ती मुलगी खरोखर मेलीच असती. आणखी किती वेळा तिच्यावर बलात्कार झाले असते कोणास ठाऊक.

काही दिवसांपूर्वी बीबीसीवर पौर्णिमाच्या स्वतःच्या तोंडून ज्या गोष्टी ऐकल्या,

त्याने फार वाईट वाटले.

पौर्णिमा म्हणाली, ''अचानक एकदा मी फेसबुकवर गेले; तेव्हा दिसले की माझा फोटो लावून, एक आय डी बनवून त्यावरून घाणेरडे फोटो, घाणेरड्या गोष्टी, माझा मोबाइल नंबर पोस्ट केला होता. माझ्या सहकाऱ्यांबरोबर तोच आय डी जोडला गेला आहे. त्या आय डीवरून आलेल्या फ्रेन्ड रिक्वेस्ट्स ते ॲक्सेप्ट करतात, कारण मी त्यांची सहकारी – कलीग आहे. नंतर ते घाणेरडे फोटो बघून अर्थातच मला विचारतात, 'काय गं, तू असले घाणेरडे फोटो पोस्ट करतेस, तू हे सगळे करतेस का?' एका फ्रेन्डने मला विचारले, ''तू किती पैसे घेतेस?''

पौर्णिमा पुढे म्हणाली, ''शाळा, कॉलेज, युनिव्हर्सिटी या तिन्ही ठिकाणी मला या सगळ्याचा सामना करावा लागतो. यामुळे मी रस्त्याने चालू शकत नाही, कारण अनेक जण म्हणतात, 'हीच ती मुलगी.'

''अनेक जण रस्त्यात माझ्या मागे येऊन माझे केस धरून मला मारतात. का? माझ्याच बाबतीत हे का घडते? का घडते? माझे सहकारी मला म्हणतात, 'पौर्णिमा, तुला काही लाज नावाची गोष्ट नाही का?' ही माझी लाज नाही, बांगलादेशच्या समाजाची लाज आहे.''

पौर्णिमाच्या बलात्काराबद्दल तिलाच दोष देणाऱ्यांची बांगलादेशात कमतरता नाही. तिच्यावर बलात्कार झाला म्हणून तिचा तिरस्कार करणाऱ्यांची कमतरता नाही. तिच्यावर एकदा बलात्कार झाला आहे म्हटल्यावर तिच्यावर पुन्हा बलात्कार करण्याची इच्छा होणाऱ्या पुरुषांची संख्याही बांगलादेशात कमी नाही. पौर्णिमा तोंड लपवून रडत बसली नाही. कोपऱ्यात, अंधारात बसणे तिने पत्करले नाही. देशातून पळून गेली नाही, भारतात शरणार्थी होऊन गेली नाही. देशातच राहिली, तरी तिला कोणापुढे नमून राहायचे नव्हते. तरीसुद्धा तिच्या देशाने, प्रिय देशाने तिला देशात राहण्यायोग्य वातावरण दिले नाही.

प्रत्येक पाशवी बलात्काराची बातमी ऐकून लोक म्हणतात, 'बलात्काऱ्याला फाशी द्या, त्याचे लिंग कापून टाका.' बलात्काऱ्याबद्दल तिरस्कार, क्षोभ उफाळतो पण आश्चर्य म्हणजे बलात्काराला बळी पडलेल्या मुलीच्या मदतीला जास्त कोणी पुढे येत नाही. आणखी आश्चर्य म्हणजे बलात्कारित मुलीवर पुन्हा बलात्कार करण्यासाठी पुरुष सरसावतात. एखादी मुलगी अत्याचार, बलात्काराची शिकार बनली म्हणजे जणू तिने अत्याचार आणि बलात्कारासाठी सर्टिफिकेटच मिळवले. म्हणजे आजपासून कोणालाही तिच्यावर अत्याचार, बलात्कार करण्याचा अधिकार आहे. मुलीवर बलात्कार झाला म्हणजे तिने तिचे स्त्रीत्व गमावले. जे गमावलेच आहे, त्याचे रक्षण करण्याचा आता प्रश्नच उद्भवत नाही. त्यामुळे त्या मुलीवर सहजतेने पुन्हा बलात्कार केला जाऊ शकतो. सती, साध्वी स्त्री म्हणून वावरण्याची

आता कोणतीच जबाबदारी पौर्णिमावर नाही म्हटल्यावर तिने काय करणे उचित, काय अनुचित याचा निर्णय एकप्रकारे समाजातल्या पुरुषांनीच घेतला. तोंडाने काहीही बोलोत, पण वास्तविक समाजातील पुरुष कटकारस्थान करून बलात्काऱ्याला क्षमा करतात, बलात्कारितेला क्षमा करत नाहीत. कोणी एक जण म्हणाला, 'प्रत्येक पुरुष पोटेन्शियल रेपिस्ट असतो.' खरे म्हणजे कोणीही रेपिस्ट होऊ शकतो. जे होत नाहीत, त्यातले बहुतेक संधी न मिळाल्यामुळे होत नाहीत. माझ्या मते मनातल्या मनात सगळेच पुरुष बलात्कार करतात. पौर्णिमावर बलात्कार करण्याच्या दृश्याची कल्पना केली नाही, अशा पुरुषांची संख्या अत्यंत अल्प असेल. त्या दृश्याची कल्पना करून कोणत्या पुरुषाची कामवासना उद्दीपित झाली नाही, हे जाणून घेण्याची माझी फार इच्छा आहे. अत्याचार करण्यासाठी त्यांचे हातसुद्धा शिवशिवत असतील. बलात्कारी पौर्णिमाला चावले, त्यांनी तिला कुस्करले, बोचकारले ही बातमी ऐकून पुरुषांना तिला चावण्याची, कुस्करण्याची, बोचकारण्याची इच्छा नक्कीच झाली असेल.

समाज जेव्हा कोणाला सांगतो, की तुला पुरुषांग असल्यामुळे तू समाजाचा कर्ता आहेस, तेव्हा पुरुष पुरुषांगावर भलतेच प्रेम करू लागतात. ते किती प्रचंड शक्तिशाली आहे, ते सिद्ध करण्याच्या मागे लागतात. स्त्रियांवर जे जे अन्याय, अत्याचार होतात, त्यांचे जे लैंगिक शोषण होते, निर्दयी छळ होतो; ते सर्व पुरुषांच्या पुरुषांगाबद्दलच्या अतिरेकी प्रेमामुळे, त्यावरील आत्यंतिक आत्मविश्वासामुळे होते.

समाजात ज्या दिवशी लिंगाची पूजा करणे बंद होईल, त्या दिवसापासूनच पितृसत्ताकासारखी एक विषमतामूलक समाजव्यवस्था संपुष्टात येऊ लागेल, पितृसत्ताकासारख्या एका गुंडगिरीचे पतन होईल, तेव्हाच बलात्कार आणि सर्व प्रकारची पुरुषी निर्दयता बंद होईल.पुरुषांगाच्या अत्याचारापासून बचाव करण्यासाठी बांगलादेशामध्ये स्त्रियांच्यात हिजाब घालण्याचे खूळ सुरू झाले आहे. हिजाब घातला की पुरुष त्यांच्या केसांचे सौंदर्य बघू शकणार नाही, शरीर झाकले की पुरुषांची त्यांच्या शारीरिक सौंदर्यावर नजर पडणार नाही, आणि त्या पुरुषांगाच्या तावडीतून बचावतील. हिजाब ही गोष्टच हे सिद्ध करते की पुरुष किती भयंकर आहेत, स्त्रियांच्या सुरक्षिततेला त्यांच्याकडून किती धोका आहे. इतर कोणत्याही प्रजातीतील माद्यांना त्या प्रजातीतील नरांना इतके भिऊन राहावे लागत नाही. मनुष्यजातीतील पुरुष जितके हिंस्र आहेत, तितके आणखी कुठल्याही प्रजातीतील नर नाहीत. पुरुष त्यांच्या पुरुषांगाची पूजा करणे बंद करणार नाहीत, तेव्हा आता स्त्रियांनीच बंद करावी. म्हणजे शेवटी मनुष्यजातीतील अर्धेजण तरी पुरुषप्रधानता मानणार नाहीत. शेवटी हा तरी दिलासा मिळावा की आम्ही सगळे नष्ट होणार नाही.

◆

भारत-पाकिस्तान लढाई

भारत आणि पाकिस्तानच्या संबंधांत सध्या अत्यंत कटुता आहे. या कटुतेची सुरुवात पाकिस्तानी अतिरेक्यांनी भारतीय छावणीवर केलेल्या हल्ल्यापासून झाली. आक्रमण दोन्ही दिशांनी झाले, दोन्ही देशांचे सैनिक मारले गेले.

यादरम्यान पाकिस्तानने त्यांच्या टीव्हीवर येणाऱ्या सगळ्या भारतीय कार्यक्रमांवर बंदी घातली. इकडे बॉलिवूड दिग्दर्शक करण जोहरने जनतेच्या समोर हात जोडून सांगितले, की तो यापुढे आणखी पाकिस्तानी कलाकारांना घेऊन चित्रपट बनवणार नाही. याचविषयी मोठा धुमाकूळ चालला होता. काही जण म्हणतात, की पाकिस्तानच्या सर्व गोष्टींवर बंदी घाला, बहिष्कार घाला. पाकिस्तानी कलाकारांना घेऊन सिनेमा बनवण्याची काही आवश्यकता नाही. भारतात कलाकारांचा असा काही दुष्काळ नाही की पाकिस्तानहून कलाकार आणावे लागतील. भारतात जे सगळे पाकिस्तानी कलाकार आहेत, ते पाकिस्तानी अतिरेक्यांच्या हल्ल्याचा कोणताही निषेध करत नाहीत, हीच मोठी अडचण आहे. कलाकार असले म्हणून काय झाले, तेही कदाचित मनोमन अतिरेक्यांना पाठिंबा देत असतील. काही जणांचे म्हणणे आहे की ते कलाकार आहेत, अतिरेकी नाहीत; त्यांच्यावर का बंदी घालायची? या 'का'चे समाधानकारक उत्तर आजवर मिळालेले नाही. 'तुझा काही अपराध नाही, पण तुझ्या देशातील लोक अपराध करत आहेत,' अशा प्रकारचे एखादे उत्तर उडत उडत ऐकले आहे.

मी जर पाकिस्तानी कलाकार असते, तर मी पाकिस्तानच्या भारतावरील हल्ल्याची निश्चितच निंदा केली असती. पण पाकिस्तानी कलाकार हल्ल्याची निंदा का करत नाहीत, हे मला समजत नाही. कोणी जर दहशतवादाचा निषेध करत नसेल, तर तो स्वतः दहशतवादी असण्याची किंवा दहशतवादाचा समर्थक असण्याची शक्यता किती आहे, हेही माहीत नाही. समजा, पाकिस्तानी कलाकार अतिरेकी किंवा अतिरेक्यांचा समर्थक असेल, तर मग त्या बाबतीत त्याच्यावर बहिष्कार घालणे योग्यच आहे. बंदी घालणे, हाकलून देणे हे सगळे उचित आहे. पण तो जर स्वतःच्या जिवाच्या भीतीने दहशतवादाविरुद्ध तोंड उघडत नसेल तर?

काहीही अपराध नसताना मी आयुष्यभर बंदी, बहिष्काराची बळी आहे. निरपराध

माणसावर बंदी घालणे मला पटू शकत नाही. पाकिस्तानबरोबर भारताच्या ज्या राजनैतिक समस्या आहेत, त्या राजनैतिक दृष्टीनेच हाताळल्या पाहिजेत. सांस्कृतिक आदानप्रदान बंद करण्याचे मला तरी काही कारण दिसत नाही. अनेकांचे म्हणणे आहे, की दक्षिण आफ्रिकेच्या ॲपर्थाइड – वांशिक वर्णद्वेषाविरुद्ध ज्याप्रमाणे संपूर्ण जग उभे ठाकले, दक्षिण आफ्रिकेच्या सर्व गोष्टी बहिष्कृत केल्या; त्याचप्रमाणे पाकिस्तानविरुद्ध करायला हवे. सर्व व्यापार-धंदे, सगळे नाटक-सिनेमे, गाणे-बजावणे, सगळ्या प्रकारचे आदानप्रदान बंद केले पहिजे. लढाईची पूर्वतयारी तर चांगली जमून आली आहे. हे सगळे बघून मला फार भीती वाटते. अणुबॉम्ब दोन्ही देशांकडे आहेत. कोणी ना कोणीतरी एकदम बटण दाबेल.

पाकिस्तानी कलाकारांना घेऊन जे चित्रपट काढले आहेत, ते ज्यांना बघायची इच्छा नसेल त्यांनी बघू नयेत, इच्छा असेल त्यांनी बघावेत. हे स्वातंत्र्य सगळ्यांना असणे योग्य आहे. कलाकारांवर बहिष्कार घालण्याबाबत मी सामाजिक संपर्कमाध्यमातून माझे मत मांडले म्हणून भारतीय राष्ट्रवाद्यांकडून भरपूर शिव्या खाल्ल्या. ज्या कट्टर उजव्या विचारसरणीच्या लोकांनी ओरडून मला भारत सोडून जाण्याचा आदेश दिला आहे, ते असेच भडकून उठतात.

मी स्वतःलाच प्रश्न विचारते, की त्यांचे भारतावर माझ्यापेक्षा जास्त प्रेम आहे का? माझ्या एक तपाच्या अनुभवातून पाहते आहे, की अनेक जण स्वतःला देशप्रेमी म्हणवतात; पण देशातल्या गरीब लोकांशी वाईट वागतात, पैशासाठी वाईट मार्गांचा अवलंब करतात, स्त्रियांचे लैंगिक छळ करतात. हे सगळे मी कधीच केले नाही.

सध्या भारतात एक मत फार लोकप्रिय झाले आहे– 'पाकिस्तान हे दहशतवादी राष्ट्र आहे, पाकिस्तानी भारतीयांची हत्या करतात. पाकिस्तानबरोबर असहकार पुकारणे, हेच भारताचे एकमेव काम आहे. पाकिस्तानी अभिनेत्यांनी भारतात येऊन चित्रपट बनवणे बंद झाले पाहिजे. व्यवस्थितरीत्या त्यांना भारतातून घालवून दिले पाहिजे.'

भारत सरकारने कोणत्याही पाकिस्तानी कलाकारावर बंदी घातली नाही, कोणाला भारत सोडून जायलाही सांगितले नाही. जे स्वतःला देशप्रेमी म्हणवतात, त्यांचे म्हणणे आहे की पाकिस्तानी कलाकारांवर बहिष्कार टाकावा. देशप्रेम दाखवण्यासाठी जशास तसे अशा प्रकारच्या राष्ट्रवादावर विश्वास ठेवला पाहिजे, आणि सर्व बाजूंनी शत्रुदेशाकडे द्वेष, तिरस्कार प्रक्षेपित केला पाहिजे असाच जणू नियम होऊन गेला आहे. कोणी कोणी म्हणतात, उत्तर प्रदेशातील निवडणुकीच्या वेळी 'पाकिस्तानला नेस्तनाबूद करूनच सोडू' यासारख्या एका आश्वासनाने लोकांना दिलासा मिळेल. आर्थिक उन्नतीपेक्षा राष्ट्रवाद महत्त्वाचा. सरकारी पक्षांचा बहुतेक निवडणुका जिंकायचा हाच नियम आहे. पाकिस्तानात जसे भारतद्वेष्टे लोक आहेत, तसे भारताच्या

बाजूचेसुद्धा आहेत. पाकिस्तानच्या दहशतवादाच्या विरोधात असणारे लोक आहेत, बलुचिस्तानातील निरपराध लोकांशी पाकिस्तान सरकार क्रूर व्यवहार करत आहे, याविरुद्धसुद्धा पाकिस्तानी लोक निषेध करतात. माझा प्रश्न असा आहे की, पाकिस्तानातील या सुशिक्षित, जागरूक, उदारमतवादी, मानवतावादी लोकांना शत्रू मानायचे का? पाकिस्तानातील भारतद्वेषी अतिरेकी आणि प्रतिपक्षाला शत्रू मानणे पुरेसे नाही का? नरेंद्र मोदी आणि नवाज शरीफ यांच्या चांगल्या संबंधांची अवनती फार लवकर झाली. अर्थात काही जण म्हणतात, की सर्जिकल स्ट्राइकमध्ये पाकिस्तानी अतिरेकी मारून उलट भारताने पाकिस्तान सरकारला त्यांच्या सैन्याला विचारण्याची संधी दिली आहे, की ते दहशतवादाचा नायनाट का करत नाहीत! पण मला तरी वाटते, की ज्या देशांत दीर्घकाळ लष्करी शासन आहे, त्या सर्व देशांत सेनाप्रमुखांचा आदेश-निषेध सरकार मानते किंवा मानणे भाग पडते.

साहित्य संस्कृती जगतात आडकाठी करणे, हा राजकारण्यांचा स्वभाव. त्यांना माहीत आहे, की साहित्य सांस्कृतिक दुनियेतले लोक माणसांना जागृत, संवेदनशील बनवू शकतात. त्यांना हेही माहीत आहे, की जागृत झालेली माणसे त्यांचा मुखवटा दूर करू शकतात. प्रजासत्ताक घटनेत भाषणस्वातंत्र्याचा उल्लेख असूनसुद्धा ते एकामागून एका पुस्तकांवर बंदी घालतात, सिनेमा थिएटरवर बहिष्कार घालतात. भारतातही बघितले, की दोन बड्या चित्रपट दिग्दर्शकांनी एका राजकारण्याकडे जाऊन प्रतिज्ञा केली की यापुढे पाकिस्तानी कलाकारांना त्यांच्या सिनेमात घेणार नाहीत. राजकारण्यांना खूश केले की सिनेमे बंदीतून मुक्त होणार, राजकारण्यांना पसंत असेल तरच कला, साहित्य प्रसारित, प्रकाशित होणार, हे काही कोणत्या लोकशाही वातावरणाचे चित्र नाही. लोकशाही –हा शब्दच आम्हाला देशाच्या भाळावर पताकेप्रमाणे झुलवायला आवडतो, पण त्याबद्दल चर्चा करायला आवडत नाही. भारतात गेली सात दशके लोकशाही आहे. तरीही मला वाटते, की लोकशाही अजूनही इथे फारच बाल्यावस्थेत आहे. तथापि पाकिस्तान आणि बांगलादेश या शेजारी देशांशी तुलना केली; तर भारताची लोकशाही खूपच मजबूत, शक्तिशाली आहे. भारताकडूनच सत्यता, आधुनिकता, उदारता यांची आशा आहे. डोळ्याच्या बदल्यात डोळा, दाताच्या बदल्यात दात असा आरडाओरडा भारताला शोभत नाही.

चूक झाली ती ४७ सालीच. धर्माचे बोट पकडून ज्या बाळाने त्या दिवशी जन्म घेतला, ते बाळ एक दिवस भयंकर राक्षसी रूप धारण करेल, हे त्या वेळच्या महान राजकारण्यांना कळायला हवे होते. धर्म जर राष्ट्राचा मूलमंत्र बनला, तर काय परिणती होते त्याचा पाकिस्तानकडे बघूनच अंदाज येतो. धर्मांधता, धार्मिक कट्टरता, धर्मीय दहशतवाद; काय नाही आज पाकिस्तानात!

भारत-पाकिस्तानच्या लढाईत नवीन काहीच नाही. या दोन्ही देशांत तीन युद्धे

झाली. आणखी युद्ध होऊ नये. उपखंडातील दोन आण्विक शक्ती जर परस्परांचा द्वेष करत असतील, तर भीती वाटते. पाकिस्तानवर बॉम्ब टाकला. तर फक्त पाकिस्तानीच नव्हे तर भारतीयही मरतील आणि भारतावर टाकला, तर फक्त भारतीयाच नाही तर पाकिस्तानीही मरतील, हे त्यांना माहीत आहे की नाही मला माहीत नाही. पाकिस्तानबरोबर शांतता करार करण्यासाठी भारतालाच पुढे यावे लागेल. दक्षिण आफ्रिकेला वाळीत टाकल्याचे फळ मिळाले, पण पाकिस्तानला वाळीत टाकण्याने उलटेच काहीतरी होऊ शकते. पाकिस्तानची मित्रराष्ट्रे कमी नाहीत, जिहादीदेखील कमी नाहीत. ज्याच्याकडे आण्विक अस्त्र आहे, त्याला वाळीत टाकणे धोकादायक आहे. त्यापेक्षा दोन्ही देशांच्या जनतेच्या सरकारांनी लढाई संपवून टाकावी. शो, सिनेमे यावर बंदी घालून शत्रुत्व वाढेल, फायदा खरोखरच काही होणार नाही. दहशतवाद थांबवण्यासाठी आणखी काहीतरी नवीन उपाय शोधावे लागतील.

सांस्कृतिक संबंध वाढले, तर दोन्ही देशांच्या नागरिकांमध्ये संबंध सुधारतील, बिघडणार नाहीत. हे संबंधच दोन्ही देशांची मैत्री वाढवतील, मैत्री वाढली की शत्रुत्व कमी होईल. राज्यकर्ते तर्क लढवून, युक्तीप्रयुक्तीने परस्परांच्या सहकार्याने स्वस्थ, सभ्य राजनीतीच्या माध्यमातून दहशतवादाच्या समस्येवर उपाय करण्याचा प्रयत्न करत आहेत. दोन्ही देशांतील सुबुद्ध लोकांनाच शांत डोक्याने या समस्येचा इलाज करावा लागेल. यापूर्वी ते शक्य झाले नाही म्हणून यापुढेही होणार नाही असे नाही. भारताची इच्छा आहे म्हणून पाकिस्तान नावाच्या देशावर बॉम्ब टाकून नकाशातून उडवून दिले जाईल, जगातून नाहीसे केले जाईल हा काही मार्ग नाही, ते शक्य नाही. दहशतवाद सगळ्या जगातच आहे. मध्यपूर्व उद्ध्वस्त झाली आहे.

◆

जॉर्डनसुद्धा ?

जॉर्डन एक धर्मनिरपेक्ष देश होता. तो देशसुद्धा बांगलादेशाच्या पावलावर पाऊल टाकत आहे. दोनतीन दिवसांपूर्वी एका मुस्लीम अतिरेक्याने नाहेद हात्तार नावाच्या एका लेखकाचा खून केला. नाहेद हात्तारने फेसबुकवर एक व्यंगचित्र शेअर केले, हाच त्याचा अपराध. व्यंगचित्र कोणी काढले होते, ते फेसबुकवर प्रथम कोणी पोस्ट केले होते, याबाबत काही कळले नाही. पण फक्त शेअर केल्याच्या अपराधाबद्दल एकाला प्राण गमवावे लागले. नाहेदने शेअर केल्यावर ताबडतोब ते कार्टून डिलिट केले होते, एवढेच नव्हे, तर क्षमाही मागितली होती. म्हणाला की ते शेअर करून त्याने चूक केली, कोणाच्याही भावना दुखवायची त्याची मुळीच इच्छा नव्हती. स्वतःचा फेसबुक आय डीसुद्धा त्याने नष्ट केला. हे सगळे करूनदेखील त्याला धमकी दिली गेली. त्याने सरकारकडे संरक्षण मागितले. नाही, सरकारने संरक्षण दिले नाही. उलट सांगितले, की स्वतःच्या जबाबदारीवर कार्टून शेअर केले, आता स्वतःच्या संरक्षणाची जबाबदारीही स्वतःच घे.

कार्टूनमध्ये स्वर्गातले एक काल्पनिक दृश्य दाखवले होते. अबू सालेह नावाचा एक माणूस दोन सुंदऱ्यांबरोबर झोपला आहे; जवळ सफरचंद, द्राक्षे, मांस आणि मदिरा आहे. ईश्वराने येऊन विचारले, आणखी काही पाहिजे का. अबू सालेह म्हणाला, काजू बदाम आणि मदिरा पाहिजे. तंबूला एक दरवाजाही ईश्वराकडे मागितला, ज्याची कडी काढून आत जाता येईल. स्वर्गाच्या वर्णनात काही त्रुटी नसूनसुद्धा ईश्वराला मानवी आकृतीत दाखवल्यामुळे बहुतेक अनेक जण नाराज झाले. तरीसुद्धा सरकारने आगीत तेल ओतून नाहेदविरुद्ध धार्मिक भावना दुखावल्याबद्दल खटला भरला नसता, जर त्याला अटक केली नसती, त्याच्या आवाहनाला प्रतिसाद देऊन त्याला संरक्षण दिले असते; तर कदाचित नाहेदला जीव गमवावा लागला नसता. मला माहीत आहे, की भारतात *रंगीला रसूल* नावाच्या एका पुस्तकावर बंदी घातली. त्या पुस्तकात पैगंबराच्या लैंगिक जीवनाबद्दल काहीतरी होते. १९२९ साली *'रंगीला रसूल'* खटल्याच्या सुनावणीच्या वेळी पुस्तकाचे प्रकाशक महाशय राजपाल यांना इल्मुद्दिन नावाच्या एका कट्टरपंथीने लाहोर कोर्टातच गोळी मारून ठार केले होते.

लोक हास्यरसासाठी व्यंगचित्रे काढतात. आणि हेच व्यंगचित्र माणसाच्या मृत्यूला कारणीभूत होते. डेन्मार्कमधील व्यंगचित्रकार लपून बसला आहे, फ्रान्सच्या *शर्ली हेब्दो* कार्टून नियतकालिकाच्या १२ जणांचा अतिरेक्यांनी खून केला आणि आता जॉर्डनमध्ये सहज एक कार्टून शेअर केल्यामुळे एका लेखकाची हत्या करण्यात आली.

हे सगळे सर्व जण पाहत आहेत, तरी गप्प बसले आहेत. जे मरतात ते मरतात, आपल्या शरीरावर कुठे ओरखडा नाही उठला म्हणजे झाले.

नाहेद हात्तार कॅथलिक होता, पण स्वतःला जॉर्डनच्या धर्मनिरपेक्ष समाजाचा घटक मानत होता. नाहेदबरोबर त्याची दोन मुले होती, भाऊ होते; त्या सर्वांसमोरच एका मुस्लीम कट्टरपंथीयाने त्याची हत्या केली. भाऊ म्हणाला, की त्याने धावत जाऊन खुन्याची दाढी धरून त्याला थांबवले, पण पोलिसांनी म्हणे त्याला सोडून दिले. पोलिसांना खुन्याला पकडायचे नव्हते? कदाचित पोलिसांच्यासुद्धा धार्मिक भावना तीव्र असतील. या भावना ही फार भयंकर बाब आहे. मला आठवते, जून १९९८ मध्ये धार्मिक भावना दुखवल्याच्या आरोपावरून माझ्याविरुद्ध बांगलादेश सरकारने जेव्हा खटला भरला होता, आणि अटकेचा परवाना जारी केला होता, तेव्हा माझ्या हितचिंतकांनी आणि वकिलांनीसुद्धा मला पळून जाण्याचा सल्ला दिला. पकडली गेले तर म्हणे पोलीस मला मारून टाकतील, एवढेच नाही, तर तुरुंगात गेले तर इतर कैदीदेखील मारून टाकू शकतील.

नाहेद हात्तारच्या शरीरावर तीन गोळ्या लागल्या. त्याला वाचवणे शक्य नव्हते. पण हा धर्मांध खुनी होता तरी कोण, ज्याला व्यंगचित्रातील विनोदही मुळीच सहन झाला नाही? असे समजले जाते, की मक्केहून हज यात्रा करून आलेली माणसेच खुनी असतात. जॉर्डनमधले लोकसुद्धा जिहादी आहेत. तसे जॉर्डनमधील अल्पसंख्याक पॅलेस्टिनींमध्ये बरेचसे जिहादी आहेत. त्याउपर आता सीरियातील साडेसहा लाख लोकांनीही प्रवेश केला आहे, त्यांच्यामध्ये कोणीच जिहादी नाही, यावर कोणीच विश्वास ठेवणार नाही.

सीरियाच्या बाबतीत जॉर्डनची भूमिका तटस्थ आहे. जॉर्डन ना सीरियाच्या सरकारच्या बाजूचे आहे ना इसिसच्या. पण अनेकांना भीती वाटते, की इसिस आपल्या कार्यकर्त्यांसह जॉर्डनमध्ये प्रवेश करेल. सीरियाच्या वरच जॉर्डन आहे. जॉर्डनमध्ये घुसायला त्यांना फार वेळ लागणार नाही, असेच सगळ्यांना वाटते. इसिस प्रत्यक्षात जॉर्डनमध्ये घुसले नाही; तरी दरम्यान त्यांचे जे विचार, मते जॉर्डनमध्ये झिरपली आहेत, त्याचाच पुरावा म्हणजे नाहेदची हत्या.

नाहेदला खुनाच्या १००हून अधिक धमक्या आल्या. जरी त्याने सांगितले, की कोणाच्या भावना दुखावण्याच्या उद्देशाने त्याने कार्टून शेअर केले नव्हते, जरी क्षमा

मागितली, जरी आय डी डिलिट केला, जरी सांगितले की कार्टूनमध्ये उल्लेखलेला स्वर्ग इस्लामचा बिहिश्त नाही; इसिसच्या कल्पनेतील बिहिश्त आहे, तरी त्याला क्षमा केली गेली नाही. नाहेदच्या पत्नीने त्याला देशातून पळून जायला सांगितले, पण तो पळाला नाही. तो एक राष्ट्रवादी, डाव्या विचारसरणीचा, मानवतावादी, सेक्युलर लेखक होता, पळपुटा माणूस नव्हता. सीरियाचे प्रेसिडेंट बशर अल असद यांचे समर्थन करणारे लिखाण केल्याबद्दल त्याने तुरुंगवासही भोगला, पण त्याला कधीच पळून जावेसे वाटले नाही.

जॉर्डन अमेरिकेचा मित्रदेश. दर वर्षी कट्टर दहशतवादाचे दमन करण्यासाठी बिलियन डॉलर्स जॉर्डनला मिळतात. पण आतापर्यंत कितीसे दमन करू शकला? *'मुस्लीम ब्रदरहूड'* नावाचा जो गट इजिप्तमध्ये निषिद्ध आहे, तोच इस्लामी कट्टरपंथीय राजकीय पक्ष मुस्लीम ब्रदरहूड या वेळी जॉर्डनच्या निवडणुकीत रीतसर उतरला आहे, त्याला बऱ्याच सीट्सही मिळाल्या आहेत. मुस्लीम ब्रदरहूडचे हे उत्थान सिद्ध करते, की जॉर्डन बदलला आहे. धर्मनिरपेक्ष जॉर्डन कट्टरपंथीय जॉर्डन बनला आहे, अगदी बांगलादेशाप्रमाणे.

बांगलादेशातदेखील धार्मिक भावना दुखावल्याच्या आरोपावरून अतिरेक्यांनी कित्येक ब्लॉगर्सचे खून केले आहेत. बांगलादेश सरकारने जरी ब्लॉगर्सच्या खुन्यांना शिक्षा देण्याबाबत काही वक्तव्य केले नाही, तरी जॉर्डन सरकारने मात्र जाहीर केले आहे की अतिरेकी जिहादींना कठोर शासन केले जाईल. शेवटपर्यंत यातले किती आणि काय पाळले जाईल कोणास ठाऊक. मुस्लीम देश कट्टरवादाच्या दिशेने जेव्हा झुकतात, तेव्हा हे ताणून धरणे कदाचित शक्य होत नाही. बांगलादेशाचे सगळे सरकारच त्या दिशेने झुकायला साहाय्य करते आहे. तसेच कठीण समयी सुकाणू हाती न धरता मौन धारण करण्यात त्यांचा हात कोणी धरू शकणार नाही.

नाहेद हात्तार म्हणजे आमचा अभिजित राय, आमचा वाशिकुर रहमान, आमचा अनंत विजय दास. नाहेद हात्तार जणू आमचा निलय नील, आमचा फैसल अरेफिल दीपन.

जर जॉर्डनने कठोर पावले उचलून अतिरेक्यांचा मुसक्या आवळल्या नाहीत, तर आणखी प्रगतिशील लोकांच्या खुनाच्या घटना देशात घडतील. वेळेवर जागे झाले नाही तर काय होते, ते बांगलादेशच्या लोकांना पावलोपावली जाणवते आहे.

◆

स्त्रिया आत्महत्या का करतात?

बांगलादेशात दररोज २८ माणसे आत्महत्या करतात. या २८ जणांतील बहुतांश स्त्रिया असतात. १५ ते २९ वयोगटातल्या स्त्रिया. दिवसेंदिवस आत्महत्यांची संख्या वाढते आहे. जगात सर्वाधिक आत्महत्या पुरुष करतात. बांगलादेशात मात्र उलटे आहे, इथे अधिकतर स्त्रिया आत्महत्या करतात. २०१० साली ९६६३, २०११ साली ९६४२, २०१२ मध्ये १०००८ आणि २०१३ साली १०१२९ स्त्रियांनी आत्महत्या केल्या. स्त्रियांच्या आत्महत्यांची संख्या वर्षागणीक वाढते आहे. पाश्चात्त्य देशांत मूलतः वयस्क पुरुष एकाकीपणामुळे आत्महत्या करतात, बांगलादेशात लहान वयातील मुली, स्त्रिया आत्महत्या करतात. बांगलादेशातील स्त्रियांच्या आत्महत्येची कारणे म्हणजे– कुटुंबातील सदस्यांशी संबंध बिघडणे, पतीचे अत्याचार, सासरी होणारे अत्याचार, हुंड्यासाठी होणारा छळ, लैंगिक छळ, परीक्षेत चांगले मार्क न मिळणे, प्रेमभंग होणे इत्यादी. काही दिवसांपूर्वी बांगलादेशातील राजशाही विश्वविद्यालयातील सहकारी प्राध्यापिका अख्तार जहान यांनी आत्महत्या केली. असे ऐकले, की त्यांचे कौटुंबिक आयुष्य सुखीसमाधानी नव्हते, घटस्फोट झाला होता. मुलांच्या सुरक्षिततेची त्यांना काळजी होती. तिकडे नवऱ्याने दुसरे लग्न केले होते आणि अख्तार जहानचे चारित्र्य वाईट होते, असे सगळीकडे पसरवले होते. आत्महत्येचे कारण शोधले; तेव्हा अशांती, काळजी, ताणतणाव, एकटेपणा, आर्थिक चणचण इत्यादी अनेक उल्लेख केले गेले.

मला तेरा वर्षांपूर्वीची गोष्ट आठवते. तेरा वर्षांपूर्वी मी एका माणसाला घटस्फोट दिला, ज्याच्याशी पब्लिक नोटरीसमोर कागदावर सही करून लग्न केले होते. कायद्याच्या दृष्टीने नोटरीसमोर केलेले लग्न म्हणजे लग्न नव्हे. पण त्या वेळी लग्न केले असे लोकांना सांगितले, तेच लग्न झाले म्हणायचे. जेव्हा कळले की तो बहुगामी आहे, तेव्हा मागेपुढे न पाहता त्याचा त्याग केला. तेरा वर्षांपूर्वी मी एकटीने घर भाड्याने घेतले, एकटी राहिले, लोक वाट्टेल ते बोलले, त्याकडे दुर्लक्ष केले; पण मोडून पडले नाही. काही दिवसांतच लगेच वृत्तपत्रे, नियतकालिकांतून माझ्याबद्दल खोटेनाटे लिहून आले, स्त्रियांबद्दल जे सगळे लिहिले की लोक त्यांचा तिरस्कार करतात ते सगळे. स्त्री म्हणून असंस्कृत समाजात जन्मले की जे होते, ते सगळे

झाले. पण मी हॉस्पिटलमध्ये रोग्यांवर उपचार करण्यात आणि स्वतःच्या लिहिण्या-वाचण्यात व्यस्त होते. वाईट, ढोंगी लोक काहीही बोलले तरी पर्वा केली नाही. केवळ धार्मिक आणि कट्टरच नव्हे, तर अहमद छाफा आणि हुमायून आझादसारख्या सन्मान्य नास्तिकांनीही कोरडे ओढले. पहिल्या गद्य पुस्तकाला यासाठीच 'आनंद' पुरस्कार मिळाला होता; त्यामुळे कित्येक क्षुद्र, कोत्या मनाचे लेखक कुढले, जळले. लाखो कट्टरपंथीय एकत्र आले, देशभर मोर्चे-सभा घेऊन मला फाशी देण्याची मागणी केली, माझ्या मस्तकाची किंमत ठरवली, मी पर्वा केली नाही. मला जे पाहिजे तेच करत राहिले; जेव्हा धर्माची निंदा करावीशी वाटली, निंदा केली; एखाद्याबरोबर झोपावेसे वाटले, झोपले; झोपावेसे वाटले नाही, तर जगाची उलथापालथ झाली तरी झोपले नाही. स्त्रिया हे का विसरतात की त्या एका असंस्कृत, अशिक्षित, स्त्रीद्वेष्ट्या समाजात राहतात! चांगल्या, बुद्धिमान, पाठीचा कणा ताठ ठेवून चालणाऱ्या स्त्रियांचा हा नतद्रष्ट समाज नाना प्रकारे, विविध मार्गांनी अपमान करतो, अवहेलना करतो, शिव्या देतो, चारित्र्याबद्दल वाट्टेल ते बोलतो. ज्या स्त्रिया अशा नाहीत, त्या चांगल्या स्त्रिया मानल्या जातात. वास्तविक त्या मूर्ख, निर्बुद्ध, कणभरही मानसन्मान नसलेल्या अशा असतात. ज्या स्त्रियांच्या मार्गात अडथळे येतात, ज्या शिव्या खातात; त्या खरोखरच हिऱ्यासारख्या असतात. त्यांनी विचलित होऊन कसे चालेल? आत्महत्या करून कसे चालेल? स्त्रीद्वेष्ट्या समाजाचा टोकाचा तिरस्कार करायला त्यांनी शिकले पाहिजे. कोणाचीही परवा न करता निंदकांची छी थू करून जे पाहिजे, तेच करायला शिकले पाहिजे. तेरा वर्षांपूर्वी मी जे करू शकले, ते आजकालच्या स्त्रिया का करू शकत नाहीत?

मलाही अर्थिक चणचण होती; अशांती, काळजी, एकटेपण होते; पण म्हणून मी थकून गेले नाही. हे सगळे अनुभव घेतले म्हणूनच वाट्टेल त्या परिस्थितीला सामोरी जाऊ शकले. मी तर एक सामान्य स्त्री आहे. मी जे करू शकले, ते कोणत्याही स्त्रीला इच्छा असेल तर करता आलेच पाहिजे. एकाही स्त्रीच्या आत्महत्येची बातमी मी आता ऐकू इच्छित नाही. पुरुष तर स्त्रियांना बलात्कार, अत्याचार करून मारतातच, रोज मारतात. स्त्रियांनी स्वतःला का मारावे? जेव्हा स्त्रिया आत्महत्या करतात, त्या स्वतःच्याही नकळत पुरुषच बनतात. पुरुष जसा स्त्रियांचा तिरस्कार करतात, तसाच स्त्रिया स्वतःचा तिरस्कार करतात. पुरुष जसे स्त्रियांना मारून टाकतात, तशाच स्त्रियाही स्वतःला मारून टाकतात.

स्त्रियांना पुरुष होऊन चालणार नाही. स्त्रीला स्त्रीच राहिले पाहिजे. स्त्रिया स्त्रिया म्हणूनच राहिल्या तर आत्महत्या करणे बंद करतील, स्त्रिया स्त्रिया म्हणूनच राहिल्या तर स्त्रियांचा तिरस्कार करणार नाहीत. स्त्रिया स्त्रिया म्हणूनच राहिल्या तर पुरुषांनी स्त्रियांच्या रूपा-गुणांच्या ज्या व्याख्या निर्माण केल्या आहेत त्या मानणार

नाहीत, उलट स्वतःच व्याख्या निर्माण करतील. स्त्रियांनी पुरुष होणे म्हणजे पुरुषांसारखे कपडे घालून, पुरुषांसारखे व्यवसाय करणे नाही; तर पुरुषांसारखी मानसिकता होणे. पितृसत्ताक पद्धतीमुळे पुरुषांची जी मानसिकता तयार झाली आहे, ती न स्वीकारणे म्हणजेच पुरुष होण्यास नकार देणे. हे काम जोपर्यंत स्त्रिया करणार नाहीत, तोपर्यंत त्या पुरुषप्रधान मानसिकतेचाच भाग बनतील, म्हणजे पुरुषांबरोबर संगनमत करून स्त्रियादेखील स्त्रियांविरुद्ध उभ्या राहतील. पुरुषांना त्यांची हीच मानसिकता पसरायला हवी आहे. इतर कोणालादेखील लग्न, घटस्फोट, मुलांचे पालकत्व, उत्तराधिकार या आणि इतर कुठल्याही बाबतीत स्त्रियांनाही समान अधिकार असावा, असे वाटत नाही. त्यांच्या इतरही हजारो अधिकारांत, हजारो प्रकारच्या स्वाधीनतेत त्यांना कोणाबरोबरही वाटणी नको आहे. ते ज्या नजरेने स्त्रियांकडे बघतात; त्यांच्या उणिवा, दोष काढतात, शिव्या देतात, ज्याप्रमाणे स्त्रियांना घरात कोंडून ठेवतात किंवा जसा संसार करतात, जसे स्त्रियांना करायला सांगतात त्याचप्रमाणे स्त्रिया करतात, वागतात. स्त्रियांनी ज्याप्रकारे मरावे अशी त्यांची अपेक्षा असते ज्याप्रकारे मारतात; त्याच प्रकारे स्त्रिया स्वतःला मारतात आणि स्वतः मरतात. आजही जगात पुरुषप्रधानता टिकून आहे, ती केवळ पुरुषांनी टिकवली म्हणून नाही तर निर्बुद्ध स्त्रियांनी ती टिकवून ठेवली म्हणूनही.

पुरुषावर अत्याचार झाले, तर सर्व स्तरांतील स्त्री-पुरुष पुढे येतात. स्त्रीवर अत्याचार झाले, तर मात्र फक्त मानवाधिकारासाठी काम करणारे लोक, स्त्रीवादीच पुढे येतात. कारण स्त्रियांवर होणाऱ्या अत्याचारांकडे आजही, अजूनही फार मोठी समस्या म्हणून बघितले जात नाही. जोपर्यंत तसे होत नाही, तोपर्यंत स्त्रिया आत्महत्या करत राहणार, तोपर्यंत आम्ही आत्महत्येच्या बातम्या ऐकत राहणार, निषेध करत राहणार आणि आमच्या निषेधाने कोणाचे काहीही बिघडणार नाही. ◆

काही प्रसारमाध्यमे लोकांना मूर्ख बनवण्याचा प्रयत्न करत आहेत

काही प्रसारमाध्यमे जाणूनबुजून लोकांना मूर्ख बनवण्याचा प्रयत्न करत आहेत. आणि ती यशस्वीदेखील होत आहेत, लोकांना मूर्ख बनवत आहेत. काही दिवसांपूर्वी हसनात, रोहन आणि तहमिदचे फोटो छापून जे सांगण्याचा प्रयत्न होत होता, की तहमिद निर्दोष आहे, हसनातही निर्दोष आहे – ते निर्दोष आहेत, हे सिद्ध करण्यासाठी मोठे मोठे शब्द वापरले गेले – तहमिद चांगला मुलगा, लक्ष्मीपुत्र - हे सगळे लोकांना मूर्ख बनवण्यासाठी नव्हे काय? तहमिदच्या हातात हत्यार होते. म्हणे अतिरेक्यांनी त्याला हत्यार धरायला दिले होते, आतली गोळी काढूनच म्हणे त्याला दिले होते. तहमिदने सांगितलेल्या गोष्टींना खूपच हायलाइट केले गेले, कारण मूर्ख बनवण्याचा प्रयत्न चालू होता. माध्यमांतील काही जणांना वाटते, की पब्लिकला जे चाराल ते ते खातील. वाटते, आम जनता मेंढरांचा कळप आहे, दुसरे काही नाही.

पण आम जनतेच्या मनात प्रश्न उभे राहतात. एखादा अतिरेकी एखाद्या ओलिसाच्या हातात हत्यार देईल? आम जनतेला याचे उत्तर माहीत आहे. उत्तर आहे- नाही देणार. पिस्तुलातून म्हणे गोळ्या बाहेर काढल्या होत्या. जर गोळ्या काढल्या होत्या, तर मग तहमिदच्या हातात पिस्तूल देण्याचे प्रयोजनच काय? जर त्यात गोळ्या नव्हत्या, तर मग तहमिद अशा प्रकारे पिस्तूल एका हातात धरून दुसऱ्या हाताने गार्ड धरून का उभा होता? पिस्तुलाचे तोंड खाली होते, जेणेकरून बेसावधपणे गोळी झाडली जाणार नाही. हे तर दूध पिणाऱ्या बालकालासुद्धा कळेल. देहबोली समजून घेण्यासाठी इंडिया फोर्डला आणले गेले. त्यांच्या वर्णनावरून ज्याच्या डोक्यात साधारण मेंदू आहे, त्यांना कळेल की यात भरपूर गोलमाल आहे. आम्हा सामान्य लोकांना कळत नाही का की गच्चीवर उभे राहून दोन्ही हात मागे ठेवून आयेशा अतिरेक्याशी बोलत असलेला अतिरेकी रोहन, पिस्तूल हातात असलेला तहमिद आणि हसनातला मुळीच ओलीस ठेवले नव्हते, तर ते त्याचेच लोक होते? वास्तविक गुलशनमध्ये घडलेल्या घटनेत कोणी ओलीस नव्हताच. माणसाला तेव्हाच ओलीस बनवले जाते, जेव्हा कोणाची काहीतरी मागणी असते. मागणी मान्य केली नाही, तर ओलिसांना मारले जाईल, अशी धमकी दिले जाते.

अतिरेक्यांनी रेस्टॉरंटमध्ये कोणतीच मागणी जाहीर केली नव्हती. खून करायलाच ते तिथे गेले होते. रेस्टॉरंटमध्ये प्रवेश केल्यावर अर्ध्या तासातच खूनबिन आटोपले. पळून जाण्याची संधी असती तर पळून गेले असते. शेवटपर्यंत बघत होते काय होते ते. त्यांना निश्चितच कळले, की पोलीस घेरणार, मरण्याशिवाय गत्यंतर नाही. स्वर्गात जाणार हे नक्की झाले, मग स्वर्गात जाण्याआधी काहीतरी खाणेपिणे आटोपू या. रीतसर कोलंबी मलई करी मागवली. मुसलमान आणि बांगलादेशी असतील तर त्यांना ते मारणार नाहीत असे म्हणाले; मग फराज, इसरत आणि अम्बिताला का ठार मारले? ते तर बांगलादेशीही होते आणि मुसलमानही. बहुधा डोके झाकण्याचा मोठा विषय होता. डोके झाकण्यासाठी दोन कापडांची तर नक्कीच जुळवाजुळव करता आली असती. फराजच्या बाबतीत तर डोके झाकण्याचा प्रश्न नव्हता. फराज तर नक्कीच दोन- तीन सूर पाठ म्हणू शकला असता, मग फराजला का मारले? या प्रश्नाचे उत्तरसुद्धा माध्यमांनी असे दिले, की सोडून दिल्यावरही फराजला त्याच्या मैत्रिणींना न घेता बाहेर जायचे नव्हते म्हणून तो गेला नाही. दोन मैत्रिणींबरोबर अतिरेक्यांनी फराजचाही खून केला. आम्ही फराजला हिरोच्या पदावर बसवले. पण तो हिरो आहे, याचा आणखीन काही पुरावा पाहिजे. काही लोक म्हणतात किंवा माध्यमे म्हणतात म्हणून आम्ही ते का मानायचे? संधी असूनसुद्धा मृत्यूच्या गुहेतून बाहेर पडला नाही असा माणूस जगात विरळा असे म्हटले तरी चालेल.

हसनात आणि ताहमिदचा कोणत्याही वाहिनीने बचाव केला नाही. त्यांना वाचवले अतिरेक्यांनी. अतिरेक्यांचे मित्र म्हणूनच वाचवले. पुढील अतिरेकी हल्ल्याचे व्यवस्थापन करण्यासाठीच कदाचित वाचवले असावे.

हसनात आणि तहमिद स्वतःही अतिरेकी आहेत, हे आम्हा सामान्य माणसांनासुद्धा समजू शकते, पण विशेषज्ञांना समजू शकत नाही. त्यांना निर्दोष शाबित करण्यासाठी किती म्हणून लबाडी, चतुराई केली! अनेक शक्तिशाली लोकांचे पडद्यामागे काम चालू होते. 'फ्री तहमिद'फॅन पेजपेक्षाही कितीतरी शक्तिशाली.

कोरियन लोकांनी केलेला व्हिडीओ आणि 'युगांतर'मध्ये छापलेला होली आर्टिजनशेजारचा काढलेला फोटो मिळाला नसता, तर कदाचित तहमिद आणि हसनातला हीरो म्हणूनच ट्विट केले असते. डोके चालवून, स्ट्रगल करून अतिरेक्यांच्या तावडीतून सुटले ही काय सामान्य गोष्ट आहे? लोकांनी त्यांना फुलांचे हार घातले असते. इंडिया फोर्ड नावाची मोठी भाषातज्ज्ञ जे खोटे बोलली, त्यात किती तथ्य आहे, हे कोणीही ताडू शकते. अखेर सिद्ध झाले, की हसनातनेच त्या रात्री अतिरेकी कारवाईची योजना केली होती. त्यानेच निब्रासला होली आर्टिजन येथे रात्री आठ वाजता टीम घेऊन येण्याचा मेसेज केला होता. मी विचार करते, की एखादा माणूस त्याच्या पत्नी-मुलांसमोर एखाद्या खुनाची योजना कशी काय आखू

शकतो! फक्त गोळी मारूनच जिथे समाधान होत नाही, सगळ्यांवर घाव घालतो. पत्नी-मुलांच्या समोरच त्याने सगळे केले. हसनातला त्याच्या पत्नीला आणि मुलांनाही अतिरेकी बनवायचे होते, इसिसचा सर्वांत क्रूर नेतासुद्धा कदाचित हसनातइतका अमानुष नसेल. आणि हसनातचा बाप– जो दोन दिवसांतच 'हसनात निर्दोष, हासनात निर्दोष' म्हणून बोंबाबोंब करतो, त्याला पकडले जात नाही? त्याने बहुतेक इंडिया फोर्डला खोटा रिपोर्ट देण्यासाठी पैसे दिले असणार. तहमिदचा बाप तर त्याला निर्दोष शाबीत करण्यासाठी ठिकठिकाणी पैसे वाटतो आहे. तहमिद गिटार वाजवतो आहे, गाणे म्हणतो आहे असे फोटो सोशल मीडियावर टाकले जात आहेत. जणू काही एखाद्याने गाणे म्हटले म्हणून तो अतिरेकी होऊ शकत नाही. हसनातची पत्नी तर खुनाची साक्षीदार असूनसुद्धा तो निर्दोष आहे म्हणते. तिला तुरुंगात टाकणेच योग्य. ती बाहेर राहिली, तर आणखी एक होली आर्टिजन घडवून आणू शकेल. त्या रात्री तिला ट्रेनिंग तर मिळालेच.

अनेक जण म्हणतात, की हसनात आणि तहमिद अतिरेकी तर खरेच पण त्यांच्या हातात पैसा आहे; अनेक सामर्थ्यवान लोक त्यांचे मित्र, आप्तेष्ट आहेत. ते तुरुंगात गेले, तरी दोन दिवसांतच बाहेर येतील. जर ते बाहेर आले, तर देशाबद्दल जी अंधूक आशा जागृत झाली आहे, तीसुद्धा तोंडावर पडेल. सरकार अतिरेक्यांचे दमन करण्याबाबत सध्या अगदी थोड्या प्रमाणात का होईना पण तत्परता दाखवत आहे, ती आरंभीच नष्ट व्हायला नको. अतिरेकी नाहीत, अशा देशात सगळ्यांनाच राहावेसे वाटते. सगळ्यांनाच सुरक्षितता हवी आहे. सरकार आतापर्यंत मतांसाठी इस्लामचा वापर करत आले आहे, कट्टरवादाला आश्रय देत आले आहे. आता दहशतवादाला आश्रय दिला, तर देशाचा विनाश व्हायला वेळ लागणार नाही. विनाशाच्या ढिगावर गादी ठेवून बसले, तर फार काही सुख मिळेल का? जर मिळणार असेल तर म्हणावे लागेल, की हे अगदी अतिरेक्यांप्रमाणेच आहे, रक्तबंबाळ प्रेतावर बसून मासे आणि भात खाऊन तृप्त होण्यासारखेच. ◆

सौदी महिलांचे अभिनंदन

किती छान दृश्य हे! करीमन अबुलजादाएल ऑलिम्पिकच्या धावण्याच्या स्पर्धेत धावत आहे. ऑलिम्पिकमध्ये १०० मीटर धावण्याच्या शर्यतीत भाग घेणारी ती पहिली सौदी अरेबियाची महिला. शर्यतीतील इतर स्पर्धकांसारखी ती दिसत नाही. ती एकमेव स्पर्धक जिने हिजाब घातला आहे, काळ्या कपड्याने सबंध शरीर झाकले आहे. इतरजणी शरीर जितके हलके ठेवता येईल तितके ठेवतात, जितके कमी कपडे घालता येतील तितके घालतात; कारण असाच नियम आहे. चांगले धावता येण्यासाठी शरीरावर खूप जास्त कपडे चढवून चालत नाही. २०१२मध्ये सारा अत्तार नावाच्या एका सौदी स्त्रीने ऑलिम्पिकमध्ये ८०० मीटर धावण्याच्या शर्यतीत भाग घेतला होता. ती पण संपूर्ण शरीर झाकूनच धावली होती. साराच्या नंतर करीमन आली. करीमनने १०० मीटर शर्यत १४.६१ सेकंदांत पूर्ण केली.

वर्ल्ड रेकॉर्ड आहे १०.४९ सेकंद. ऑलिम्पिकच्या फायनलमध्ये धावायची संधी करीमनने गमावली, पण प्रयत्न केले हेच खूप झाले.

ऑस्ट्रेलियाची धावपटू कॅथी फ्रीमॅन हिनेसुद्धा धावताना संपूर्ण शरीर झाकणारा पोशाख घातला होता. पण कोणत्याही धार्मिक कारणासाठी तिने तसा पोशाख घातला नव्हता. करीमनने धार्मिक कारणासाठी डोक्यापासून पायापर्यंत अंग झाकणारा पोशाख घातला होता. तिच्या देशात अशा प्रकारेच जगावे लागते. घरातून बाहेर पडताना बुरख्याने आपादमस्तक शरीर झाकावे लागते. फक्त डोळे आणि हात बुरख्याच्या बाहेर ठेवायला परवानगी आहे. ऑलिम्पिकमध्ये करीमनचा, साराचा आणि आणखी एकदोन हिजाबी स्त्रियांचा किमान चेहरा तरी आपण पाहू शकलो. सारा अत्तार अमेरिकेत राहते, तिथेच जन्मली. सौदी अरेबिया आणि अमेरिका दोन्ही देशांची ती नागरिक आहे. अमेरिकेत सारा बुरखा किंवा हिजाब घालत नाही; पण ऑलिम्पिकमध्ये तिला हिजाब घालावा लागला; कारण सौदी सरकारने सांगितले होते, ज्या सौदी अरेबियन स्त्रिया ऑलिम्पिकमध्ये भाग घेतील; त्या सर्वांना तसाच, अंग झाकणारा पोशाख घालावा लागेल. वेबसाइटवर असलेला तिचा बुरखा-हिजाबशिवायचा फोटो पण डिलिट केला गेला. काय अद्‌भुत देश! असा एक देश जगात उत्तमप्रकारे टिकून आहे, या विचाराने माझ्या अंगावर काटा येतो.

इतकी वर्षे सौदी अरेबिया त्यांच्या देशातील महिलांना ऑलिम्पिकमध्ये सहभागी होऊ देत नव्हता. २०१२ साली सगळे बंदीचे आदेश उठवले गेले. मगच सौदी महिला ऑलिम्पिकमध्ये आल्या. १०० मीटर शर्यतीत धावताना करीमनचा शर्ट जरा वरती गेल्यामुळे तिचे थोडेसे पोट दिसले. असे ऐकले, की ते बघून लोकांना भीती वाटली- या कारणामुळे सौदी अरेबिया करीमनविरुद्ध फतवा काढेल की काय, तिला चाबकाचे फटके मारले जातील की काय, दगड मारून तिची हत्या केली जाईल की काय. या सगळ्या शक्यता निराधार होत्या, असे मुळीच म्हणणार नाही. बलात्कारित स्त्रियांनादेखील तुरुंगात टाकले जाते, चाबकाने मारले जाते.

सौदी अरेबिया हा देश स्त्रियांसाठी फार भयंकर आहे. स्त्रियांसाठी तर खरंच पण मुक्त विचारांच्या लोकांसाठीसुद्धा हा देश नरक आहे. पैसाअडक्याच्या दृष्टीने नसला तरी मानवी हक्क आणि स्वाधीनतेच्या बाबतीत नरक आहे. सौदी अरेबियातील मुक्तचिंतक राइफ वादाव्हीची सौदी पत्नी इन्साफ हैदर आता मुलांना घेऊन कॅनडामध्ये आहे. ती शर्ट आणि शॉर्ट्स घालते. सौदी अरेबियातून बाहेर पडून अधिकारांबद्दल जागरूक असलेल्या सौदी महिला प्रथमच बुरखा फेकून देऊन शक्य तितके कमी कपडे घालताहेत. मला वाटते, स्त्रिया मोकळा श्वास घेऊन जगत आहेत. इन्साफबरोबर बोलले, तेव्हा कळले की कॅनडा म्हणजे तिच्या लेखी स्वर्ग आहे. सौदी अरेबियातून कितीतरी स्त्रियांना बाहेर जायची इच्छा आहे. संधी मिळाली, तर मला नाही वाटत बहुतांश स्त्रिया सौदी अरेबियातील पराधीन आयुष्यात अडकून राहतील, बहुतेक सगळ्याच बाहेर पडतील. कधीकधी काही सर्वेक्षणांचे अहवाल बघून मी अवाक होते. सर्वेक्षणात असे आढळले आहे, की सौदी अरेबियातील अधिकांश महिलाच महिलांनी गाडी चालवण्याच्या विरुद्ध आहेत, अधिकांश स्त्रियाच पुरुष पालकाच्या अधीन राहण्याबाबत आग्रही आहेत. ही सर्वेक्षणे बरोबर आहेत की नाही कोण जाणे.

सौदी अरेबियातून जे जे ऑलिम्पिक स्पर्धांसाठी जातात, त्या बहुतेक सर्वांचे ट्रेनिंग अमेरिकेत होते. तिथे निश्चितच कोणी हिजाब घालून ट्रेनिंग करत नाही. टँक टॉप आणि शॉर्ट्स घालूनच करतात. फक्त सौदी अरेबियाच्या भीतीने हिजाब घालतात. हिजाब घातला नाही, तर इतक्या भयंकर शिक्षा आहेत की त्या भीतीने हिजाब घालतात. मला मोठे आश्चर्य वाटते, की सौदी अरेबियासारख्या असंस्कृत देशाबरोबर जगातील सुसंस्कृत देशांची इतकी जवळीक का? सुसंस्कृत आणि शक्तिमान देश चांगले संबंध ठेवतात म्हणूनच टोकाचा असंस्कृत देश जगातील सर्वांच्या देखतच स्त्रियांशी जितक्या अमानुषपणे वागता येईल, तितके वागतो. शरिया कायद्यामुळे स्त्रिया समानाधिकारापासून वंचित. नातेवाईक नसलेल्या कोणत्याही पुरुषाबरोबर कुठेही जाणे चालणार नाही; बोलणे चालणार नाही, अर्थात स्त्री-पुरुषांच्या भेटीगाठी निषिद्ध. पकडले गेल्यास मृत्युदंड– असा फतवाच काढला आहे

सौदीचे धर्मगुरू शेख अब्दुल रहमान अल् बराक यांनी. स्त्री-पुरुषांच्या गाठीभेटीच नसल्यामुळे त्या देशात स्त्री-पुरुषांचे प्रेम कसे जुळेल? म्हणे देशात प्रेमावर बंदी. ज्या देशात प्रेमावर बंदी आहे, तो देश किती रानटी असेल, याचा आपण अंदाज करू शकतो. सौदी अरेबिया हा जगातील एकमेव देश आहे, जिथे स्त्रियांना गाडी चालवायला बंदी आहे. १४५ देशांमध्ये लिंगभेद करण्यात सौदी अरेबिया १३४ वा.

सौदी अरेबियाच्या कायद्यांत स्त्रियांनी एकटे राहणे, एकटे चालणे चालत नाही. एखादा पुरुष पालक असलाच पाहिजे. पुरुष पालकाच्या अनुमतीशिवाय विवाह करणे, घटस्फोट देणे, देशाबाहेर जाणे, अभ्यास करणे, नोकरीबिकरी करणे, व्यापार-धंदा करणे, बँक अकाउंट उघडणे, शरीरावर शस्त्रक्रिया करणे– सगळे काही हराम, निषिद्ध. इतक्या भयंकर स्त्रीद्वेष्ट्या देशातून येऊन करीमन धावली. जगातील सगळ्यांनी तिला धावताना पाहिले. ती याच जगातील स्त्री आहे, तिला धावण्याचा अधिकार आहे. ती स्पर्धेत हरली, पण स्वतःचा धावण्याचा अधिकार तिने प्रस्थापित केला, हे काय कमी आहे?

प्रखर टीकेमुळेच कदाचित सौदी अरेबिया हळूहळू स्त्रियांवरची बंधने शिथिल करत आहे. स्त्रिया म्हणे काही काही क्षेत्रांत मतदान करू शकतील. राजकीय मत नंतर. पण तरीसुद्धा जर स्त्रियांना राजकारणात येण्याचा, मतदान करण्याचा कोणत्याही प्रकारचा अधिकार मिळाला, तर स्त्रियांना हळूहळू त्यांचे इतर अधिकारही परत मिळतील. इस्लामपूर्व युगात स्त्रियांना जे स्वातंत्र्य होते, तेच स्वातंत्र्य परत मिळाले तर खूप काही मिळेल. अरबस्तानात इस्लाम येण्यापूर्वी स्त्रियांना आतापेक्षा खूप जास्त अधिकार होते, हे खादिजाची जीवनकहाणी ऐकून समजते. खादिजा स्वतः व्यवसाय करणारी स्त्री होती. धन, मालमत्ता तिच्या स्वतःच्या नावावर होती. वडील आणि पतीच्या मृत्यूनंतर त्यांची संपत्ती उत्तराधिकारी म्हणून तिच्याकडे आली, ती सुशिक्षित होती, तिने चार-पाच विवाह केले होते, स्वतःच्या पसंतीने विवाह केले, शेवटी तिच्यापेक्षा वयाने लहान असलेल्या तरुणाशी लग्न केले. ती मालक होती, पती तिचा कर्मचारी होता. आजच्या युगात खादिजासारखे स्वातंत्र्य उपभोगणे सौदी अरेबियातील कोणत्याही स्त्रीला शक्य नाही.

सौदी अरेबिया कधीच स्वतःला सुधारायचा प्रयत्न करणार नाही. लोक तिथले कायदे, स्त्रीविरोधाची निंदा करत नाहीत. निंदा व्हायला हवी. असंस्कृत देशाशी ज्या सुसंस्कृत देशांची जवळीक आहे, त्या देशांचा धिक्कार व्हायला हवा. करीमनने ऑलिम्पिकमध्ये भाग घ्यायला हवा. आज ती ऑलिम्पिकमध्ये हिजाब घालून धावते, एक वेळ अशी यायला हवी की तिला हिजाब घालून धावावे लागणार नाही. मी स्वप्न पाहते, की सौदी अरेबिया एक सुसंस्कृत देश बनला आहे, सौदी महिलांना समानाधिकार मिळाले आहेत. असा दिवस येईल यावर अनेकांचा विश्वास नाही, पण

असा दिवस यायलाच हवा. अत्याचार, छळ, रानटीपणा, असभ्यता यांची एक सीमा असते. सुबुद्ध आणि मानवी हक्कांवर निष्ठा असणाऱ्यांची संख्या दिवसेंदिवस वाढते आहे, लोक चांगले शिक्षण घेत आहेत, सजग होत आहेत, मुक्त विचारांना पाठिंबा देत आहेत. स्त्रीला भोगवस्तू मानण्याचे दिवस सरतीलच. जेव्हा सरतील, त्या दिवशी स्त्रीद्वेष्ट्या माणसांविरुद्ध मानवी हक्क मानणाऱ्या माणसांचा विजय होईल.

सौदी अरेबियात राइफ वादावींची संख्या वाढेल. आज राइफ वादावी एकटेच आहेत. एक जण तुरुंगात आहे, एक जण चाबकाचा मार खात आहे. सौदी अरेबियात तुरुंगातील कोठड्यांच्या संख्येपेक्षा, चाबकांच्या संख्येपेक्षा मुक्तचिंतक राइफ वादावींची संख्या जास्त असेल. एक दिवस सौदी अरेबियात शरिया कायद्याच्या बदली एक सुसंस्कृत कायदा असेल. एक दिवस स्त्रिया भर रस्त्यात प्रेम करतील, जो पोशाख घालावासा वाटेल तोच पोशाख घालतील. स्त्रियांचा छळ करणारा कोणताही धर्म, पोलीस नावाची गोष्ट काहीच कुठेच असणार नाही. असा दिवस यायला जरी उशीर झाला, तरी तो दिवस येवोच.

◆

अतिरेक्यांमुळे निरपराध मुसलमान भोगतात

१) युरोपमधील ज्या देशात डाव्या विचारसरणीचे पक्ष मते मिळवून जिंकले, त्याच देशांत आता अत्यंत उजव्या विचारांचे पक्ष लोकप्रिय आहेत. उजवे पक्षच मुस्लीम अतिरेक्यांविरुद्ध चांगल्या प्रकारे लढू शकतील, आणि मुस्लिमांचे स्थलांतर बंद करू शकतील असा जनतेचा विश्वास आहे.

पाश्चात्त्यांच्या उदारनीतीला आता दहशतवादाची ठेच लागली आहे. जी लोकशाही धर्मनिरपेक्षता, मानवी हक्क आणि मानवतेचे गोडवे गात होती, तीच आता ते पूर्वीप्रमाणे मोकळ्या कंठाने गाऊ शकत नाही. युरोपमध्ये वारंवार होणाऱ्या अतिरेकी हल्ल्यांमुळे ती संत्रस्त झाली आहे. वारंवार ते गाणे थांबवावे लागत आहे. अत्यंत उजव्या विचारांचा पक्ष सत्तेवर आल्यास सर्वांत जास्त नुकसान कोणाचे? युरोपमध्ये राहणाऱ्या अगणित सामान्य मुसलमानांचे. ते कितीही निरपराध असोत; त्यांना बघून युरोपियन लोक बाजूला सरतील, त्यांचा तिरस्कार करतील.

मानवी हक्कांचा सन्मान करत त्यांनी भिन्नदेशी, भिन्नधर्मी, भिन्न संस्कृतीच्या लोकांना स्वीकारले. आता अनेकांना उदारमतवाद गुंडाळायची इच्छा आहे. मानवाधिकारांचा मान राखायला जाऊन त्यांना आणखी कोणत्याही मुसलमानाला आश्रय द्यायचा नाही, कारण या मुसलमानांच्या मध्येच अतिरेकी मिसळलेले असू शकतात. मध्यंतरी जर्मनीत काही जणांचे खून झाले, स्त्रियांवर लैंगिक अत्याचार झाले. ज्या जर्मन आणि स्वीडिश लोकांनी सीरियातून भूमध्यसागर पार करून आलेल्या लाखो निर्वासित अरबांना सादर आमंत्रण दिले, तेच आता प्रचंड घाबरले आहेत.

मुस्लीम अतिरेक्यांमुळेच युरोपची उदारनीती, मानवी हक्क रक्षणाची परंपरा भंग पावली आहे.

२) अमेरिकेच्या फ्लाइटमधून मुसलमानांना उतरवले जात आहे. त्या दिवशीसुद्धा पॅरिसहून सिनसिनाटीला जाण्यासाठी अमेरिकेच्या विमानातून एका दांपत्याला उठवून बाहेर काढण्यात आले. त्यांचे नाव मुसलमानी होते. त्यातील पुरुषाला म्हणे सीटवर बसल्यावर घाम आला. महिलेने म्हणे मोबाइलवरून एसएमएस केला. दोघे जण बोलत होते, त्यात 'अल्ला' शब्द उच्चारला. कदाचित इन्शाल्ला, माशाल्ला असाच एखादा शब्द. ते बघून केबिन क्रूमधील एकीने पायलटला सांगितले की तिला भीती

वाटते. पायलटने सिक्युरिटीला सांगितले. बस, सिक्युरिटीच्या लोकांनी येऊन त्या दांपत्याला विमानातून उतरवले. हे असे अमेरिकेच्या डोमेस्टिक आणि इंटरनॅशनल फ्लाइट्समध्ये नेहमी घडते.

माझे काय होणार? मी तर पक्की नास्तिक. पण माझे नाव अरबी फारसी. मला जर घाम आला किंवा मी टेक्स्ट केले, तर मला अतिरेकी समजून माझी मानगूट धरून धक्के मारून विमानातून बाहेर काढतील. मी कितीही जीव तोडून सांगितले, की माझा इस्लामवर विश्वास नाही, तरी ऐकणार कोण, कोणीही नाही.

सामान्य शांतिप्रिय मुसलमानांचा विचार मनात येतो. मुस्लीम अतिरेकी जगभर अतिरेकी कृत्ये घडवत आहेत. त्यामुळे सर्वांत जास्त नुकसान सामान्य मुसलमानांचेच होत आहे. विशेषतः जे युरोप-अमेरिकेत राहतात, त्यांना मुस्लिमेतरांच्या तिरस्काराचे, घृणेचे रोज लक्ष्य व्हावे लागत आहे. मुस्लीम अतिरेक्यांनी पाश्चात्त्य देशांतील रेसिस्ट लोकांची फार मोठी सोय केली आहे. रेसिस्ट– वर्णद्वेषी लोकांच्यात काळ्यांचा किंवा गहूवर्णीयांचा द्वेष करणाऱ्यांव्यतिरिक्त जे मुस्लीमद्वेष्टे आहेत, त्यांना या मुस्लीम अतिरेक्यांनीच तर्कसंगत मुद्दा पुरवला आहे. आता रेसिस्टना गुपचूप मुस्लीमविरोध करण्याची गरज नाही, उघडपणे केला तरी चालेल.

३) अमेरिकेत डोनाल्ड ट्रम्पची लोकप्रियता बघून मला फार वाईट वाटते. त्यांच्या या लोकप्रियतेमागे लोकांची अतिरेक्यांबदलची भीती आहे, हे मला माहीत आहे. एखाद्या सामान्य मुसलमानाला बघूनसुद्धा आता लोकांना भीती वाटते. ट्विन टॉवरवर झालेल्या अतिरेकी हल्ल्यानंतर लोक मुस्लिमांचा इतका तिरस्कार करू लागले, की पगडी घातलेल्या शिखालाही मुस्लीम समजून गोळी मारून ठार करू लागले. आणि आता तर जगभर दहशतवादी हल्ले सुरू झाले आहेत. अमेरिकेतले लोक प्रचंड घाबरले आहेत. ट्रम्पसारख्या मूर्खाला अध्यक्षीय निवडणुकीत नॉमिनेशन मिळते, ही गोष्ट याचाच पुरावा आहे.

मी बर्नी सॅन्डर्सची समर्थक. पण बर्नीला नॉमिनेशन न मिळाल्यामुळे अपरिहार्यपणे हिलरीला पाठिंबा द्यावाच लागेल. ट्रम्पला पराभूत करणे, हा त्यामागचा मुख्य उद्देश. बर्नीनेही हिलरीला पाठिंबा दिला. पण बर्नीच्या अनेक समर्थकांनी हिलरीला मत दिले नाही. द्यायचे झाले तर ग्रीन पार्टीला द्यायचे, हिलरीला नाही. ट्रम्पला सत्तेवर येण्यापासून रोखण्यासाठी सर्व सुबुद्ध लोकांना सक्रिय व्हावे लागेल. ट्रम्प जिंकल्यास फक्त मुसलमानांचेच नव्हे तर अमेरिकेतील सर्वच लोकांचे कठीण आहे. अमेरिकेतील स्त्रीवर्गाचेदेखील. त्या दिवशी एका मुस्लीम जोडप्याने– ज्यांचा सैनिक पुत्र इराकच्या युद्धात मारला गेला– ट्रम्पच्या मुस्लीमविरोधाला आव्हान दिले, घटना (संविधान) दाखवून सांगितले, कुठेही असे लिहिलेले नाही की एखाद्याचा त्याच्या धर्मश्रद्धेच्या कारणावरून छळ केला जावा. ट्रम्पने अर्थात नंतर जाहीर केले, की तो फक्त

मुस्लीम अतिरेक्यांच्या विरुद्ध आहे, सामान्य मुसलमानांच्या विरुद्ध नाही. तसे असेल तर ठीक आहे. तरीसुद्धा मी म्हणेन, ट्रम्प अमेरिकेचा प्रेसिडेंट होण्यास योग्य व्यक्ती नाही.

४) आणखी एका अतिरेक्याची गोष्ट सांगते, ज्याची कहाणी ऐकून मी स्तंभित झाले. ताकिउर रहमानची जीवनकहाणी सांगते. त्याचे वडील बगुडाचे प्रतिष्ठित व्यापारी. १९९६ साली ताकिउर भारतातील दार्जिलिंगमधील एका इंग्रजी माध्यमाच्या शाळेत इयत्ता चौथीत शिकू लागला. २००४ साली त्याने तिथून ओ लेव्हल आणि २००६ साली ढाक्क्याच्या लंडन कॉलेज ऑफ लीगल स्टडीजमध्ये ए लेव्हल पास केली. त्यानंतर त्याने लंडनच्या कॅन्टरबरी कॅन्ट युनिव्हर्सिटीत प्रवेश घेतला. तिथे त्याने २००९ साली ऑनर्स आणि मास्टर्स पूर्ण केले. इंटर्नशिप संपवून २०११ साली तो पहिल्यांदा देशात परत आला. तेव्हापासून हायकोर्टात प्रॅक्टिस करण्याबरोबरच लंडन कॉलेज ऑफ लीगल स्टडीज आणि भूनिया अकॅडमीसह ४-५ संस्थांमध्ये कायद्याविषयी शिक्षण देऊ लागला. २०११ साली एका कर्नलच्या मुलीशी प्रेमविवाह केला. त्यानंतर पत्नीसह ढाक्क्यात एका आलिशान फ्लॅटमध्ये राहू लागला. हायकोर्टातील प्रॅक्टिस, शिकवण्या आणि शिक्षकीतून महिना १,८०,००० रुपये मिळवत होता. याच ताकिउरने अचानक दाढी राखायला, रोजा, नमाज करायला सुरुवात केली. गेल्या वर्षी एप्रिलच्या सुरुवातीला ताकिउर पत्नी आणि मुलीला घेऊन उमराह हज यात्रेला गेला. १७ एप्रिलला त्याने आप्तेष्टांना फोन करून सांगितले, की तो सौदी अरेबियात आहे. उमराह पूर्ण करून २२ एप्रिलला देशात परत येईल. पण २२ एप्रिलला ताकिउर देशात परतला नाही. नंतर अनेक महिन्यांनी एका अज्ञात नंबरवरून वडिलांना फोन करून त्याने सांगितले की तो बरा आहे.

कुठे आहे ताकिउर? तो सीरियात आहे. माणसे मारायचे ट्रेनिंग घेतो आहे. कधीतरी देशात परत येऊन निरपराध माणसांना ठार मारणार आहे. मारताना आरोळी ठोकणार– अल्लाहु अकबर. हाच अल्लाहु अकबरचा ध्वनी ताकिउरला इतका उत्साह देईल, इतकी शक्ती आणि हिंमत देईल, की तो आणखी माणसांना कापून काढेल. माणसांना कापताना त्याचा हात यत्किंचितही कापणार नाही. छातीत तर मुळीच धडधडणार नाही.

समाजातील अनेक बुद्धिमान मुले अतिरेकी बनताहेत. चांगली मुले घर सोडत आहेत. सामान्य मुले तशीच बाजूला राहतात. चांगली असतील ती मारतात नाहीतर मरतात. मदरशामध्ये शिकणाऱ्या ढ मुलांपैकीसुद्धा अनेक जण अतिरेकी बनतात. लहानपणापासूनच अतिरेकी बनण्यासाठी तयार केले जाते म्हणून होतात. पण ताकिउरसारखा बॅरिस्टर अतिरेकी होण्याचा निर्णय कसा काय घेतो, हा चिंतेचा

विषय आहे. मदरसे बंद करून किंवा अभ्यासक्रम बदलून अतिरेकी निर्माण करण्याचा कारखाना कदाचित रोखता येईल, पण ताकिउरसारख्यांना वाचवायचा उपाय काय? मोठे होऊनही, बुद्धी असूनही, उच्चशिक्षण घेऊनही, जग बघूनही, इस्लाम नावाचा १४०० वर्षे एक जुना धर्म त्याला कसे काय सहज वेड लावू शकतो? एक बॅरिस्टर मुलगा फक्त माणसाचे गळे कापता येतील, या आनंदासाठी इसिसमध्ये शिरला? की अचानक- धर्मावर विश्वास नसणाऱ्यांची हत्या केली की अंतिम निवाड्याच्या दिवशी स्वर्गप्राप्ती होईल- यावर विश्वास ठेवायला लागला?

किंवा जगात जितके म्हणून मुस्लिमेतर आहेत, त्या सगळ्यांची हत्या करून जगाला फक्त मुसलमानांची दुनिया बनवणे हेच मुसलमानांचे प्रथम कर्तव्य आहे, हे त्याला खरे वाटायला लागले? याच मेंदूच्या आधाराने या मुलाने कशा काय ओ लेव्हल, ए लेव्हल मिळवल्या आणि बॅरिस्टरी पास केली, ते मला कळतच नाही.

याच अतिरेक्यांनी सामान्य, शांतिप्रिय मुसलमानांचे जीवन अशक्य करून टाकले आहे. अनेक ताकिउर बांगलादेशातील निरपराध माणसांचे खून करतात. या निरपराध माणसांमध्ये हिंदू, ख्रिश्चन जसे असतात, तसेच मुसलमानही असतात. अतिरेकी मुसलमानांचे गळे कसे कापतात, हे आपण होली आर्टिजन रेस्टॉरंटमध्ये पाहिलेच आहे. कोणाचाही साधा हातही थरथरला नाही.

◆

आणखी कोणाला माझ्यासारखे भोगायला लागू नये

'**नि**र्वासन' हे पुस्तक पेंग्विनने काढले. ऑक्टोबरमध्ये त्याचे प्रकाशन. *'निर्वासित'* पुस्तक मी पाच वर्षांपूर्वी लिहिले. कोलकाता पुस्तकमेळ्यात ते बाहेर आले. माझ्या प्रकाशकाने त्याच्या प्रकाशन समारंभाचे आयोजन केले होते, पण तो समारंभ मुख्यमंत्री ममता बॅनर्जींनी होऊ दिला नाही. बांगलादेशातून मला हद्दपार केल्यावर जसे माझे नाव निषिद्ध झाले, तसेच पश्चिम बंगालमधून मला हद्दपार केल्यावर निषिद्ध झाले. *'निर्वासन'*मध्ये मी वर्णन केले आहे, की कसे मला आधी पश्चिम बंगालमधून, मग राजस्थानातून, त्यानंतर पूर्व भारतातूनसुद्धा हद्दपार केले. कसे मला स्थानबद्ध करण्यात आले. देशाच्या सुरक्षागृहात मी किती असुरक्षित होते; सरकार मला युक्तीने, लबाडीने कसे हद्दपार करू पाहत होते. आणि मी एक असहाय, निर्वासित लेखिका, जिच्याजवळ कुठलाही राजकीय पक्ष नाही, संघटना नाही, काही सामान्य माणसे सोडली तर कोणी प्रसिद्ध, श्रीमंत माणसे पाठीशी नाहीत. विशाल राज्य यंत्रणेसमोर मी एकटी ठाम उभी राहिले; कोणताही सरकारी सल्ला, आदेश मानला नाही. केवळ मनोबलाशिवाय आणखी काही शिल्लक नव्हते. मी कोणताही अन्याय केलेला नाही, मी का शिक्षा भोगायची? मी या पृथ्वीचे अपत्य आहे, मला आवडेल त्या देशात वास्तव्य करायचा अधिकार मला का नाही? जो देश स्वतःला सेक्युलर म्हणवतो, तो देश एका सच्च्या, धाडसी आणि सेक्युलर लेखिकेला काही स्त्रीद्वेष्ट्या, खोट्या आणि असहिष्णू कट्टरपंथीयांना खूश करण्यासाठी देशाबाहेर का हाकलतो आहे?

एकदा जीव वाचवून भारतातून बाहेर जाणे मला भाग पडले होते खरे, पण शेकडो निषेध, शेकडो अडथळे, शेकडो तांडव, शेकडो धमक्या असूनसुद्धा भारतात परत आले. भारताशिवाय मला पर्यायच नाही म्हणून नाही, तर भारत मुक्तचिंतकांना मान देतो म्हणून आले. मी माझे मत– ते मत इतरांच्या मतांपेक्षा भिन्न असले तरीही– निर्भयपणे मांडणार आणि भारतात राहणार.

भारताला बघून त्याच्या शेजारच्या ज्या देशांना अजूनही समजत नाही की भाषणस्वातंत्र्य नक्की कशाला म्हणतात, त्या देशांनी काहीतरी शिकावे, काहीतरी प्रेरणा घ्यावी.

भारतात अजूनही मी अगदी निश्चिंतपणे राहते असे नाही. अजूनही मला ठार मारण्याच्या धमक्या येतात. कोलकाताच्या एका इमामाने माझ्या चेहऱ्याला काळे फासून मला अपमानित करण्याची किंमत वीस हजार रुपये घोषित केली होती सुमारे बारा वर्षांपूर्वी. त्यानंतर माझ्या शिराची किंमत पंचवीस हजार ठरवली, नंतर जाहीर केले की जो कोणी माझी मुंडी कापून घेऊन येईल, त्याला 'अनलिमिटेड अमाउंट ऑफ मनी' देण्यात येईल. उत्तर प्रदेशातून मुस्लीम लॉ बोर्डाच्या एका संचालकाने जाहीर केले पाच लाख रुपये. नवीन फतवा तर आधीपेक्षाही भयंकर. केरळमधील इसिस गटाने फेसबुकवर घोषणा केली, की मला तातडीने मारून टाकले पाहिजे. भारतातील एक बडा नेता तर इस्लामबद्दल केव्हा कोण काय बोलते, याबद्दल फारच संतप्त असतो. पार्लमेंटमध्ये त्याने सांगितले, की इस्लामविषयी कोणत्याही भारतीय प्रसारमाध्यमांतून माझे मत मांडायची संधी मला मिळू नये.

सरकार कट्टरपंथीयांना रोखण्याऐवजी उलट त्यांच्या मागण्या एक एक करून पूर्ण करते आहे- माझ्या पुस्तकावर बंदी घालणे, मला पश्चिम बंगालमधून हद्दपार करणे; वृत्तपत्रे, मासिकांत माझे लिखाण छापायला बंदी करणे, टीव्हीवरील माझ्या मेगा सिरियलची जाहिरात बंद करणे, भारतातून मला हद्दपार करणे- या सगळ्यांच्या मागे आहे मतपेटीचा हिशेब, कट्टरपंथीयांचे डोळे तांबडेलाल होण्याची भीती, किंवा त्यांचा अनुनय करणे. हेच गोंजारण्याचे, अनुनयाचे राजकारण लोकशाहीला दुर्गंधित करते. या कट्टरपंथीयांना समाज अंधारमय करायचा आहे, त्यांचा स्त्रियांच्या अधिकारावर तर नाहीच पण मानवी हक्कांवरदेखील विश्वास नाही, त्यांच्या मतांशी ज्यांची मते जुळत नाहीत त्यांच्या भाषणस्वातंत्र्यावरही त्यांचा विश्वास नाही, हे राजकारण्यांना माहीत नाही की काय?

जगात फक्त मलाच नाही, तर इतरही अनेक लेखकांना छळ सहन करावा लागतो. लेखकांना चाबकाने मारले जाते, तुरुंगात टाकले जाते, हद्दपार केले जाते किंवा जिवे मारले जाते. भाषणस्वातंत्र्याचे महत्त्व अजूनही एकाधिकारशाही किंवा हुकूमशाही तर राहोच, पण लोकशाही सरकारलादेखील समजून घ्यायची इच्छा नाही. भाषणस्वातंत्र्याबद्दल काही बोलायला गेले की अनेकांचे म्हणणे असते– त्यालाही काही मर्यादा आहे, भाषणस्वातंत्र्य म्हणजे कोणाच्याही भावना दुखावणे नाही.

कधीही कोणाच्याही भावनेला धक्का लागता कामा नये, अशाप्रकारे संपूर्ण आयुष्य जगायची मागणी करणे हे अजबच आहे. दुसऱ्याच्या बोलण्याने, कृतीने आपल्या सर्वांच्याच भावना, मने रोजच दुखावली जातात. मनावर आघात होतातच, कारण समाजात विविध मानसिकतेची माणसे राहतात. कोणाच्याही मताशी आपले मत जुळले नाही म्हणून जर आपल्या मनावर, भावनांवर आघात झाले तर त्यांचे निराकरण करण्याची क्षमता आपल्या सर्वांमध्येच आहे. फक्त इस्लामवर श्रद्धा

असणारे काही कट्टर लोकच भावनांवरचे आघात मुळीच सहन करू शकत नाहीत म्हणून सगळीकडे अशांती माजवतात.

भाषणस्वातंत्र्य किंवा अभिव्यक्ती स्वातंत्र्य नसेल, तर लोकशाहीला काही अर्थ उरणार नाही. समाज बदलायचा असेल तर विविध लोकांच्या विविध भावना, अस्मिता दुखावणारच. कोणाच्याच कोणत्याही भावनेला धक्का पोचवायचा नसेल, तर समाज बदलूच शकणार नाही. देशापासून धर्माला वेगळे करायला गेले, स्त्रीविरोधी कायदे रद्द करायला गेले; तरी लोकांच्या धार्मिक भावना दुखावतात. गॅलिलिओच्या सांगण्याने, डार्विनच्या भाष्याने लोकांच्या धार्मिक भावनांना धक्का लागला होता. विज्ञानाच्या प्रगतीमुळे, अंधश्रद्धा निर्मूलनामुळे माणसांच्या धार्मिक अस्मितेवर आघात होतो. पण त्यांच्यावर आघात होतो म्हणून आपण आपली मते मांडणेच बंद केली, जर विज्ञानाचे शोध आणि व्यवहार आपण निषिद्ध केले, संस्कृतीचे चक्र रोखले, तर समाजाला साचलेल्या डबक्याचे रूप येईल आणि आपण उत्स्फूर्त, सुविहित समाज घडवू शकणार नाही. लोकांना आवडेल असेच बोलले, तर भाषणस्वातंत्र्याची किंवा अभिव्यक्ती स्वातंत्र्याची गरजच पडणार नाही. भाषणस्वातंत्र्य त्यांच्याचसाठी आहे, ज्यांच्या मतांशी अधिकांश लोकांची मते जुळत नाहीत. जी गोष्ट तुम्हाला ऐकावीशी वाटत नाही, ती बोलण्याच्या अधिकाराचेच नाव भाषणस्वातंत्र्य. ज्यांच्या बोलण्याने कोणाचीच मने दुखावत नाहीत, त्यांच्यासाठी भाषणस्वातंत्र्याची आवश्यकताच नाही. भाषणस्वातंत्र्याची बाजू न घेता सरकार जेव्हा भाषणस्वातंत्र्याच्या विरोधकांची बाजू घेते, तेव्हा स्वतःच्या देशाचा विनाश ओढवून घेते.

भाषणस्वातंत्र्याच्या विरोधातला भारतातील एक कायदा मध्यंतरी निषिद्ध केला गेला. काळा कायदा रद्द करण्याच्या लढाईत हाताच्या बोटांवर मोजता येणाऱ्या काही जणांत मीसुद्धा होते. मी भारताची नागरिक नसतानाही भारतातील एका असंविधानिक कायद्याच्या विरुद्ध लढले आणि जिंकले.

भारताच्या अभिव्यक्ती स्वातंत्र्याच्या विरोधातील कायदा हटवण्यात माझाही सहभाग होता. या कायद्यामुळे अनेक निरपराध लोकांना त्रास भोगावा लागत होता. स्त्रीविरोधी आणि मानवताविरोधी धर्मांधांच्या तथाकथित धार्मिक भावना दुखावू नयेत, याची जग खूपच काळजी घेते. अजूनही जगाची वेळ आली नाही काय सर्वांना समान दृष्टिकोनातून बघण्याची? धर्मांधांचे अधिकाधिक लाड न करण्याची? बुद्धिप्रामाण्यवादी, मानवाधिकार यांचा सन्मान करण्याची?

केवळ भारतातच नव्हे, तर सगळ्या जगात हीच लढाई चालू आहे. पण ही लढाई भिन्न धर्मांची नाही; दोन मतवादांची, धर्मनिरपेक्षता आणि कट्टरवाद यांची आहे. विज्ञानमनस्कता आणि धर्मांधतेची आहे, बुद्धिप्रामाण्य आणि अंधश्रद्धा यांची आहे, ज्ञान आणि अज्ञानाची आहे, सजगता आणि बेभानता यांची आहे, स्वाधीनता

आणि पराधीनता यांची आहे. या लढाईत मी कोणत्या बाजूची आहे, हे मला माहीत आहे. दुसऱ्या पक्षाच्या अभिव्यक्ती स्वातंत्र्याच्या बाजूची मी आहे, पण त्यांचे मत मी मान्य करू इच्छित नाही, त्यावर श्रद्धाही ठेवू इच्छित नाही. मात्र त्याचा अर्थ असा नाही, की त्या पक्षातील कोणी पहाटे फिरायला बाहेर पडले, तर मी त्यांना गोळी मारून ठार करेन किंवा ते पदपथावरून चालत असताना मी धारदार शस्त्राने त्यांचा खून करेन. नाही, एखाद्याचे मत मला आवडले नाही म्हणून मी त्याच्या गालावर थप्पड मारणार नाही. मी लिहीन. लिहून माझे मत मी व्यक्त करीन. एखाद्याला माझे लिखाण आवडले नाही, तर तो लिहून माझ्या लिखाणाचा निषेध करू शकेल, त्याविरुद्ध भाषण करू शकेल; पण मला मारायला येऊ शकणार नाही. हा भाषणस्वातंत्र्याचा नियम आजकाल अनेकांना माहीत आहे. पण माहीत असला तरी काही काही धर्मीय कट्टरवादी हा नियम मुळीच मानू इच्छित नाहीत.

अशा रीतीने धर्म टिकून राहील का? जगात शेकडो धर्म होते. आता त्यातील बरेचसे लोप पावले आहेत. आज कुठे आहेत अलीमापिया पर्वतावरच्या त्या महान ग्रीक देवता, कुठे आहे शक्तिशाली रोमन लोकांचा नामांकित ईश्वर? कुठे आहे इजिप्तच्या फॅरोंचा ईश्वर? ते सगळे आज इतिहासजमा आहेत. सगळेच धर्म कधीतरी इतिहास बनतील. कालोपयोगी नवीन धर्म येतील किंवा बुद्धिवाद आणि विज्ञानमनस्कतेवरचा लोकांच विश्वास वाढेल.

बहुधा अशा रीतीनेच जग चालते. अशिक्षितता, जडता आणि मूर्खता शिक्षण आणि सजगतेच्या बरोबरीनेच चालते. धर्मांध आणि राजकारणी स्वतःचा स्वार्थ बघणार, समाजात अंधारच पसरवणार. फक्त सजग लोकच समाज बदलतील. हाताच्या बोटांवर मोजता येतील इतके लोकच समाज बदलतील. कायम तसेच होत आले आहे. फक्त भिन्न मत असल्याच्या कारणावरून जगात आणखी कोणाला हद्दपारीची शिक्षा भोगावी लागू नये. आणखी कोणाला माझ्यासारखे भोगावे लागू नये.

◆

भाऊ बहिणींना वाचवतात की मारतात?

कंदील बलोच नावाच्या एका पाकिस्तानी मॉडेलला तिच्या भावाने गळा कापून मारले. तिचा कोणी शत्रू नाही, अनोळखी बलात्कारी नाही; तिचा भाऊ. शेजारचा, मानलेला नाही; तिचा स्वतःचा भाऊ. स्त्रियांना सगळ्यात जास्त हेच मारतात, हेच नातेवाईक किंवा जवळची माणसे; वडील, भाऊ, पती किंवा प्रियकर. पुरुषांना त्यांचे शत्रू मारतात आणि स्त्रियांना त्यांच्या सगळ्यात जवळची माणसे मारतात.

हे स्त्रियांना मारतात, कारण ते स्त्रियांना 'त्यांची' मालमत्ता समजतात. स्त्रिया त्यांच्या मर्जीप्रमाणे वागल्या नाहीत, तर ते त्यांना मारून टाकतात. त्यांना वाटेल तसे स्त्रियांना वागवण्याचा त्यांचा अधिकार आहे, असा त्यांचा विश्वास असतो. त्यांना पाहिजे तर ते स्त्रियांना जिवंत ठेवतात, नाहीतर मारून टाकतात. स्त्रियांनी जगावे का मरावे, चांगले राहावे की वाईट राहावे, हे सगळे 'त्यांच्यावर' अवलंबून. कंदील बलोच तिच्या भावाच्या मर्जीप्रमाणे वागली नाही, स्वतःच्या मर्जीप्रमाणे वागली. म्हणून भावाला राग आला. म्हणूनच तिला मारून टाकले.

पण पुरुषांची हीच समस्या नाही. त्यांना आई, बहीण, पत्नी यांच्या आवडीनुसार वागण्याची आवश्यकता नाही. ते त्यांच्या मर्जीनुसारच चालणार-वागणार-बोलणार. त्यांचे जगणे-मरणे स्त्रियांवर अबलंबून नाही. बहिणीच्या मर्जीनुसार वागले नाही, तर बहीण त्याला मारून टाकत नाही.

अनेक जण म्हणतात, की बलोच अमेरिकेच्या किम कार्दशियानसारखीच. अंगप्रदर्शन करून नाव मिळवणारी. किम अमेरिकेत जे करून कोट्यवधी रुपये मिळवते, तेच, तसेच करून कंदीलचा पाकिस्तानात खून होतो.

कंदीलचे सात लाख फेसबुक फॉलोअर्स होते, आणि तेहेतीस हजार ट्विटर फॉलोअर्स होते. ती लोकप्रिय होती, मग ती लोकप्रियता सवंग का असेना. सवंग लोकप्रियता मिळवली म्हणून काय तिला जगण्याचा अधिकार नाही?

स्त्रियांनी अंगप्रदर्शन केले, शरीराबद्दल काही लिहिले, शरीराचे फोटो काढले की 'हे सगळे स्वस्त-सवंग लोकप्रियतेसाठी आहे' असे लोक बोलतातच. पण हेच केले म्हणून पुरुषांना असा दोष दिला जात नाही. 'सवंग लोकप्रियता' हे दोन शब्द मूलतः स्त्रियांना दोष देण्याबाबतच वापरले जातात. असे समजले जाते, की स्त्री

म्हणून जन्माला आल्यावर लोकप्रियता मिळवायचीच असेल, तर ती 'मौल्यवान लोकप्रियता' मिळवायला हवी. स्वस्तबिस्त चालणार नाही. कुठली स्वस्त, कुठली मौल्यवान हे पुरुष ठरवणार. पण स्त्रिया अंगप्रदर्शन करून जी लोकप्रियता मिळवतात, ती पुरुषांमुळेच. पुरुषांना ते आवडते म्हणूनच. पण लोकप्रिय झाल्याचा दोष मात्र पुरुष स्त्रियांनाच देतात. त्यांना लोकप्रिय करण्याचा दोष पुरुषांना दिला जात नाही, जे स्त्रियांना लोकप्रिय करतात. हे म्हणजे जे अनेक जण स्त्रियांना वेश्या बनवतात, त्यासारखे झाले. तेच स्वतःच्या स्वार्थासाठी स्त्रियांना वेश्या बनवतात, तेच वेश्यागमन करतात; पण वेश्या होण्याचा दोष मात्र निर्लज्जपणे स्त्रियांना देतात. वेश्या बनलेल्या स्त्रियांचा तिरस्कार करायलाही ते विसरत नाहीत.

कंदील बलोच पाकिस्तानी पुरुषांच्यातच लोकप्रिय होती. तिचा तिरस्कार करणाऱ्यांची कमी नव्हती. बिछान्यात पडून तिचा फोटो बघणार, तिचे स्तन आणि जांघ बघणार, तिचे सौंदर्य बघणार, सुख मिळवणार, तिला स्पर्श करण्यासाठी पागल होणार, पण तिचा तिरस्कारही करणार. कंदीलच्या भावाला इतर काही नसले तरी तिरस्कार मात्र होता. कंदील सामाजिक नीतिनियम, आचार-आचरण मानत नाही म्हणून तिरस्कार. कंदीलच्या भावाने – वसीमने – तिचा गळा दाबून तिला ठार केले. जे केले, त्याची स्वतःच कबुली दिली; म्हणाला, कुटुंबाची प्रतिष्ठा राखण्यासाठी म्हणे हत्या केली. हीच घटना. त्याच्या कुटुंबाची प्रतिष्ठा कंदीलचे स्तन आणि जांघेत लपली होती. कंदीलचे कपडे तिच्या स्तन आणि जांघेवरून जरासे सरकले मात्र, संपूर्ण कुटुंबाची प्रतिष्ठा तिच्या स्तन आणि जांघेतून कापरासारखी उडून गेली.

कंदील गाणेही म्हणायची. कंदीलच्या प्रतिभेबद्दल वसीमला अभिमान असायला हवा होता. पण अभिमानाऐवजी त्याला अपमानित झाल्यासारखे वाटत होते. पाकिस्तानच्या त्याच स्त्रीविरोधी समाजात बुरखा घालणाऱ्या स्त्रिया, पुरुषांच्या दासी असणाऱ्या स्त्रिया, मुक्याबहिऱ्या होऊन राहिलेल्या स्त्रिया, आत्मसन्मानाविषयी उदासीन स्त्रिया यांना 'चांगल्या बायका' म्हणून गणले जाते,

बाकी सगळ्या 'वाईट बायका'. समाजाला कंदीलचा अभिमान वाटत नाही; तिच्यामुळे त्यांची गैरसोय, असुविधा होते. कंदील 'वाईट बायकांच्या' यादीत होती. पण या तथाकथित वाईट मुलीच समाज बदलतात, समाजात परिवर्तन घडवतात, मात्र या वाईट मुलींनाच या पुरुषप्रधान समाजात सर्वांत जास्त भीती असते. या वाईट बायका म्हणजे स्त्रियांना सन्मान आणि स्वाधीनता मिळवून देण्यासाठी एक मोठी क्रांती आहे. स्त्री आंदोलनाच्या खूप संस्था- संघटना आहेत. तेथील 'चांगल्या बायका' जे शंभर वर्षांत करू शकणार नाहीत, ते 'वाईट बायका' एका वर्षातच करू शकतात. हे काय कमी आहे?

कंदील बलोचने लिहिले, 'लहान वयातच आयुष्याने मला खूप काही शिकवले.

किशोरावस्थेतून स्त्री होण्यापर्यंतचा माझा प्रवास कधीच सोपा, सहज नव्हता. एक स्त्री म्हणून सगळ्या स्त्रियांसाठी लढणे योग्य आहे. प्रत्येक स्त्रीच्या सोबतीला प्रत्येक स्त्रीने उभे राहणे उचित आहे.' फार महत्त्वाची गोष्ट बोलली कंदील. मला जाणून घेण्याची खूप इच्छा आहे, की कंदीलच्या सोबत कोणी स्त्री उभी राहिली का? कंदीलच्या हत्येच्या विरुद्ध निषेध करण्यासाठी स्त्रियांनी तोंड उघडले? जगातील सगळ्या विषमतेविरुद्ध उभे राहणारे पुरुष कंदीलच्या बाजूने रस्त्यावर उतरले? की कंदीलची लोकप्रियता सवंग होती म्हणून तिच्या बाजूने उभे राहायला, रस्त्यावर उतरायला घृणा वाटली?

समाजाचा 'सन्मान' राखण्यासाठी पाकिस्तानातील लाखो स्त्रीद्वेष्ट्या पुरुषांनी मनोमन कंदीलचा खून केला, आणि कुटुंबाची प्रतिष्ठा, सन्मान राखण्यासाठी कंदीलचा खरोखर खून केला तिच्याच आईच्या पोटातून आलेल्या सख्ख्या भावाने– वसीमने. कंदील बलोच मला ट्विटरवर फॉलो करत होती. हे ऐकून मला माझा सन्मान झाल्यासारखे वाटले. कंदीलसारख्या सच्च्या आणि धाडसी मुलीच्या संपर्कात आलेल्या इतर अनेकांनादेखील निश्चितच सन्मानित झाल्यासारखे वाटले असेल.

शेकडो पाकिस्तानी मुली, स्त्रिया दर वर्षी 'ऑनर किलिंग'ची शिकार बनतात. वास्तविक या हत्याकांडांना मी 'ऑनर किलिंग' समजत नाही. मी याला स्त्रीहत्या समजते. प्रतिभावान, बुद्धिमान स्त्रियांना; लढू पाहणाऱ्या स्त्रियांना, आत्मसन्मानाची जाणीव असणाऱ्या स्त्रियांना, ताठ मानेने चालणाऱ्या स्त्रियांना अत्यंत नियोजनबद्ध रीतीने समाजातून नामशेष करण्यात येते. त्यांना बघून पुरुषांना भय वाटते. न जाणो याच स्त्रिया समाजाला धक्का देऊन पुरुषप्रधानता नष्ट करून टाकतील. न जाणो याच स्त्रिया पुरुषांची दासी होण्याऐवजी मालक होतील. या सर्वनाशाला कोणी आमंत्रण देऊ इच्छित नाही. म्हणूनच हा विनाश चालू आहे. जेव्हा कधी स्त्रीचा तिच्या वडिलांनी, भावाने, पतीने खून केल्याची खबर येते; अधिकांश लोक गप्प बसतात. असा विचार करतात– 'त्यांची वस्तू, त्यांनी संपवून टाकली, मला त्याचे काय? मी नाक खुपसणे मुळीच योग्य नाही.'

स्त्रिया कोणाचीही खासगी मालमत्ता नाहीत, कोणाचीही विकत घेतलेली वस्तू नाहीत, हे माणसांना कधी समजणार?

असे ऐकले, की कंदीलच्या वडिलांनी पोलिसांत स्वतःच्या मुलाविरुद्ध तक्रार केली. त्यांच्या मुलानेच त्यांच्या मुलीचा खून केला हे त्यांनीच सांगितले, खुनाबद्दल न्यायही मागितला. ही चांगली गोष्ट झाली. समाजात कंदीलच्या भावासारख्या पुरुषांची नाही, तिच्या वडिलांसारख्या पुरुषांची गरज आहे.

◆

हत्याकांड कशाला?

कधीकधी मला अत्यंत आश्चर्य वाटते, की कुराणचे चुकीचे लावलेले अर्थ जसे काही माणसांना चुकीच्या मार्गाला लावतात, ज्याप्रमाणे दहशतवादी बनवतात; त्याप्रमाणे बायबल, गीता, तोराह, त्रिपिटक यांचे चुकीचे लावलेले अर्थ माणसाला कसे दहशतवादी बनवत नाहीत? हे सगळेच तर धर्मग्रंथ आहेत.

कधीकधी मला खूप आश्चर्य वाटते, की इतर सगळ्या धर्मांवर टीका होते मग इस्लामवर टीका 'नाही रे बाबा, कधीच नाही' असे का? कोणी कोणाला टीकेपासून वर- अलिप्त ठेवणे योग्य आहे का? टीकेपासून वर, वेगळे ठेवले तर आमचाच तरुणवर्ग चुकीच्या मार्गाला लागण्याची भीती नाही का? ज्या तरुणांना इस्लामविषयी जाणून घ्यायचे आहे, ते एकाच मताशिवाय इतर कोणतीही भिन्न मते, दृष्टिकोन जाणून घेऊ शकत नाहीत. रात्रंदिवस चहूकडच्या जाहिरातबाजीतून त्यांच्या डोक्यात एकच गोष्ट भरवली जाते, की कुराणातील अक्षर अन् अक्षर सत्य आहे, प्रत्येक सही हदीस प्रत्येक मुसलमानाने मान्य केलेच पाहिजे. इस्लामच्या जगात मुक्त विचारांना स्थान नाही. जे सगळे धार्मिक गट त्यांच्या समाजात मुक्त विचारांचे वातावरण निर्माण करतात, तेच सुसंस्कृततेच्या संपर्कात येतात. मुक्त विचारांची चर्चा होते म्हणजेच ते लोकशाही, मानवाधिकार, स्त्रियांचे अधिकार, भाषणस्वातंत्र्य इत्यादींबाबत विचार करतात; या सर्वांना धार्मिक आदेश, सल्ले यापेक्षा खूप वरचे स्थान देतात. त्याचे कायदे, घटना हे धर्मसत्ताक नसून प्रजासत्ताक आहेत. पण त्यांनी धर्माला दूर फेकले नाही. ज्यांची धर्म पाळण्याची इच्छा आहे, त्यांना धर्मपालनाचा अधिकार आहे. धर्मावर विश्वास ठेवणे हे माणसाचे, व्यक्तीचे काम; राष्ट्राचे काम नाही, हे त्यांनी पहिल्यापासूनच स्पष्ट केले आहे. आपण त्यांच्या या चांगल्या गोष्टी का घेत नाही? एक सचेतन, सुशिक्षित समाज का घडवत नाही? आपल्या मुलामुलींना धर्मांध का बनवतो? ते विज्ञानाचाही अभ्यास करतात, त्यांचा धर्माकडेही कल असतो. विज्ञानापेक्षा अनेकांना धर्म जास्त आकर्षक वाटतो असे वाटते. सगळ्या समस्यांचे धर्म सोपे उत्तर देतो, विज्ञान कठीण उत्तर देते. याच कारणामुळे अधिक लोकांना विज्ञानापेक्षा धर्म जास्त आवडतो. ब्रेन वॉशिंग करून धार्मिक, धर्मांध, कट्टरपंथीय, त्याचबरोबर दहशतवादी बनवणारे अनेक लोक जगात

आहेत, मात्र ब्रेन वॉशिंग करून माणसाला विज्ञानमनस्क बनवणारे कोणी नाही. अधिकांश तरुण विज्ञान शिकतात, ते चांगली नोकरीचाकरी मिळवण्यासाठी, विज्ञानातील बिग बँग किंवा उत्क्रांतीवर विश्वास ठेवण्यासाठी नाही. ज्या गोष्टीवर श्रद्धा ठेवायला त्यांचे पालक सांगतात; आसपासची मोठी माणसे, शाळा-कॉलेजमधील शिक्षक, डॉक्टर, सरकार सांगते, रेडिओ-टीव्ही सांगतो– ती गोष्ट विज्ञान नाही, धर्म आहे. म्हणूनच तरुणाई धर्माला घट्ट पकडून ठेवते. ज्या अतिरेक्यांना आज आपण पाहतो; ते सगळे धार्मिक आहेत, धर्मासाठीच आयुष्य वेचायचा निर्णय त्यांनी घेतला आहे. त्यांना कसा काय दोष द्यायचा? त्यांना आपण मुक्त विचारांचे वातावरण दिले का? मग असा प्रश्न येतो, की इतरही तरुण धर्मकर्म करतात, ते कुठे दहशतवादी बनतात? बनले नाहीत, ते वाचले. पण बनण्याची भीती नाही, असे शपथेवर सांगता येणार नाही. कदाचित ते भरती करणाऱ्यांच्या नजरेला अजून पडले नसावेत, कदाचित अजूनही पडतील. आता एका क्लिकवर आहे दहशतवादी बनण्याचे आवाहन, इसिसचा बोलावणारा हात. यादरम्यान देशातील दोनशे मुले बेपत्ता आहेत. आपले बुद्धिमान, प्रतिभावान किशोर- युवक हरवत आहेत. अजूनही आपण जागे व्हायची वेळ आली नाही का?

कधीकधी मला अतिशय आश्चर्य वाटते, की सुशिक्षित मुले माणसाला मारताना कसे काय मागेपुढे पाहत नाहीत? तहमिद साफी एक सुशिक्षित युवक, कलाकार, शांतिनिकेतनमध्ये गाणे शिकत होता, टीव्हीवर गात होता, रवींद्र संगीतावर पीएच.डी. करणार होता; अशा वेळी तो धर्माकडे आकृष्ट झाला, त्याने देश सोडला, आता सीरियात इसिसच्या गोटातून व्हिडीओवरून सांगतो की तो लोकशाही मनात नाही, तो अल्लाचा कायदा प्रस्थापित करणार, तसे झाले नाही तर सगळ्यांचा खून करणार, मरावे लागले तर मरणार. इतका बुद्धिमान मुलगा इतक्या थंड डोक्याने माणसांना मारण्याची गोष्ट कशी काय बोलू शकतो? माणसांना मारायला कुठल्याच बुद्धीची गरज नाही, गरज आहे निर्बुद्धतेची, अमानुषतेची. बिहिश्तच्या– स्वर्गाच्या अभिलाषेमुळे त्याची बुद्धी लोप पावली आहे. ढाक्का कॅफेमध्ये या अल्पवयीन मुलांनी एकामागून एक माणसे कशी काय मारली? परधर्मीयांना मारण्याबद्दल धर्मात लिहिले आहे म्हणूनच मारली. धर्मात इतरही बऱ्याच गोष्टी लिहिल्या आहेत– 'धर्मात कोणतीही जोरजबरदस्ती नाही' कुराणातील हा उपदेश ते का ग्रहण करत नाहीत? काय घ्यायचे काय नाही, याचे तारतम्य या मुलांना नाही का?

कधीकधी मला खूप आश्चर्य वाटते, की राज्यकर्ते धर्मीय कट्टरवाद्यांशी तडजोड का करतात? मशिदी-मदरशांत दहशतवादाचे शिक्षण दिले जाते, हे माहीत असूनही ते रोखत का नाहीत? शाळा-कॉलेज, एवढेच काय, विश्वविद्यालयांतसुद्धा धर्ममार्गाला लागून मुलेमुली बदलतात, थांबवायचा प्रयत्न ते का करत नाहीत?

सत्तेत टिकून राहण्यासाठी जेव्हा धर्माचा वापर करतात, तेव्हा त्यांना एवढीही दूरदृष्टी नसते का की यामुळे ते समाजाला आणखी हजार वर्षे मागे नेताहेत! दहशतवाद्यांचे तळ वाढताहेत, दहशतवाद वाढतो आहे, आजपासून तरी या सगळ्याविरुद्ध कुठेतरी काहीतरी पावले उचलायला नकोत का? उलट धर्माचा धंदा करणाऱ्यांना सगळ्या सोयीसुविधा देण्याची जणू अहमहमिका चालू आहे. समाजाचे किंवा लोकांचे कल्याण व्हावे, अशी खरेच राज्यकर्त्यांची इच्छा आहे का? सगळे बघून, ऐकून मला तरी वाटत नाही की त्यांना देशाच्या भल्याची आस आहे.

कधीकधी मला आश्चर्य वाटते, भारतीय उपखंडातील इसिसविरोधी मुल्ला-मौलवी कसे काय छाती फुगवून सांगू शकतात, की कुराणाचा अर्थ इसिस किंवा दायेस चुकीचा लावतात, पण ते स्वतः मात्र तो बरोबर सांगतात. कुराण अरबीत लिहिलेले आहे. अरबी ज्यांची मातृभाषा आहे, त्यांना कुराणातील (सुरांचा) अर्थ कळत नाही? ज्यांना कुराण तोंडपाठ करायची सवय आहे, ते समजून घेऊन वाचायची सवय नाही त्यांना जास्त कळते? कुराण तोंडपाठ न करता उलट नीट समजून घेतले, तर कुराणात काय लिहिले आहे, ते माणसाला कळेल. इसिस जेव्हा दावा करते, की कुराणात जिहादचा उल्लेख आहे, जिहाद म्हणजे पवित्र युद्ध, अश्रद्धांना मारून टाकले पाहिजे, संपूर्ण दुनिया फक्त सश्रद्धांचे स्थान झाले पाहिजे, तिथे आणखी कोणीही नको; तेव्हा मॉडरेट, मवाळपंथी मुसलमान म्हणतात जिहाद म्हणजे आत्मशुद्धीकरण, स्वतःशी स्वतःचा संग्राम. कोणाचे खरे, कोणाचे खोटे हे जाणण्याचा आपल्या सर्वांना अधिकार आहे. कुराण समजून घ्यायला अवघड आहे, वाचून काही काही जण अतिरेकी झालेले दिसतात, काही काही नास्तिक बनतात. आणि न कळलेले वाचाळवीर मॉडरेट मुसलमान बनतात. मॉडरेट मुसलमानांना ओळखायचा आणखी एक उपाय आहे– अमेरिकेच्या ड्रोन हल्ल्यात मुस्लीम अतिरेकी मारले गेले की ते म्हणतात, 'अमेरिका मुसलमानांना मारते.' आणि तेच अतिरेकी जेव्हा मॉडरेटच्या आप्तस्वकीयांची हत्या करतात, तेव्हा म्हणतात, 'हे मुसलमान नाहीत.' मॉडरेटच्या या दुतोंडीपणाबद्दल कधी टीका ऐकली नाही म्हटले तरी चालेल.

कधीकधी मला आश्चर्य वाटते, हे मॉडरेट मुसलमान मुस्लीम समाज जिथे आहे, तिथेच राहावा असे इच्छितात का? तेच म्हणतात, की इस्लाम हा शांतीचा धर्म आहे, तेच तर म्हणतात की इस्लाममध्ये स्त्रियांना समान अधिकार आहेत, इस्लाम कोणत्याही मानवाधिकाराचे उल्लंघन करत नाही, शरिया कायदा इतका काही वाईट कायदा नाही. या मॉडरेट लोकांना भिन्न मतप्रदर्शनाचा, इस्लामवर टीका करणाऱ्यांचा अभिव्यक्ती स्वातंत्र्याचा अधिकार नको आहे. त्यांना इस्लामी समाजात कोणताच बदल, सुधारणा, उत्क्रांती नको आहे.

प्रगती, संस्कृती, स्वास्थ्य आणि समानाधिकारांच्या मार्गात अतिरेक्यांचा जितका अडथळा आहे, त्याहीपेक्षा मोठा अडथळा मॉडरेट लोकांचा आहे. मॉडरेट लोकांची संख्या अतिरेक्यांपेक्षा धोकादायकरीत्या जास्त आहे.

◆

माझी जर कोणी हत्या केली...

त्या दिवशी, शुक्रवारी पुन्हा एकदा मला खुनाची धमकी आली. अन्सार खिलाफी नावाच्या केरळमधील एका इसिसपंथी दहशतवादी गटाने ही धमकी दिली. गटाच्या नावाबरोबर इसिस आहे, आणि इसिसचा स्पर्श झालेला असेल तर हत्या करण्यात ते नक्कीच तरबेज असणार, अशी भीती वाटते.

माझ्या गळ्यावरून मी नेहमी हात फिरवते, डोक्याच्या मागेही हात ठेवून मी समजून घेण्याचा प्रयत्न करते, की जेव्हा ते माझ्या डोक्यावर घाव घालतील किंवा माझी मान कापतील, तेव्हा काय वाटेल? त्यापेक्षा कदाचित मस्तकावर नेम धरून गोळी मारणेच बरे. आयुष्यभर त्रास सोसला, मरताना आणखी त्रास नको. घटना द्रुतगतीने, पट्कन झालेलीच बरी. पण मला पाहिजे म्हणून माझे ते ऐकणार आहेत का? मी त्यांना विनंती करते आहे, त्यांच्या हातापाया पडते आहे; या दृश्याची मी कल्पनाच करू शकत नाही. उलट मी असा विचार करणे बरे की जर माझी हत्या केलीच, तर डोळे मिटून आवडते रवींद्रसंगीत गात गात वेदना कमी करण्याचा प्रयत्न करीन. तसे करून वेदना कमी होईल की नाही कोण जाणे, पण दुसरा तरी कुठलाच उपाय नाही.

मी समजून घेण्याचा प्रयत्न करते, की ढाक्का कॅफेमध्ये त्या एकोणीस-वीस वर्षांच्या मुलामुलींची हत्या झाली, तेव्हा त्यांनी काय केले असेल! त्यांनी स्वतःला वाचवण्याचा प्रयत्न केला, आरडाओरडा केला, हत्यार हिसकावून घेण्याचा प्रयत्न केला? मला कळतच नाही, की कॅफेमध्ये इतके लोक असूनसुद्धा ६-७ मुलांवर झडप घालून का पकडू शकले नाहीत, त्यांना परास्त करू शकले नाहीत? कदाचित त्यांना वाटले असेल, की त्यांना वाचवण्यासाठी बचावपथक येईल, पोलीस येतील, लष्कर येईल.

मीसुद्धा जर मला खुन्यांच्या तावडीतून सोडवायला कोणी येईल याची वाट पाहिली, तर किती मिनिटे, किती तास वाट बघायची हे कसे कळेल; सहा तास, बारा तास? माझ्यासमोर हातात पिस्तूल, बंदूक, चाकू, सुरा घेऊन खुनी उभे असतील अन् मी वाट बघत थांबलेली असेन. कुठल्याही वेळी ते माझ्या डोक्यावर घाव घालू शकतील, गोळी मारू शकतील; त्या वेळी मी बसून वाट बघत राहीन.

नुसता विचार करूनच हातपाय गार पडतात, गळा सुकतो. ढाक्का कॅफेत जवळजवळ बारा तास होऊन गेले, तरी कोणी वाचवायला आले नाही. ज्यांनी वाचवणे अपेक्षित होते ते बाहेरच उभे होते, नुसतेच का उभे होते कोण जाणे. तीन तासांनंतर देशातील एका टीव्हीवर– तारीसे जेईनचे वडील बोलले, काळजीत होते. म्हणाले, माझी मुलगीदेखील त्या कॅफेत आहे, मलाही कळत नव्हते की बचावकार्य अजूनही का सुरू होत नाही. ज्यांनी वाचवणे अपेक्षित होते, त्यांना बचावकार्य कसे आणि कधी चालवायचे, ते खरेच माहीत असते तर अनेक प्राण वाचले असते.

फराज हुसेनचा विचार करते, त्याला सोडून दिले होते; पण तो आपल्या मैत्रिणींना सोडून बाहेर जायला तयार नव्हता. अतिरक्यांनी मैत्रिणींनाही सोडावे अशी त्याची इच्छा होती; पण त्यांना सोडले नाही म्हणून तो एकटा सुटून बाहेर आला नाही. मी इतकी करुणामयी, रात्रंदिवस लोकांच्या भल्याचा विचार करते, या कामासाठी आयुष्य वेचते असे म्हटले तरी वावगे होणार नाही. तीच मी, मला नक्की माहीत आहे, जर खुन्यांच्या समूहाने मला प्राण वाचवून बाहेर जायला सांगितले, तर मी त्या हत्याकांडाच्या ठिकाणाहून नक्कीच बाहेर जाईन. मागे वळूनसुद्धा बघणार नाही, पळून जाईन, कोणाचीही वाट न बघता पळून जाईन. सगळेच पळतील. पण फराज पळाला नाही. हजार वर्षांतून कदाचित एखादाच फराज जन्मतो.

अतिरेक्यांना जे पाहिजे होते, तेच मिळाले. जगाने थरथर कापायला हवे होते, कापले. मुस्लिमेतरांचा खून करून पुण्य कमवायचे होते, बहुधा तेही मिळवले. इतक्या माणसांना ही अल्पवयीन मुले कशी मारू शकली? याआधी कधी त्यांनी हत्या केल्या नव्हत्या. तरी कसे काय– एकदोघांना नव्हे, तर वीस जणांना मारू शकले?

खरी गोष्ट अशी आहे की विश्वास, श्रद्धा माणसाला अशक्यप्राय कामे करायला लावू शकते. अतिरेक्यांचे ब्रेन वॉशिंग कोण करते माहीत नाही, पण ज्या काही गोष्टी त्यांच्या डोक्यात भरवल्या गेल्या आहेत, त्यावर ते निःसंशय विश्वास ठेवतात. बरेचसे चेचेनियाच्या दोन बोस्टन बॉम्बर भावांप्रमाणे. दिसायला स्मार्ट पण तर्काने, बुद्धीने विचार करण्याची क्षमताच नाही. धर्म सत्य, धर्मग्रंथ सत्य, स्वतः सृष्टिकर्त्याने धर्मग्रंथ लिहिले, त्यामुळे त्यात जे काही लिहिले आहे त्यावर डोळे झाकून विश्वास ठेवलाच पाहिजे, काही प्रश्नच नाही. फक्त मान्य करायचे. धर्मग्रंथाच्या सुरुवातीपासून शेवटपर्यंत सगळ्याचा ते डोळे, नाक, कान बंद करून शब्दशः अर्थच ग्रहण करतात. अ म्हटले की वास्तविक अ समजायचा नाही, भ समजायचा – अशी चलाखी करून प्राचीन गोष्टींना कालोपयोगी बनवायचा प्रयत्न केला नाही. अश्रद्धांना मारायचे म्हटले म्हणजे अश्रद्धांना मारायचेच असे समजतात, इतर काही समजून घेत नाहीत.

धर्मांध समाजात हे ब्रेन वॉशिंग जन्म झाल्यापासूनच सुरू होते. तेव्हापासूनच ते धर्माचे गुणगान ऐकत येतात घरीदारी, शाळा-कॉलेजात, मैदानात, घाटावर, ट्रेनमध्ये, बसमध्ये, टीव्ही-रेडिओवर, सिनेमा-नाटकात. ऐकत आलेले असतात, की धर्माप्रमाणे चालले की स्वर्गप्राप्ती होते, नाही चालले तर नरकातील बीभत्स यातना भोगाव्या लागतात, दुनियेतल्या सगळ्या समस्यांचे समाधान धर्मग्रंथात आहे; धर्म म्हणजेच ज्ञान, धर्मच विज्ञान, धर्मच शांती. सारखे हेच ऐकत राहिले की नकळत तेच मेंदूत पक्के होत जाते. जमीन तर चांगली तयार होते, मग त्यावर विश्वासाचा प्रासाद उभा करणे सहज शक्य होते.

विज्ञानाचे सततचे संशोधन, त्याचे गुंतागुंतीचे आकडे, यापेक्षा धर्मातील सहजसोपे समाधान पूर्वीपासूनच माणसांना प्रिय आहे. अशिक्षित शेतकरी, मजुरांपासून ते विश्वविद्यालयातील स्कॉलरपर्यंत सर्वांनाच त्यामुळेच धर्म आकृष्ट करतो. कारण धर्म कळायला जितका सोपा, तितके विज्ञान कळायला सोपे नाही.

अनेक वर्षांपासून दहशतवादी नास्तिक सेक्युलर, तर्कशुद्ध लेखक, ब्लॉगर्स, समलिंगी, प्रगतिशील विद्यार्थी-शिक्षक, हिंदू, बौद्ध, ख्रिश्चन या सर्वांना ठार मारत आहेत; पण कोणत्याही मृत्यूविषयी पंतप्रधान शेख हसीना यांनी शोक व्यक्त केलेला नाही. खुन्यांना सुरक्षितपणे देशातून बाहेर जाऊ दिले.

कोणत्याही खुनाचा तपास केला नाही, कोणालाही अटक केली नाही, कोणालाही शिक्षा दिली नाही. उलट शिक्षा केली ती ब्लॉगर्सना; त्यांना धरून, पकडून तुरुंगात टाकले. त्या मुक्त विचारांच्या विरुद्ध बोलल्या, अभिव्यक्ती स्वातंत्र्याच्या विरुद्ध कायदे बनवले. मुक्तचिंतकाच्या हत्यांसाठी मुक्तचिंतकांनाच जबाबदार धरले. आज ढाक्का कॅफेमधील मृतांबद्दल अचानक त्यांना शोक प्रदर्शनाची इच्छा कशी झाली? यामागे निश्चितच मोठे राजकारण असले पाहिजे. त्या दिवशी ढाक्का कॅफेमध्ये जी मारली गेली ती श्रीमंत, प्रभावशाली लोकांची मुले होती– म्हणून? की शहरातच अतिरेकी हल्ला झाल्यावर शेख हसीना काय करतात, काय नाही याकडे जगाचे लक्ष असेल म्हणून?

राजकारणी लोकच दुतोंडी असतात, धर्म जितका मानणे सोयिस्कर आहे तितकाच मानायचा, बाकी मानायचा नाही – त्याच मानसिकतेचे मुसलमानही दुतोंडी, हिपोक्रॅट्स. उलट ते अतिरेकीच हिपोक्रॅट्स नव्हते. त्यांच्या डोक्यात जे भरवलेले असते, तेच ते कळसूत्री बाहुल्यांप्रमाणे आचरतात. स्वतःच्या जीवनाबद्दल त्यांना माया, मोह नसतो; आपण मरणार हे जाणूनच त्या रात्री ते आले होते- स्वर्गप्राप्ती होणार या विश्वासाने. कोणीतरी त्यांना सांगितले होते, शिकवले होते, गळी उतरवले होते की मुस्लिमेतरांचे खून केले की जिहादचे बक्षीस मिळते, सर्वोच्च स्वर्गात स्थान मिळते. परदेशी लोकांना ठार मारून, अमानुषतेची परिसीमा करून,

सकाळ झाल्यावर देशी मुसलमान म्हणतात, 'आम्ही फक्त मुस्लिमेतरांना मारायला आलो आहोत, तुम्हाला मारणार नाही; तुम्ही सगळे जाऊ शकता. आम्ही तर स्वर्गात जाणार.'

अतिरेक्यांना मारून दहशतवादाचे निर्मूलन होणार नाही, दहशतवादाच्या मूळ स्रोताचे निर्मूलन केले तरच दहशतवादाचे उच्चाटन होईल.

◆

लज्जा, भय

१२ सालच्या डिसेंबर महिन्यात मी *‘लज्जा’* पुस्तक लिहिले. वाटले होते, हळूहळू बांगलादेशाची परिस्थिती सुधारेल. असांप्रदायिक वातावरण पुन्हा येईल. हिंदू, मुसलमान, बौद्ध, ख्रिश्चन पुन्हा सुखशांतीने एकत्र राहू शकतील. पुन्हा एकदा ‘आम्ही खिश्चन, आम्ही बौद्ध, आम्ही हिंदू, आम्ही मुसलमान, आम्ही सगळे बंगाली’ असे गाऊ शकू. पण माझे ‘लज्जा’ पुस्तक वास्तवात लोकांना *‘लज्जा’* देणार नाही, हे कोणाला माहीत होते? त्यावर बंदी आल्यावर त्याच्या पन्नास हजार प्रती विकल्या गेल्या. बंदी घातल्यावर नकली प्रती देशभर विकल्या गेल्या, देशातच नव्हे तर शेजारच्या देशांतसुद्धा. युरोप-अमेरिकेतले प्रकाशक *‘लज्जा’* प्रकाशित करण्याच्या परवानगीसाठी खूप उत्सुक होते. सुमारे तेरा भाषांत लज्जा अनुवादित झाले. *‘लज्जा’* लिहून, प्रकाशित करून, विकून काय फायदा झाला? *‘लज्जा’* वाचून लोकांना काय लाभ झाला? जे *‘लज्जा’* लिहिण्यासाठी सांप्रदायिक लोकांचा बहिष्कार, तिरस्कार झेलला, जे *‘लज्जा’* लिहून सरकारच्या डोळ्यात सलले, जे *‘लज्जा’* लिहून बहिष्कृत लेखक म्हणून मला वाळीत टाकले गेले, जे *‘लज्जा’* लिहून पुस्तकमेळ्यात मुस्लीम कट्टरपंथीयांची शिकार बनले, जे *‘लज्जा’* लिहून ‘हिंदू कट्टरपंथीयांच्या स्वार्थाचे रक्षण केले’ असा आरोप झेलला; तेच *‘लज्जा’* वाचून असांप्रदायिक लोकांचे फार काही प्रबोधन झाले नाही. *‘लज्जा’* वाचून हिंदूद्वेष्ट्या मुसलमानांना काही *‘लज्जा’* वाटली नाही. ते जसे होते, तसेच आहेत. उलट आणखीनच भयंकर बनले आहेत. तेव्हा सरकार अल्पसंख्याकांच्या बाजूने उभे राहण्याचे ढोंग करायचे, आता ते ढोंग करण्याचीही त्यांना गरज वाटत नाही.

सत्य गोष्ट प्रामाणिकपणे सांगण्याच्या अपराधाबद्दल आज २२ वर्षे मी हद्दपारीची शिक्षा भोगते आहे. निर्वासित असूनदेखील देशात सांप्रदायिकतेविरुद्ध एखादे आंदोलन झाले, तर आनंद साजरा करते. मानवतेसाठी एखादी मानवी साखळी झाली, तर मला आनंद होतो. सध्या ज्या बातम्या ऐकते, त्यामुळे मला फार काळजी वाटते. आशेचा जो अंधूक प्रकाश होता, तोही हळूहळू विझून गेला आहे.

मुक्त विचारांवर विश्वास असलेल्या ब्लॉगर्स, लेखकांना देशात मारून टाकले जाते. त्यांच्याचबरोबर धर्मीय अल्पसंख्याकांनाही. काही दिवसांपूर्वी झिनाईदह येथे

सत्तर वर्षांच्या अनंत कुमार गांगुली नावाच्या हिंदू पुरोहिताला तीन मुस्लीम अतिरेक्यांनी ठार मारले. मोटरसायकलवरून येऊन खुन्यांनी त्यांना मारले. सकाळी साडेनऊ वाजता अनंत कुमार गांगुली सायकलवरून घरून नालडंगा बाजारातील मंदिरात पूजा करायला निघाले. ते नालडंगापर्यंत पोहोचूच शकले नाहीत. अनंत कुमार गांगुली नास्तिक नव्हते. इस्लामवर टीका करणारा ब्लॉग त्यांनी लिहिला नव्हता किंवा पुस्तकसुद्धा लिहिले नव्हते. पण तरीही त्यांचा का खून झाला? त्यांचा खून करण्याचे एकमेव कारण म्हणजे ते हिंदू होते. मध्यंतरी पारनामधील हिमायतपुरात अनुकूल ठाकूरच्या सत्संग आश्रमातील एका सेवकाला सकाळी मारून टाकले होते. सेवक नित्यरंजन पांडे इस्लामची निंदा करत नव्हता. मग त्याचा अपराध काय होता? अपराध एकच– तो हिंदू होता. निखिलचंद्र जोवारदार नावाच्या एका हिंदू शिंप्यालाही काही दिवसांपूर्वी कापून मारले होते. हे खुनीही मोटरसायकल चालवत आले होते. फक्त हिंदूच नव्हे, तर सुनील गोमेज नावाच्या एका किराणा दुकानदारालादेखील मारले त्याला फार दिवस झाले नाहीत. एका बौद्ध भिक्षूलाही मारून टाकले. काही परदेशी लोकांना मारले. एक जपानी माणूस, एक इटालियन माणूस. जे सापडले ते. सुन्नी अतिरेकी ज्या मुसलमानांना मुस्लीम मानत नाहीत, त्या मुस्लिमांनादेखील मारतात. सूफी, शिया, अहमदिया कोणालाही सोडत नाहीत. गेल्या फेब्रुवारीतच पंचगडच्या एका हिंदू पुरोहिताला मोटरसायकलवर आलेल्या दहशतवाद्यांनी ग्रेनेड फेकून, गोळी मारून, गळा कापून मारले. सुरक्षिततेच्या अभावी हिंदूंना गुप्तपणे देश सोडून जाणे भाग पडते आहे. वडिलोपार्जित मालमत्ता, घरदार, जमीनजुमला सगळे सोडून फक्त हत्येपासून वाचण्यासाठी देश सोडून निघून जातात. हिंदूंची मालमत्ता बळकावण्याचा अनेक मुसलमानांना मोह असतो. त्यासाठीच हिंदूंवर अत्याचार करत राहतात, जोपर्यंत ते सगळे सोडून निघून जात नाहीत.

'लज्जा' कादंबरीत सुरंजन जसा निघून गेला, तसेच आजही हिंदू देश सोडून जात आहेत. भारताच्या फाळणीपासूनच हिंदू देश सोडून जात आहेत.

जनगणनेनुसार १९४१मध्ये हिंदूंची संख्या होती २७ टक्के, १९५१मध्ये २२.५ टक्के, १९६१मध्ये १७.५ टक्के, १९७४मध्ये १३.५ टक्के, १९८१मध्ये १२.१३ टक्के, १९९१मध्ये ११.६२ टक्के, २००१मध्ये ९.२ टक्के, २०११मध्ये ८.५ टक्के. २०१६मध्ये बहुतेक आणखी कमी. बांगलादेशात जिहादींचा दहशतवाद ज्या प्रमाणात वाढतो आहे, ज्या प्रमाणात अल्पसंख्याकांवर हल्ले होताहेत, आणि सरकार ज्याप्रमाणे गप्प बसून आहे; ते बघून मला नाही वाटत बांगलादेशात अल्पसंख्याक, विशेषतः हिंदू राहतील. हळूहळू हिंदूंची संख्या शून्यावर येईल. या देशात फक्त जिहादी आणि जिहादींना पाठिंबा देणारे तेवढेच राहतील. तेच देशात शरिया कायदा किंवा अल्लाहचा कायदा आणतील. मानवाधिकार नावाचे काही

उरणारच नाही. स्त्रीला एक माणूस म्हणून गणलेच जाणार नाही, फक्त भोगवस्तू म्हणूनच तिच्याकडे पाहिले जाईल. भाषणस्वातंत्र्य नावाचे काही अस्तित्वातच असणार नाही.

आत्ता जो पक्ष सत्तेवर आहे, त्या पक्षाला कायमच लोक सेक्युलर पक्ष मानत आले आहेत. म्हणे हाच पक्ष अल्पसंख्याकांचे संरक्षण करणार. पण हाच पक्ष सत्तेवर असताना हिंदूंची घरेदारे जाळणे, मंदिरे फोडणे, हिंदू स्त्रियांवर बलात्कार करणे, त्यांना देशत्याग करायला भाग पडणे अशा घटना काही कमी घडल्या नाहीत. वास्तविक कोणत्याही सरकारच्या राज्यात हिंदू सुरक्षित नव्हते.

पंतप्रधान शेख हसीनाने घोषणा केली, की काबा शरीफच्या संरक्षणासाठी त्यांनी सौदी अरेबियात बांगलादेशाचे सैन्य पाठवले. काबा शरीफ अल्लाचे घर, त्याच्या घराचे रक्षण अल्लाच करेल. अल्लाच्या घराचे रक्षण अल्लाच करेल यावर ज्यांचा विश्वास नाही, त्यांचा अल्लावर मुळीच विश्वास नाही, श्रद्धा नाही. तेच तर सर्वांपेक्षा जास्त अश्रद्ध. हसीनाने सर्वांत आधी आपल्या देशाचे रक्षण केले पाहिजे. हा देश हळूहळू जिहादी बळकावत आहेत. जिहादींपासून देशाचे रक्षण केले नाही, तर देशाचा मृत्यू होईल.

जिहादी दिवसाढवळ्या भर रस्त्यात, इतकेच काय घरात घुसून सगळ्यांच्या देखत मुक्त विचारी लेखक- ब्लॉगर्सना, सुसंस्कृत विद्यार्थी-शिक्षकांना, संपादक–प्रकाशकांना, प्रगतिशील मुसलमानांना, अल्पसंख्याक संप्रदायाच्या लोकांना मारून टाकत आहेत. हा खूनखराबा न रोखता, देश आणि देशातील लोकांना न वाचवता त्यांनी अल्लाचे घर वाचवायची प्रतिज्ञा केली सौदी अरेबियाच्या बादशहाजवळ. त्यामुळे आता सौदी अरेबियाच्या पैशांतून बांगलादेशात खूप कट्टरपंथीय प्रतिष्ठाने निर्माण होतील, आणि त्या प्रतिष्ठानांतून अगणित जिहादी निर्माण होतील. बालवाडीपासून सुरू करून इस्पितळे, बँका - कुठे नाहीत कट्टरपंथीय! हल्ली ब्रेन वॉशिंगसाठी मदरशांची गरज नाही, ढाक्याच्या प्रतिष्ठित बालवाड्यांमध्येसुद्धा कट्टरपंथीयांचे ब्रेन वॉशिंगचे काम चालू असते. शेख हसीना सौदीचा आणखी पैसा गुंतवू पाहत आहेत. याबाबत काही दिवसांपूर्वी त्यांचे बादशाहशी बोलणे झाले. त्या बहुतेक बांगलादेशची स्थिती इराक किंवा सीरियासारखी झाल्याशिवाय सोडणार नाहीत.

बांगलादेशात आजकाल निर्दयपणे माणसे मारली गेली की इसिस किंवा इस्लामिक स्टेटकडून जाहीर केले जाते, की त्यांनी त्या माणसांना मारले. एकेका हिंदूला मारतात आणि मग गर्वाने छाती फुगवून सांगतात की आम्हीच मारले. त्यांना हे दुष्कृत्य करताना यत्किंचितही भीती वाटत नाही, कारण या दुष्कृत्याबद्दल त्यांना काहीही शिक्षा होत नाही. इस्लामच्या नावाखाली जे जिहादी खून करतात, त्यांना सरकार त्यांच्या गुणांसाठी क्षमा करते. इस्लामसाठी जे खून, देशाला 'दारूल

इस्लाम' बनवण्यासाठीचे जे खून, शरिया कायदा किंवा अल्लाचा कायदा कायम करण्यासाठीचे जे खून; ते खून करणे हा अन्याय आहे, असे सरकार मुळी मानतच नाही, असे मला वाटते. त्या खुन्यांना देशाचे सरकार अपराधी मानतच नाही. म्हणूनच जवळजवळ दर महिन्याला, किंवा हल्ली दर आठवड्याला कट्टरपंथीय अतिरेकी अर्थात जिहादी जे खून करत आहेत, त्याविरुद्ध सरकारकडून कोणताच असंतोष व्यक्त केला जात नाही, कोणतेही विधान नाही, धमकी नाही. ज्या धमक्या आजपर्यंत दिल्या गेल्या, त्या सगळ्या लेखकांच्या विरुद्ध. बळी गेलेल्यांच्या विरुद्ध. पंतप्रधानांनी बळी गेलेल्यांनाच दोषी धरले.

कोणीही इस्लामविरुद्ध टीका करू नये याबद्दल लोकांना सावध केले, टीका केल्यास त्यांना तुरुंगात टाकले जाईल, शिक्षा केली जाईल. मुक्तचिंतक ब्लॉगर्सना शिक्षा देण्यासाठी '५७ आयसीटी ॲक्ट' नावाचा एक नवीन कायदा बनवला. पण जिहादी खुन्यांना शासन देण्यासाठी कोणताही नवीन कायदा निर्माण केला नाही. देशात खुन्यांना शिक्षा देण्याबद्दल जो कायदा आहे, त्याचाही त्यांच्याविरुद्ध वापर केला जात नाही. हिंदूची संख्या इतकी कमी झाली आहे, की हिंदू कोणत्याच पक्षाची व्होट बँक नाहीत. हिंदूंना साधारणपणे मतदानाचा अधिकार नाहीच. हिंदू अवामी लीगला मत देतात, कारण अवामी लीग निधर्मी पक्ष आहे, तो पक्ष हिंदूंचे संरक्षण करेल असा जवळजवळ सगळ्यांचा विश्वास आहे. मतदानाच्या वेळी अवामी लीगचे विरोधी राजकीय पक्ष हिंदूंच्या घरोघर जाऊन धमकी देतात– मत दिले त्यांचे काही खरे नाही, म्हणून मतदानाच्या दिवशी कोणीही घराबाहेर पडू नये. बहुतांश हिंदू घाबरून मत देत नाहीत. हिंदू मेले, तर तसे कोणाचेच काही बिघडत नाही– ना खालेदा झियाचे ना शेख हसिनाचे, ना इतर कोणत्या पक्षाचे.

देशाची करुण अवस्था बघून मला आता 'लज्जा' नाही, भीती वाटते.

◆

तीन तलाक

भारतात खूपच उत्सवी वातावरण आहे. मुस्लीम स्त्रियांनी तक्रार केली होती की त्यांना तीन तलाक नको आहे. तीन तलाकचा कायदा आता सुप्रीम कोर्ट सहज रद्द करू शकते. मला वाटते, अनेक जण असे धरून चालले आहेत, की तीन तलाक रद्द झाला रे झाला की मुस्लीम स्त्रियांना समान अधिकार मिळतील. अनेकांना ठाऊक नाही की जर पतीला तलाक द्यायचा असेल आणि तो तीन वेळा 'तलाक, तलाक, तलाक' म्हणून तलाक देऊ शकत नसेल, तर तो नगरपालिकेच्या अध्यक्षांकडे किंवा तत्सम कोणाकडे पत्र देऊ शकतो, की तो त्याच्या पत्नीला तलाक देऊ इच्छितो. बस्स, पत्र मिळाले की काही दिवसांतच त्याचा तलाक होतो. सरकारी कागदपत्रांत नोंद केली जाते, की तो आता विवाहित नाही. कुठल्याही पुरुषासाठी हे मुळीच कठीण काम नाही. ज्या माणसाला त्याची पत्नी आवडत नाही, जो तिला तलाक देऊ इच्छितो, तो आज असो की उद्या, तिला तलाक देणारच. तोंडाने म्हणून नाही देऊ शकला, तर लिहून देऊ शकतो. मौखिक तलाक अवैध झाला, तरी लिखित तलाक अवैध नाही. जो माणूस तिचा तिरस्कार करतो, जो तिला तलाक देऊ इच्छितो; त्याच्याबरोबर एका छपराखाली राहायला कुठल्याही स्त्रीला आवडेल का? म्हणून तीन तलाक अवैध झाल्यामुळे कोणत्याही पुरुषाची कोणतीच गैरसोय झालेली नाही. तलाकच्या अनेक पद्धती आहेत. एका पद्धतीने नाही देता आला, तरी दुसऱ्या पद्धतीने देऊ शकेलच. पतीवर अवलंबून असलेल्या स्त्रियांना तलाकची फार भीती वाटते.

अनेकांना वाटते, की पाकिस्तानी आणि बांगलादेशी मुस्लिमांपेक्षा भारतीय मुस्लीम सुसंस्कृत, सुशिक्षित, सेक्युलर आहेत. जर तसे असेल, तर इतका कठोर, कठीण धार्मिक कायदा भारतीय मुस्लिमांनी आजही का जपून ठेवला आहे?

भारतातील विषमताविरोधी लोक जितके समान नागरी नियम करू इच्छितात, तितकेच भारतीय मुस्लीम अडून बसले आहेत; तितकेच, ज्या कायद्यांमुळे स्त्रियांच्या समानाधिकारांचे उल्लंघन होते, ते त्यांचे धार्मिक कायदे ते घट्ट धरून बसले आहेत. तीन तलाकचा हाच कायदा पाकिस्तान आणि बांगलादेशातून काही दशकांपूर्वीच काढून टाकला आहे. खरे म्हणजे माझ्या जन्माच्या आधीच मुस्लीम कायद्यात

सुधारणा झाली आहे. आता तीन वेळा तलाक म्हणून तलाक होत नाही. पत्नीला तलाक द्यायचा असेल, तर रीतसर लिखित तलाक द्यावा लागतो. सरकारी कचेरीत लिखित तलाकचा पुरावा असावा लागतो. तलाक देण्याचा अधिकार संस्कृतीविरोधी नाही, उलट तलाक देण्याचा अधिकार नसणे हे संस्कृतीविरोधी आहे. अनेकदा पुरुषांना तलाकचा अधिकार असला तरी स्त्रीला तो नसतो. हा अत्यंत घाणेरडा नियम आहे. हाच नियम रद्द करणे आवश्यक आहे. दोन माणसांना ज्याप्रमाणे आपल्या पसंतीने विवाह करण्याचा अधिकार आहे, त्याचप्रमाणे दोन माणसांना आपला जीवनसाथी आवडत नाहीत म्हणून घटस्फोट देण्याचाही अधिकार आहे.

मी कधीच तलाकच्या विरुद्ध नाही. तलाक देण्याची ज्या कोणाची इच्छा असेल– मग ती पुरुषाची असो की स्त्रीची- सहजतेने तो मिळू शकला पाहिजे. तलाकची प्रक्रिया उगीच गुंतागुंतीची करून लोकांच्या त्रासात भर घालणे योग्य नाही. मी जेव्हा तलाक दिला, तेव्हा मला आठवते, सोपी प्रक्रिया होती. मी पब्लिक नोटरीकडे जाऊन सांगितले, की मला अमुक अमुक माणसाला तलाक द्यायचा आहे. बस्स, पब्लिक नोटरीने मला एका कागदावर सही करायला सांगितली. सही करून, पैसे देऊन मी निघून गेले. तोच तलाक.

काही मिनिटांतच सगळा कारभार उरकला. असेच होणे योग्य आहे. वर्षानुवर्षे अशांत संसारात अडकून पडण्याला काही अर्थ नाही.

भारतीय मुस्लीम कायद्यांत विवाह, तलाक, अपत्यांची जबाबदारी, वारसदार इत्यादींमध्ये स्त्रियांना समान अधिकार नाहीत. समान हक्कांच्या अधिष्ठानावर बनवलेले एकसमान नागरी नियम स्वीकारण्यात मुस्लिमांना अडचण आहे. एक साधा तीन तलाकचा कायदा निषिद्ध करायला इतकी तपे जावी लागली, तर विषमतेचे बाकी कायदे निषिद्ध करायला आणखी किती तपे लागतील? बहुपत्नीत्व निषिद्ध करायला, वारसाहक्क समान करायला? चांगले काम तातडीने करायला पाहिजे. अर्थात तातडीने तरी कसे म्हणायचे? सातव्या शतकातील कायदा एकविसाव्या शतकात बदलायला उशीर नाही झाला? भेदभाव, विषमतेचे सगळे कायदे मागे टाकून समान हक्कांच्या कायद्यांच्या दिशेने निर्विवाद वाटचाल करणे, हेच शहाणपणाचे काम आहे. मुस्लिमांना विषमतेचे कायदे बदलायचे आहेत का- हा प्रश्न केल्यास बहुतेकांचे उत्तर असेल– नाही, त्यांना विषमताच आवडते. पण लोकशाहीत भेदभावाच्या या कायद्यांना कोणतेही स्थान नाही, ही गोष्ट कोण कोणाला समजावणार! मुस्लीम पुरुषांना जर विषमतेचे कायदे बदलावेसे वाटले तर ते बदलतील, नाहीतर जे जसे आहे तसेच राहील- हा भारताचा निर्णय आहे. याच निर्णयामुळे एका प्रजासत्ताक देशात स्त्रिया त्यांच्या मानवी हक्कांपासून वंचित राहतात. मानवाधिकारासाठी काम करणारेही यामुळे कुठे बेचैन झालेले दिसत नाहीत.

मी आधीही सांगितले, आताही सांगते, की तीन तलाक रद्द झाल्यामुळे स्त्रियांचा काहीही फायदा नाही. स्त्रियांना ताठ मानेने चालण्यासाठी आर्थिक स्वावलंबन सोडून दुसरा कोणताही मार्ग उपलब्ध नाही. शिक्षण आणि स्वावलंबन सगळ्यांनाच आवश्यक आहे. सर्वांत जास्त स्त्रियांना, कारण या दोन्हीच्या अभावी स्त्रियांना छळ सोसावा लागतो. अनेकांना वाटते, की तीन तलाक रद्द झाल्यामुळे नवऱ्याच्या लाथाबुक्के खाऊनसुद्धा, नवऱ्याच्या घरातच नवऱ्याची आणि मुलांची सेवा करणारी दासी म्हणून खालमानेने वावरण्यातून सुटका होण्याचे भाग्य स्त्रियांना लाभेल. पतीशिवाय तिला साहाय्य करणारे कोणी नाही. पण स्त्रिया स्वतःच स्वतःला मदत करू शकत नाहीत का?

भारतातील अनेक लोक घटस्फोटाच्या विरुद्ध आहेत. घटस्फोट झाला, तर पत्नीने मुलांना सोडून किंवा मुलांना घेऊन कुठे कुठल्या जंगलात जायचे? कुठेही जायला जागा नसल्यामुळे स्वत्वाचा त्याग कर; पती कितीही अत्याचारी, खोटारडा असला तरी कोणत्याही परिस्थितीत तो तुला तलाक देणार नाही असे त्याचे मन राखून वाग. हेच तर आहे.

नाही, हा काही उपाय नाही. उलट ही समस्या आहे. उपाय एकच- शिकून, स्वावलंबी होऊन पुरुषप्रधान कुटुंबाला आणि समाजाला ठेंगा दाखवून स्वतःच्या मर्जीप्रमाणे चालण्यासाठी मनोबल अर्जित करणे, मिळवणे. जोपर्यंत हे करणार नाहीत, तोपर्यंत समस्या राहणारच. एका समस्येतून दुसरी समस्या उद्‌भवते, त्यातून आणखी एक.

सातव्या शतकातील कायदा एकविसाव्या शतकातही जे पाळू इच्छितात, ते नक्कीच अत्यंत मूर्ख आहेत. अशा मूर्खांबरोबर मला सतत राहावे लागते.

याच निर्बुद्धांच्या भावनांना धक्का पोचू नये, या उद्देशानेच त्यांच्या अनुनयाचे राजकारण चालते, स्त्रीद्वेष्टे धर्म आणि धार्मिक कायद्यांचे आचरण होते.

कोणी कोणी म्हणतात, तीन तलाक रद्द करणे म्हणजे एखाद्या जड शिळेला जरासा धक्का दिल्यासारखे आहे. हे नक्कीच पहिले पाऊल आहे. एक एक पाऊल करतच चालले पाहिजे. तर मग तसेच होईल. संस्कृती एक एक पाऊल उचलतच पुढे जाईल. आपल्या हयातीत तरी काही मानवतावादी क्रांती बघायला मिळणार नाही. न मिळो, तरीसुद्धा साचलेल्या जलाशयात एखादा तरंग तरी उठो.

◆

स्त्रियांच्या आत्महत्या

मानसिक रुग्ण अधिक आत्महत्याप्रवण असतात, पण काही रोग नसतानासुद्धा लोक विविध कारणांनी आत्महत्या करतात. एकेकाळी जपानमध्ये हाराकिरी आत्महत्या प्रचलित होत्या. पराभूत सैनिक शत्रूला आत्मसमर्पण करण्यापेक्षा हाराकिरी करत. फक्त सैनिकच नव्हे, तर सामान्य माणसेदेखील हाराकिरी करत. अनेक जण निषेधासाठी करायचे. हाराकिरी बीभत्सच खरी. स्वतःच्या हातात सुरा धरून आपल्याच पोटात खुपसायचा! हराकिरीकडे अतिशय आदराने पाहिले जायचे. दुसऱ्या महायुद्धाच्या वेळी जपानी कामिकाजी पायलट शत्रुपक्षावर लढाऊ विमाने क्रॅश करत. काही शत्रुसैनिकांचा आणि शत्रूच्या मालमत्तेचा विध्वंस करण्यासाठीच ही आत्महत्या असायची. जपानमध्ये फुजी पर्वताजवळ ओकीगाहारा नावाचे जंगल आहे. आत्महत्या करायला लोक याच जंगलात जात. त्या जंगलाचे नावच 'आत्महत्येचे जंगल' असे पडले आहे. त्याच जंगलात एकेकाळी जपानी लोक संसारात ज्यांना आता देण्यासारखे काही उरले नाही, अशा म्हाताऱ्या महिलांना ठेवत असत. खाणेपिणे न मिळाल्यामुळे काही दिवसांत त्या महिला मरून जात. १९६०साली सेईचो मात्सुमोटो'ने *'कुरोई जुकाई'* नावाची एक कादंबरी लिहिली. मात्सुमोटोने लिहिले, कसा त्या कादंबरीचा नायक ओकीगाहारा जंगलात जाऊन आत्महत्या करतो. ही कादंबरी जपानमध्ये खूप लोकप्रिय आहे. या लोकप्रियतेबरोबरच ओकीगाहारा जंगलसुद्धा आत्महत्येसाठी लोकप्रिय झाले. दर वर्षी सुमारे शंभर मृतदेह त्या जंगलात मिळतात.

आत्महत्या संक्रामक– साथीचा रोग आहे का? भारतात ज्या प्रमाणात शेतकरी आत्महत्या करतात, ते बघून तर असेच वाटते.

ज्यू, ख्रिश्चन आणि मुसलमान यांना आत्महत्या मान्य नाही, ईश्वराने दिलेल्या प्राणांची हत्या करणे म्हणजे ईश्वराविरुद्ध केलेले औद्धत्य आहे, असा ते विचार करतात. तरीही त्या तीन संप्रदायांत आत्महत्या फार कमी नाहीत. जगात दर वर्षी आठ-नऊ लाख किंवा त्याहीपेक्षा जास्त लोक आत्महत्या करतात. अर्थात स्त्रियांपेक्षा पुरुष जास्त करतात. भारतीय स्त्रिया जास्त करून अपमान, अभिमान या कारणांसाठी आत्महत्या करतात. उपमहाखंडातसुद्धा बहुतेक सिलिंग फॅनला दोरी बांधून गळफास घेऊन आत्महत्या करण्याचे प्रमाण जास्त आहे.

मला वाटते, की माणसाला आत्महत्येचा अधिकार असणे उचित आहे. जन्मानंतर जगण्याचा जसा अधिकार आहे, तसा मरण्याचाही अधिकार आहे. युथेनेसियाला- मुमुर्षु लोकांचा स्वेच्छामरणाचा अधिकार- काही देशांनी– विशेषतः ख्रिश्चन राजवट असलेल्या देशांनी वैध ठरवला आहे. स्वेच्छामरण कायदेशीर करणे म्हणजे एकप्रकारे धर्माच्या तांबड्यालाल डोळ्यांना न घाबरणे.

माझा युथेनेसियाला पाठिंबा आहे. जो माणूस दीर्घकाळ वेदनांनी तळमळतो, ज्याला आणखी एक दिवससुद्धा रोगाशी झुंजणे शक्य नाही; ज्याचे शरीर तर विकल झालेच आहे, पण मेंदूसुद्धा विकल झाला आहे, त्याच्या मृत्यूचे मला एवढे काही वाटत नाही. पण स्वस्थ, निरोगी तरुण-तरुणींच्या आत्महत्येच्या बातम्या ऐकून मला फार त्रास होतो. दुर्घटनेत माणूस गेला तर जितके वाईट वाटते, कोणी ठार झाले तर जितके वाईट वाटते; तितकेच माणसाच्या आत्महत्येबद्दल ऐकून वाटते. बॉलिवूडची नायिका जिया खान, हिंदी सिरियलची नायिका प्रत्युषा बॅनर्जी यांनी ज्या कारणासाठी आत्महत्या केली, त्याच कारणासाठी बांगलादेशात मध्यंतरी मॉडेल सबिरा होसैन हिने पण आत्महत्या केली. प्रेमभंग झाला म्हणून अनेक मुली आत्महत्या करतात. प्रियकराने अपमान केला किंवा प्रतारणा केली की मग त्यांना जिवंत राहण्याचे काही प्रयोजन आहे, असे त्यांना वाटत नाही. या समस्येवर त्या बहुधा असाच उपाय शोधतात. त्यांचे आयुष्य असेच तुच्छ आहे, अशी त्यांची धारणा होते.

चित्रपटात अभिनय केला किंवा नाटक, थिएटर केले, मॉडेलिंग केले, म्हणजे मानसिकता आधुनिक होते असे नाही. सुचित्रा, शबाना, बबिता, रज्जाक, अमिताभ आणि इतरही तारका धर्मांधता, पुरुषप्रधानता, आणि अंधश्रद्धेत बुडलेल्या होत्या आणि आहेत. पुरुषाबरोबर संसार केला नाही किंवा मुलाला जन्म दिला नाही, तर स्त्रीच्या आयुष्याला काही किंमत नाही असा अशिक्षितांचा विश्वास असतो, सुशिक्षितांचा नाही. शो बिझमध्ये अशिक्षितांची संख्या कमी नाही.

प्रियकराच्या प्रतारणेची सर्वांत मोठी शिकार म्हणजे ज्यांना वेश्या बनणे भाग पडते त्या स्त्रिया. प्रियकर त्यांना फसवून, कपटाने वेश्यालयात त्यांना विकतात. अत्यंत असह्य वातावरणात राहूनसुद्धा त्या आत्महत्या करत नाहीत. उलट, स्वतःला नाही तरी आपल्या अपत्याला त्या नरकातून सोडवण्यासाठी आयुष्यभर लढतात. माणसाला आत्महत्येचा अधिकार नसावा असे माझे म्हणणे नाही, पण अकारण मरण्याला काही अर्थ नाही.

जीवनात कितीही काहीही घडले, तरी जीवनाचे मूल्य सर्वांत जास्त आहे.

सध्या मी बघते, प्रेमात पडलेल्याच मुली फार दुर्बल, फार क्षुद्र, फार मूल्यहीन, अत्यंत बेजबाबदार, एकदम अप्रतित, अबला, अत्यंत असहाय होऊन जातात.

आत्मसन्मानाची जाणीव लोप पावते. कदाचित प्रेमाची व्याख्या बदलली किंवा मुली तरी बदलल्या. पुरुषप्रधान समाज ज्याला प्रेम म्हणतो, ते खरे प्रेम नाही. पुरुषावर प्रेम करणे म्हणजे पुरुषासाठी आयुष्य वेचणे. स्त्रीवर प्रेम करणे म्हणजे तिला संरक्षण देणे, तिची देखभाल करणे, खबरदारी घेणे. हे इतर काहीही असो, प्रेम नक्कीच नाही. मुलींनीच प्रेमाची नवीन व्याख्या बनवली पाहिजे. अर्थात मुलींनी व्याख्या बदलली तरी समाज बदलणार नाही. पुरुष जोपर्यंत बदलणार नाहीत, पुरुषप्रधानतेवर जोपर्यंत ते घाव घालत नाहीत; तोपर्यंत पुरुषप्रधान समाजाने केलेली व्याख्याच आपल्या जागी स्थिर राहणार.

स्त्रीचे पुरुषावरील प्रेम कशा प्रकारचे असावे, हे तर पुरुषांनी सांगितलेच आहे. पुरुषाशिवाय स्त्रीच्या आयुष्याची किंमत शून्य. त्यामुळे पुरुष मेल्यावर स्त्रीलाही मेलेच पाहिजे. सतीची प्रथा हे त्याचे मोठे उदाहरण आहेच. जी स्त्री मृत पतीच्या चितेत उडी घेऊन आत्महत्या करेल ती सती स्त्री, अर्थात तिचे पतीवर खरे प्रेम. ब्रिटिशांच्या राज्यात सतीची प्रथा बंद झाली खरी, पण मग आता स्त्री तिच्या पतीवर कसे प्रेम करेल, हे आजही पुरुषांच्या मनात आणि मेंदूत एकाच प्रकारे पक्के बसले आहे. पुरुषांच्या प्रेमाच्या व्याख्येची लागण स्त्रियांना झाली आहे. सतीची प्रथा समाजात नाही खरी पण आग अजूनही आहे, ज्या आगीत स्त्रिया कळत-नकळत आजही जळत आहेत. आजही समाज त्या स्त्रीला सती नारी म्हणतो, आदर्श नारी म्हणतो; जी स्वतःचा स्वार्थ विसर्जित करून पुरुषाच्या स्वार्थाचे रक्षण करते, जी स्त्री स्वतःचा आनंद-इच्छा विसर्जित करून पतीच्या इच्छा-आनंदाचा विचार करते, जी स्त्री पुरुषाच्या संसारात पुरुषाचा आदेश –निषेध मान्य करून एकप्रकारे गुलामगिरी करते.

पुरुषाकडून अवहेलना झाली तर ज्या स्त्रियांचे जीवन अर्थहीन होते, त्यांना आत्महत्या करायला काहीच अटकाव नाही. सतीदाहाची आग आता दिसत नाही, पण जे कोणी गंभीरपणे पाहील त्याला कळेल, की त्या प्राचीन काळच्या सतीदाहाचीच पुनरावृत्ती घरोघर होत आहे.

प्रियकर नसेल, किंवा पती नसेल तर स्त्रीचे जीवन अर्थहीन आणि मातीमोल– अशीच भावना स्त्रियांच्या डोक्यात भरवल्यामुळे ज्याप्रमाणे त्या काळी स्त्रियांना पतीच्या चितेत उडी घेणे भाग पडायचे, त्याचप्रमाणे आजच्या काळातल्या साबिरासारख्या स्त्रिया-मुलींना आत्महत्या करायला, गळ्याला दोरी बांधून घ्यायला भाग पडते.

◆

बिनबुडाची अटक

ज्या दिवशी माझ्या अटकेचे वॉरन्ट निघाले तो दिवस आठवतो. बावीस वर्षांपूर्वीची गोष्ट. त्या दिवशीची तारीख चार जून होती.

फोन आला, कोणीतरी बोलले, आवाज ओळखीचा नव्हता.

- तुमच्या नावाचे अटक वॉरन्ट आहे. तुम्ही घरातून बाहेर जा.
- तुम्ही कोण बोलताय?
- तुम्ही मला ओळखत नाही.
- नाव तर सांगा.
- माझे नाव शहीद. मी तुमचा हितचिंतक आहे. तुमच्या घरी पोलीस येत आहेत, तुम्ही घरातून बाहेर जा. उशीर करू नका.

वॉरन्ट कोणत्या कारणासाठी निघाले आहे, याबद्दल काहीही न सांगता त्याने फोन ठेवला. शहीद नावाचा कोणीही माणूस माझ्या ओळखीचा नाही. त्याला फोन करण्याचे काय कारण याचा मी विचार करत होते. तो कोणीही असला, तरी त्याला मी घरातून बाहेर जायला हवी होते. याच्या मागे नक्कीच काहीतरी षड्यंत्र आहे. असा विचार करत करत मी व्हरांड्यातून समोरच्या रस्त्यावर कोणी संशयास्पदरीत्या उभे आहे का ते डोकावून पहिले. बहुतेक जवळूनच कुठूनतरी त्याने फोन केला असावा. मी बाहेर पडले, की तो त्याच्या गटातले लोक घेऊन माझ्यावर झडप घालेल, कपटाने मला घराबाहेर काढण्याची त्याने युक्ती योजली असावी. बाहेरच्या दरवाजाची कडी, खिट्टी नीट आहे की नाही, ते दोनदोनदा बघितले. काही दिवसांपूर्वी असाच एक फोन आला होता. पलीकडच्या माणसाने स्वतःची ओळख देऊन थेट सांगितले, की तुमच्या घरी पोलीस येत आहेत. का येताहेत, कसे येताहेत, हे त्याने काहीच सांगितले नाही. मी किंकर्तव्यविमूढ होऊन बसले. काही वेळानंतर जादुकर जुयेल आईच यांनी फोन करून पोलीस येत आहेत, हीच बातमी दिली. जुयेल आईच भयभीत, चिंतित सुरात म्हणाले- तसलिमा, तुम्ही आत्ता, या क्षणी घराबाहेर जा.

- या वेळी कुठे जाऊ?
- कुठेही कोणाच्याही घरी जा, पण घरातून बाहेर जा. किती भयंकर प्रसंग ओढवू शकेल, याची तुम्हाला कल्पना नाही. पोलिसांचा काही भरवसा नाही.

- आत्ता या वेळी कोणाच्या घरी जाऊ? रात्र झाली आहे.- मी पुटपुटले.
- रात्र झाली म्हणून काय झाले, शेजारपाजारच्या फ्लॅटमध्ये – कुठेही जा.
- कोणाशीही माझी ओळख नाही.
- दोन नंबरच्या बिल्डिंगमध्ये माझ्या ओळखीचे एक जण राहतात. मी त्यांना फोन करून सांगतो. आत्तापुरते तरी त्यांच्याकडे जा.
- पण तिथे तरी जाऊन काय फायदा? स्वतःच्या घरी परत तर यावेच लागेल. कोणाच्याही घरात लपून राहून अटक टाळता येणार आहे का? आज ना उद्या पोलीस मला शोधून काढतीलच. त्यापेक्षा जिथे आहे, तिथेच बरी आहे.

जुयेल आईच यांनी आणखी काही वेळ मला घर सोडण्याचा आग्रह करून फोन ठेवला– दोन नंबर बिल्डिंगमधील त्यांच्या परिचितांना फोन करण्यासाठी. मी घर सोडून गेले नाही. माझ्या घरी पोलीसही आले नाहीत.

अशा प्रकारच्या कोणत्याही फोनवर मला विश्वास ठेवावासा वाटत नाही. हे नक्कीच षड्‌यंत्र आहे, दुसरे काही नाही. फोनवर मला धमक्या दिल्या जातात– गळा चिरून रस्त्यात फेकून देऊ, मुंडी उडवून टाकू; पण हे केवळ बोलण्यापुरतेच, मी कधी प्रत्यक्ष त्या आततायींच्या हाती लागले नाही.

या वेळी बहुतेक ते हीच युक्ती करून, पोलीस येताहेत म्हणून घाबरवून मला घराबाहेर काढून, झट्‌कन पकडून 'अल्लाहु अकबर' म्हणत माझा गळा कापून पुण्य कमावणार. फोन ठेवून माझ्या लिहिण्याच्या खोलीत गेले, जे लिहीत होते, ते लिहू लागले. त्यानंतर अर्ध्या तासाने पुन्हा फोन. याहीवेळी बोलणारा माणूस अनोळखी. तोही म्हणाला- तुम्ही मला ओळखत नाही.

- आपण कोण? काय नाव?
- सांगितले ना, तुम्ही मला ओळखत नाही. मी कोर्टातून बोलतो आहे. ॲडव्होकेट शहादत. तुमच्या विरुद्ध सरकारने केस केली आहे. अरेस्ट वॉरन्ट निघाले आहे. तुम्ही लगेच घरातून बाहेर पडा.

या फोनने मी विचारात पडते. दोन वेगळ्या लोकांनी दोन वेगळ्या ठिकाणांहून सांगितले, की माझ्याविरुद्द अटक वॉरन्ट निघाले आहे. मग काय खरेच वॉरन्ट निघाले आहे का? पण तसे कसे होईल? कट्टरपंथीयांनी मोर्चा काढला तेव्हा सरकारकडून मला संरक्षण दिले गेले होते. जरी गुप्त पोलीस मागे होते, तरी माझ्या घरावरून मोर्चा जाईपर्यंत घरासमोर आणखी काही पोलीस शेवटपर्यंत उभे केले होते. याच सरकारने माझ्यावर खटला का भरला?

जर कोणी खटला भरलाच, तर तो कट्टरपंथीय भरतील. दुसरा माणूस मला फोन करून तीच गोष्ट सांगतो, याचा अर्थ बऱ्याच लोकांनी ही बातमी ऐकली आहे. तो माणूस कोर्टातून बोलतो आहे असे जे म्हणाला, ते खरेही असू शकेल. तो खरेच

वकील असेल, तर त्याला वॉरन्टबद्दल कळणे मुळीच कठीण नाही. तरीसुद्धा सरकार माझ्यावर केस करेल, हे मानायला मी तयार नव्हते. आंतरराष्ट्रीय मानवाधिकार संघटना मला संरक्षण देण्याबद्दल सरकारला केव्हापासून सांगत आहेतच. फतव्याची बातमीसुद्धा सगळ्या जगात पसरली आहे. आता सरकार मला संरक्षण न देता माझ्यावर खटला भरेल? मी गोंधळले. माझ्या डोक्यात धड काहीच शिरत नव्हते. गणित जुळत नव्हते. आत्ता खाली दोन प्रकारचे पोलीस बसले आहेत. गेल्या एक महिन्यापासून ईस्टर्न गेटसमोर पोलीस पहारा देत आहेत आणि साध्या कपड्यातले गुप्त पोलीस तर घराच्या चारही दिशांनी फिरत आहेतच. पुन्हा मी व्हरांड्यात येऊन रस्त्यावरच्या गर्दीत कुठे एखाद्या आडोशाला अतिरेकी उभे आहेत का ते शोधायला डोकावून पाहते.

माझ्या घराकडे कोणी पुन्हा पुन्हा पाहते आहे का ते बघते. दोन्ही डोळ्यांनी रस्ता नीट निरखल्यावर माझी नजर रस्त्याच्या पलीकडच्या बाजूच्या एका तीनमजली इमारतीच्या व्हरांड्यात उभ्या असलेल्या दोन माणसांवर पडली. ते दोघे माझ्याकडे बघून आपापसात बोलत होते. यापूर्वी त्या घरात त्या दोघांना मी कधी पाहिले नव्हते. फोनवर बोलणाऱ्या त्या दोन माणसांचा या दोघांशी काही संबंध असेल का, कदाचित असेल. मला गोळी मारण्यासाठी युक्तीने व्हरांड्यात यायला लावले असेल. त्या व्हरांड्यातून नेम धरून मला अगदी सहज गोळी मारता येईल. भीतीने माझ्या छातीत थंडगार गोळा आला. घाईघाईने मी व्हरांड्यातून आत गेले. पडदा बंद केला. आता कितीतरी प्रकारची आधुनिक अस्त्रे लोकांकडे असतात. मध्यपूर्वेतील एखाद्या श्रीमंत देशातून सध्या पैसा आणि अस्त्र-शस्त्रे मोठ्या प्रमाणात येतात. अतिरेक्यांची कमतरता तर नाहीच आहे.

या क्षणी मी नक्की काय करायला पाहिजे, ते मला कळत नाही. नुसत्या फेऱ्या मारते आहे. शेवटी डॉक्टर कमाल हुसेनच्या ऑफिसमध्ये फोन करते. सारा हुसेन फोन उचलते. साराला सांगते, ''काही वेळापूर्वी दोन जणांनी फोन करून मला सांगितले, की मला अटक करण्यासाठी वॉरन्ट निघाले आहे.'' ''किती विचित्र गोष्ट आहे, असे कसे होईल?'' ''तेच तर.'' साराही म्हणाली, ''असे होणार नाही. याबद्दल दिवसभरात काही कानावर आलेले नाही. काही कळले तर तुम्हाला कळवते.'' साराने स्वतःवर जबाबदारी घेऊन माझ्यावरचे ओझे हलके केले.

अर्ध्या तासाने साराने मला फोन करून सांगितले, की तिने कोर्टात माणूस पाठवून माहिती काढली की बातमी खरी आहे. मतीझील ठाण्यातील नुरुल आलम नावाच्या एका पोलीस अधिकाऱ्याने माझ्याविरुद्ध केस केली आहे. मला अटक करण्यासाठी वॉरन्ट निघाले आहे.

डोके चक्राप्रमाणे गरगरू लागले. नक्की काय करावे कळेना.

कोणत्याही क्षणी पोलीस घरात शिरतील, दोन्ही हातांत बेड्या घालतील, कदाचित कमरेला साखळदंड बांधतील, ओढत खाली नेतील, मानगूट धरून धक्के मारत पोलीस व्हॅनमधून नेतील.

- काय आरोप आहे माझ्याविरुद्ध?
- तुम्ही धार्मिक भावना दुखावल्या आहेत.
- आता मी काय केले पाहिजे?- खोल गेलेल्या आवाजात साराला विचारले.

सारा शांतपणे म्हणाली, ''जामीन घ्यावा लागेल. इतर वकिलांशी बोलून जामिनाची व्यवस्था करते.''

क्षणभर बरे वाटले. जामीन घेतल्यावर केस लढवावी लागेल. कमाल हुसेनसारखा वकील असताना मला निराश व्हायचे कारण नाही. तरीसुद्धा एक शंका माझ्या मनातून जात नव्हती. पोलीस खरोखरच मला अटक करून घेऊन जातील का? आजकाल न्यायाधीशांमध्येसुद्धा कट्टरवादी असतात, पोलिसांत तर नक्कीच असतील. मला ताब्यात घेऊन ठेचून मारतील. या शंकेत कोळ्याच्या जाळ्याप्रमाणे मी गुरफटले होते.

नानी आणि झुनुखाला भेटायला आल्या होत्या. आई त्यांच्यासाठी स्वयंपाक करत होती. मिलन आणि यास्मिनला वॉरन्टबद्दल सांगितले. तेव्हा त्यांना त्याचे काही वाटले नाही. अनेक दिवसांपासून चित्रविचित्र बातम्या ऐकून ऐकून त्यांना त्याची सवय झाली होती. वॉरन्ट म्हणजे नक्की काय भानगड आहे, याचाही बहुधा त्यांना फारसा अंदाज नव्हता. दोघांपैकी कोणाच्याच बोलण्यात फारसा फरक पडला नाही. इतर कोणत्याही बातमीसारखी तीही बातमी ऐकून जो तो आपापल्या कामाला निघून गेला.

''आई, माझ्याविरुद्ध वॉरन्ट निघाले आहे. पोलीस येतील.'' शेवटी आईला सांगितले.

- काहीतरी मूर्खासारखे काय बोलते आहेस?
- मूर्खासारखे नाही, खरे सांगते आहे.
- पोलीस कशाला येतील? तू काय केलेस?
- माहीत नाही काय केले, म्हणे सरकारने केस केली आहे. मतीझीलचा कोणीतरी पोलीस अधिकारी म्हणतो, की मी म्हणे त्याच्या धार्मिक भावना दुखावल्या.
- तुला किती वेळा सांगितले की अल्लाह रसूलबद्दल काही लिहू नकोस. माझे काही तू ऐकतच नाहीस.

बहुधा आईलाही खरे वाटत नव्हते की पोलीस मला अटक करायला येतील. यापूर्वी वाघ आला, वाघ आलाप्रमाणे –पोलीस आले, पोलीस आले; असे तिने

ऐकले होते. पण शेवटी पोलीस आले नव्हते. पण खरोखरच जेव्हा पोलीस येतील, तेव्हा त्यावर कोणालाही विश्वास ठेवायचा नव्हता. मला असहाय धनगरासारखे वाटत होते. या वेळी पोलीस येणार, ही अफवा नाही हे सगळ्यांना कसे समजावून सांगू!

नानी माझ्या घरी पहिल्यांदाच आली होती. घर विकत घेतल्यावर मी आईला म्हटले होते, की एकदा नानीला ढाक्क्याला घेऊन ये.

नानीला तिचे मायमानसिंहातील घर सोडून कुठे जायला नको असायचे. तिला इथपर्यंत आणणे झुनुखालाच्या दीर्घकाळच्या प्रयत्नाचे फळ होते. आई टेबलावर वाढेल, नानीबरोबर मी जेवायला बसेन, खाऊनपिऊन पानाचा डबा उघडून नानीच्या हातचे पान खाईन, तिच्याजवळ झोपून गप्पा मारीन; हे माझे किती दिवसांचे स्वप्न! नानी सारखी विचारेल, ‘नसरीन, ये गं माझ्याजवळ, कशी आहेस? काय विशेष?’

माझ्या डोक्यावर वॉरन्टचे ओझे, मी कशी स्वस्थ बसू?

आईने जेवायला हाक मारली. मघापासून भूकच मेली आहे. माझी अस्वस्थता मला सारखी फोनकडे खेचते आहे. ओळखीच्या एका वकिलाला फोन केला. त्याचे नाव ‘क’ असे समजू या. ‘क’ला सगळा वृत्तान्त सांगितला. सगळे ऐकून ‘क’ मला म्हणाला, ‘या क्षणी घराबाहेर पड.’

- कुठे जाऊ मी? काहीच कळत नाहीये.
- कुठल्याही नातेवाईक किंवा मित्र-मैत्रिणीच्या घरी जा.
- पण-
- पण काय?
- पळून का जाऊ? घरी राहिलेलेच बरे.
- उफ्, तुम्हाला काही समजत नाहीये. आत्ता तरी माझ्या घरी या. इथे बसून ठरवू या कुठे जायचे ते.
- आतासुद्धा पोलीस पहारा आहेच. पोलीस जर माझे संरक्षण करताहेत, तर मग मला अटक करतील का?
- करतील.
- मग कठीणच आहे. पोलिसांना जर मला अटक करायची आहे, तर कोणाच्याही घरी जाऊन काही फायदा नाही. ते मला शोधून काढतीलच.
- या सगळ्या विचारांत वेळ घालवू नका. ताबडतोब घरातून बाहेर पडा.

घरातून बाहेर पडायचा सल्ला मला पसंत नव्हता. पण या वेळी स्वतःची बुद्धी चालवण्यापेक्षा कायदेतज्ज्ञाचा सल्ला मानणे अधिक योग्य, पसंत नसेल तरी.

मिलन बाथरूममधून बाहेर आल्याबरोबर मिलनला लगेच बाहेर जायची तयारी करायला सांगितले.

- कुठे जायचे?
- लवकर चल. काही सांगायला वेळ नाही.

मिलनने लुंगी बदलून पॅन्ट घातली. मी ज्या कपड्यात होते, तशीच निघाले. मी दरवाजाकडे जाताना बघून आईचा चेहरा क्षणात बदलला.

"कुठे निघालीस? कधी परत येणार?" तिने कापऱ्या आवाजात विचारले.

"माहीत नाही मा," असे म्हणून भरभर जिना उतरून खाली आले.

पाठीमागे दारात हतबुद्ध होऊन उभ्या होत्या आई, नानी, झुनुखाला, यास्मिन...

◆

हरेक प्रकारचा बांगलादेश

एका बांगलादेशात अनेक प्रकारचे बांगलादेश वास्तव्य करतात. एक गरीब बांगलादेश- अभाव, निरक्षरता आणि अनारोग्य भोगतो. आणखी एक आहे श्रीमंत बांगलादेश. धनसंपत्तीवर बसून आराम करतो. अशाप्रकारे विभाग न पाडता आणखी एकाप्रकारे विभाग पाडता येतात. एक बांगलादेश दहशतवादामुळे भयभीत. दुसरा बांगलादेश रिलॅक्स्ड– निवांत. हिंदू, बौद्ध, ख्रिश्चन धारदार हत्याराने मारले जातात. इस्लामबद्दल प्रश्न केला किंवा इस्लामी कट्टरवादाबद्दल असंतोष व्यक्त केला तर- ते कोणीही असोत– त्यांना अतिरेकी कापून मारतात. कवितेवर प्रेम करा, सतार वाजवा, समलिंगींचा अधिकार मान्य करा; की कोणाला कळणारच नाही कोणाच्या मानेवर घाव बसेल. प्रगतीला अनुकूल असे पुस्तक लिहिले तरी धारदार शस्त्राचा वार झेलून मरावे लागते. चांगली, सजग माणसे भयंकर बीभत्स जल्लादांच्या तावडीतून देशाला आणि स्वतःला वाचवण्याचा प्रयत्न करत आहेत. हाच बांगलादेश भयभीत. दुसरा बांगलादेश निवांत, आरामात– खूनखराब्याची मुळीच फिकीर नाही. ते मस्त जगतात. नाचतात, गातात, मस्ती करतात, आनंद साजरा करतात. स्वतःचा ऐशआराम, सौंदर्य प्रसाधने, पैसाअडका यातच पूर्णपणे मग्न. त्यांना वाटते, की त्यांना कुणालाच, कशालाच घाबरायचे कारण नाही– कारण ते सच्चे मुसलमान, इस्लाम शांतीचा धर्म आहे अशी श्रद्धा असणारे.

धर्मगुरूंना घाव घालून मारले जाते. ख्रिश्चन फादरना मारले, त्यानंतर एका हिंदू पुरोहिताला मारले, नंतर एके दिवशी एका बौद्ध भिक्षूला मारले. त्यामागचे कारण एकच– ते मुसलमान नाहीत आणि त्यांच्या डोक्यात घाव घातला की त्यांचा शिष्यवृंददेखील देशातून पळून जाईल. नारायणगंजमधील एका शाळेच्या मुख्याध्यापकाला मध्यंतरी एका प्रक्षुब्ध जमावाने मारहाण केली, कान धरून उठाबशा काढायला लावल्या, नोकरीवरून काढूनही टाकले. त्या भागातील एका खासदाराने म्हणे हे दुष्कृत्य केले. मुख्याध्यापक श्यामल कांती भक्त यांनी इस्लामविषयी कटू शब्द उच्चारले, अशी अफवा त्यांनीच पसरवली होती. खासदाराला आपला कोणीतरी माणूस मुख्याध्यापकाच्या पदावर बसवायचा होता. तर मग सध्याच्या मुख्याध्यापकाला हटवायला एकच अस्त्र सर्वात चांगले काम उरकेल. हा शिक्षक इस्लामबद्दल

वाईटसाईट बोलून विद्यार्थ्यांच्या धार्मिक भावना दुखावतो, अशी अफवा सोडून द्या. धार्मिक भावना दुखावणे– यापेक्षा घोर अपराध सध्या बांगलादेशात दुसरा कुठला नाही. आम्हाला तुम्ही पसंत नाही, तुमचा खून व्हावा अशी आमची इच्छा आहे, संपूर्ण आयुष्य नरकात घालवावे अशी आमची इच्छा आहे; त्यासाठी आमच्याकडे एकच उपाय आहे, आम्ही सांगणार की तुम्ही इस्लामविषयी वाकडेतिकडे बोलता, तुम्ही मुसलमान धर्मीयांच्या भावनेवर आघात करता. यानंतर मग मागे बघावे लागणार नाही. अडाणी जनताच तुमच्या घराला आग लावेल, तुम्हाला जमावाने घेरून मारून टाकेल. बांगलादेशात हिंदू, ख्रिश्चन, बौद्ध इत्यादी धर्मांबद्दल वाईट बोलले, तर कोणाच्या धार्मिक भावना दुखावलेल्या कधी ऐकले नाही. धार्मिक भावनांचे राजकारण पाकिस्तानात खूप चालते. हिंदू, ख्रिश्चन धर्मांचा अवलंब करणाऱ्यांना नामशेष करण्याची मुस्लीम कट्टरपंथीयांची योजना आहे. अधूनमधून ते बातम्या पसरवतात, की या ख्रिश्चनाने किंवा या हिंदूने मुसलमानांच्या धार्मिक भावना दुखावल्या. आसिया बीबीची कहाणी आठवते? आसिया बीबी आजही तुरुंगात आहे. नळावर पाणी भरण्यासाठी गेली असता शेजारच्या बायकांत भांडण लागले.

आसिया बीबी तिथेच होती. तिच्याविरुद्ध कोणीतरी अफवा पसरवली, की ती मुहम्मदबद्दल म्हणे काहीतरी वाईट बोलली. म्हणजे नक्की काय वाईट बोलली, ते कोणीच नीट सांगू शकले नाही. बस्स, आसिया बीबीला फाशी द्या, अशी मागणी धर्माभिमानी मुसलमानांनी केली. धार्मिक भावना दुखावल्याच्या अपराधाबद्दल ख्रिश्चन धर्मीय आसिया बीबी थेट तुरुंगात. तुरुंगात म्हणूनच जिवंत आहे. बाहेर आली, तर माणसे तिचा खून करतील. काय बोलली, ते माहीत नसतानाही खून करतील. मुसलमानांच्या धार्मिक भावनांवर आघात करून कोणी कुठेही जिवंत राहू शकत नाही. प्रत्यक्ष आघात करण्याचीही गरज नाही, आघात केला अशी अफवा सोडली तरी पुरे. मला जेव्हा बांगलादेशातील धर्माभिमानी लोकांनी धार्मिक भावना दुखावल्या म्हणून दोष द्यायला सुरुवात केली; तेव्हा मी नक्की काय बोलले, ते त्यांच्यापैकी कोणीच सांगू शकत नव्हते. लोकांच्या भावना दिवसभर काही ना काही कारणाने दुखावल्या जातात. आपण खंबीर मनोबलाने भावनांवरचे आघात सहन करत जगले पाहिजे. कोणीही तुम्हाला म्हणू शकते की तू परीक्षेत नापास झालीस हे काही बरोबर नाही, किंवा तुझे वागणे शालीन नाही, किंवा तू काम नीट करत नाहीस. अशी बोलणी ऐकून तुमच्या भावना दुखावू शकतात. म्हणून तुम्ही तुमच्यावर टीका करणाऱ्यावर टीका कराल, पण त्याच्या डोक्यावर हत्याराने घाव नाही घालणार. कारण स्तुती ऐकण्याची आपल्याला जशी सवय असते; तशी निंदा, टीका ऐकण्याचीही असते. माणसाने नेहमी त्याच्याविषयी चांगलेच ऐकावे, वाईट काही ऐकूच नये अशी तरतूद असती तर समाज कायम एकाच जागी थबकून राहिला असता. आपले दोष

अंगुलिनिर्देश करून दाखवले जातात म्हणूनच आपण ते दूर करू शकतो. समाजात सुधारणा होऊ शकतात.

श्यामल कांती कदाचित अपमानामुळे आत्महत्या करतील. किंवा अतिरेक्यांकडून त्यांचा खून होईल. किंवा देश सोडून पळून जातील. यांतील काहीतरी एक होईल, असे अनेक जण बोलतात. श्यामल कांतीचा फक्त चेहरा बघून अंदाज बांधण्याचा प्रयत्न करते, की त्यांना किती त्रास होत असेल. ज्या शाळेत त्यांनी २२ वर्षे काम केले, त्याच शाळेच्या अंगणात त्यांचा अत्यंत घोर अपमान झाला. किती भयंकर वाटले असेल त्यांना. अंगावर शहारा येतो. श्यामल कांती हिंदू नसून मुसलमान असते तरी असेच अपमानित झाले असते, तरीपण जाणवते की हिंदू असल्यामुळे जास्त तिरस्कार त्यांच्या वाट्याला आला.

मध्यंतरी बांगलादेशातील एका भल्या महिलेबरोबर बोलणे झाले. एका बांगलादेशात दुसऱ्या बांगलादेशाच्या उपस्थितीचा विषय निघाल्यावर ती म्हणाली, ज्या बांगलादेशात भावनांचे राजकारण चालते, माणसांच्या हत्या होतात; तो 'पागलादेश', आणि ज्या बांगलादेशात इतक्या सगळ्या संकटांतसुद्धा जिथे आनंदोत्सव होतो, तो 'छागलादेश' (बकऱ्यांचा देश). हे नामकरण अभिनव होते, पण त्याने मला जराही आनंद दिला नाही. बांगलादेश बांगलादेशच राहावा, अशी माझी इच्छा आहे; दोन- तीन नव्हे, एकच बांगलादेश असावा. हा एक बांगलादेश देशासारखा देश असावा. तेथील श्रीमंत-गरीब भेद नष्ट व्हावा. सगळ्यांना खायला-ल्यायला मिळावे. शिक्षण, आरोग्य मिळावे; कुंठित बुद्धी मुक्त व्हावी. भावनांचे राजकारण संपावे. माणसांच्या हत्या थांबाव्या. अल्पसंख्याकांचे शोषण थांबावे, माणसांची माणुसकी आणखी वाढावी. पण मला हे व्हावेसे वाटते म्हणून ते होणार नाही. व्हायचे असेल, तर सर्वप्रथम तसे सगळ्यांना वाटायला हवे. अर्थात नुसते वाटून भागणार नाही, चांगला समाज घडवण्यासाठी चांगले कामही करावे लागेल. सरकारवर हवाला ठेवून आपण स्वस्थ बसून चालणार नाही. माणूसच सर्व काही बदलू शकेल. बांगलादेशात इतकी माणसे आहेत, सगळे काही आत्ताच नष्ट होणार नाही.

◆

आई तू कशी आहेस ?

किती दिवस झाले, तुझ्याशी माझे बोलणेच झाले नाही. कितीतरी दिवस! तू या दिवसांचा हिशेब करतेस का? नेहमीच तू बोटे मोजून दिवसांचा हिशेब करायचीस. पण इतके जास्त दिवस तू मोजू शकतेस? आता तर दिवस किंवा महिन्यांचा हिशेब पुरेसा नाही. तुला वर्षे मोजावी लागतील. वर्षे! विचारानेसुद्धा अंगावर काटा येतो. एके काळी तू तासांचा हिशेब ठेवायचीस. किती तास, किती मिनिटे झाली; मी घरी परत आले नाही, कुठे होते, जेवले की नाही, कुठे काही गैरसोय तर झाली नाही; याचा विचार करायचीस.

मी घरी येईपर्यंत व्हरांड्यात बसून राहायचीस. त्यानंतर तुला सोडून दुसऱ्या शहरात जेव्हा गेले, तेव्हा तुझा दिवसांचा हिशेब सुरू झाला. मी तुझ्याकडे यायचे तेव्हा मला पाहिल्याबरोबर तू सांगायचीस की मी किती दिवसांनी आले. ३३ दिवसांनी की ७७ दिवसांनी. किती दिवस झाले, हे दररोज तुझ्या लक्षात असायचे. आई, तू कसे गं हे करू शकायचीस? त्या वेळी मी तुला वेडी समजायचे. मी म्हणायचे, 'तुला काही खाऊनपिऊन दुसरे काम नाही का? बसल्या बसल्या हे सगळे हिशेब कशाला करतेस?' पण हिशेब करणे, ही मुळीच सोपी गोष्ट नाही. जे करतात, ते खाऊनपिऊन, कामे करूनदेखील करतात. जे करत नाहीत, त्यांना कितीही वेळ असला तरी करत नाहीत. तुला भेटून किती काळ लोटला, याचा मी कधीही कुठलाच हिशेब केला नाही – ना तास, ना दिवस, ना महिने, ना वर्षे. स्वतःच चहूदिशांना वणवण करताना एक, दोन, तीन करत वर्षे लोटली, किती लोटली ते कळलेच नाही.

वाट बघण्याशिवाय, तुझ्याकडे स्वतःचे असे काहीच नव्हते का? खरेच, नव्हतेच की! कुणाचीच वाट न बघता तुझे सगळे व्यवस्थित चालावे, असे तुझ्याजवळ काहीच नव्हते. तुझा संसारच तू सगळ्यात आपला, जवळचा मानायचीस. पती आणि चार मुले. वास्तविक बाबांकडे तुझा पती म्हणून मी कधीच पाहिले नाही. त्यांना फक्त माझे वडीलच मानत आले. पुत्र, नातू, पणतू, भाऊ, वडील, काका, मामा या सर्व भूमिकांत ते मला दिसत होते, पण पती म्हणून नाही– विशेषतः तुझा पती. आई, तुला कधीतरी तसे वाटले का? नक्कीच वाटले असेल. पण कधी

कोणाजवळ बोलली नाहीस. एके काळी मला आठवते, मला वाटले तू सगळे सांगितलेस, कारण तू खूप काही बोललीस. नंतर मी मोठी झाले, आणखी मोठी झाले तेव्हा कळले की सगळ्या गोष्टी तू कधीच बोलली नाहीस. तुझ्याकडे खूप काही सांगण्यासारखे होते, जे कोणाला कधीच कळले नाही. ते फक्त तुला आणि तुलाच माहीत होते. तुझ्या अंतरीची तुझी स्वतःची कहाणी, तुझी दुःखे, समस्या, खास तुझे असे काही जाणून घ्यावे, याबद्दल कोणालाही फारशी उत्सुकता, इच्छा होती, असे मला वाटत नाही. तू संसारात अशी गुंतली होतीस जणू काही त्याशिवाय तुझ्या आयुष्यात दुसरे काहीही नव्हते. एखाद्याच्या आयुष्यात 'खान-खान' म्हणत पोकळ संसारात गुंतून राहायचे, याशिवाय दुसरे काहींही नसावे, या विचाराने मी स्तंभित होते. इच्छा नसली तरी हा पोकळ, रिक्त संसार ओढत उर्वरित आयुष्य काढायचे! बापरे, नुसत्या विचाराने सुद्धा थरकाप होतो.

पण तुझा कधी असा थरकाप झाला नाही! उलट सुरुवातीपासून शेवटपर्यंत हाच संसार जणू तुला हवा होता, तोच तुझा स्वतःचा होता. ज्या संसारात कोणाचेही तुझ्यावर प्रेम नव्हते, त्याच संसाराला प्रेम देऊन देऊन तू स्वत्व हरवून बसलीस. स्वत्वहीन, रिक्त, सर्वस्वहीन. सगळे काही हरवून, गमावून, तू माझ्या वाटेकडे डोळे लावून बसायचीस. तुला असे वाटायचे का की निर्वासित झालेली मी परत घरी येऊ शकेन? येईन? आई, मी कधी तुझ्याकडे परत येण्याबद्दल विचार केला? मला नाही वाटत. मला इच्छा होती माझ्या देशात परत यायची, माझ्या घरी, माझ्या संसारात, माझ्या मित्र-मैत्रिणींकडे, माझ्या कला-साहित्य जगताकडे, माझे बालपण, किशोरावस्था, यौवन याकडे; परिचित वास्तू, भूमी, मैदान, झाडे, नदीकडे, स्वजनांकडे. स्वजन म्हणताच किती कोणाकोणाचे चेहरे डोळ्यांसमोर तरळून जायचे, पण तुझा चेहरा कधी आला का डोळ्यांसमोर? कधी आल्याचा आठवत नाही. माझे तुझ्यावर प्रेम नव्हते, हे तुला चांगलेच ठाऊक होते. पण तू कधीही त्याबद्दल तक्रार केली नाहीस. माझ्या प्रेमाची मागणी केली नाहीस. मागणी कधी कोणाकडे केलीस म्हणा! पतीच्या प्रेमावर हक्क सांगायलाही तू कधी धजावली नाहीस. फक्त कधीकधी तिरस्कार, अपमान, अवहेलना याविरुद्ध तक्रार करायचीस. तुझ्या प्रेमाच्या माणसांजवळ रडायचीस. पण पती प्रेम करत नाही, हे तुझे दुःख रडतानासुद्धा कधी कोणाला सांगितले नाहीस. पती रोज अपमान करतो, कोणी आपल्या गुलामालासुद्धा वागवणार नाही, असे तुझा पती तुला वागवतो हे तुझे दुःख. पती जेव्हा तुझा कमी तिरस्कार करायचा, खुनशी नजरेने तुझ्याकडे पाहायचा नाही, तुला हुडूत हुडूत करायचा नाही, तेवढ्याने सुद्धा तू खूश व्हायचीस, आणखी कशाची अपेक्षाच नव्हती तुला. खरोखरच, प्रेमाची आशा, अपेक्षा करण्याची हिंमत तुला कधी झालीच नाही– ना तुझ्या मुलांकडून, ना पतीकडून. प्रेमाशिवाय कशी गं जगलीस? आता विचार केला

तरी हृदयात कळ उठते. एखादी व्यक्ती फक्त दुसऱ्याला कायम देतच जाते, देतच जाते; डोळे मिटून, ओठ मिटून फक्त देत राहते. कोणाकडून कसलीही अपेक्षा करत नाही. कोणी काही देण्याची इच्छा व्यक्त केली किंवा दिले तर गोगलगायीप्रमाणे आतल्या आत संकोचून जायचीस. कोणाकडून काही घेण्याची तुला सवयच नव्हती गं आई, त्यामुळे संकोचून जायचीस, शरमिंदी व्हायचीस. पण तरीही तुझ्या अंतरात आनंदाची वीणा झंकारायची, नकळत तुझा अहंकार सुखावायचा.

दादाने तुझ्यासाठी एखादी साडी आणली, तर त्याबद्दल तू कित्येकांजवळ बोलायचीस. धावत जाऊन तुझ्या माहेरी सगळ्यांना सांगायचीस. साडी स्वस्तातली असली तरी ती महाग आहे, असे सांगायचीस. साडी यथातथाच असली तरी ती कशी खूप टिकेल, तिचा पोत कसा छान आहे, हे नानाप्रकारे पटवायचीस. ती साडी तुला नेसायला सांगितली, तरी नेसायची नाहीस. ती नेसायला तुला लाज वाटायची, नाहीतर डोळ्यांत आनंदाश्रू दाटून यायचे. ती साडी मला किंवा यास्मिनला देऊन टाकायचीस आणि स्वतः जुनी, मळकी साडीच नेसायचीस. नवीन साडीचा अभिमान, अहंकार मिरवायची नाहीस; कारण अभिमान व्यक्त करायलाही तुला संकोच वाटायचा. कशाचा अहंकार, अभिमान बाळगायची तरी तुला कुठे सवय होती! कोणी तुझ्यावर प्रेम करणे, प्रेमाने काही देणे, तुझा विचार करणे हे आपल्या घरात संभवतच नव्हते. का राहिलीस घरात? मी तुझ्या जागी असते, तर कधीच घर सोडले असते. लग्नाच्या दुसऱ्याच दिवशी नवऱ्याला घराबाहेर काढले असते किंवा कधीतरी स्वतःच घरातून बाहेर पडले असते. तुलाही बाहेर पडावेसे वाटले नसेल का? वाटले असेल, पण पडू शकली नाहीस. कोण तुला आश्रय देणार? तुझे आई, वडील, भाऊ, बहिणी तर कल्पनाही करू शकले नसते की त्यांची मुलगी नवऱ्याला सोडू शकते.

त्यातून तुझ्या अशांत संसारात एकापाठोपाठ एक मुले जन्मली. मुलांकडे बघून तू संसार सोडू शकली नाहीस. तुझी मुलेच कधीतरी तुझे दुःख हलके करतील, असा तू विचार केला असशील. मला मूल झाले असते, तर मीही कदाचित तुझ्यासारखाच विचार केला असता. विशेषतः जर तुझ्यासारखी फुटकी कवडीही माझ्याकडे नसती आणि कुठे कोणताच आधार मिळण्याची शक्यता नसती तर. तू म्हणायचीस, की तुला एखादी चांगली किंवा मध्यम नोकरी मिळणे शक्य नाही; कारण तू आय ए, बी ए पास नाहीस. त्याचप्रमाणे स्वयंपाक, धुणीभांडी करण्यासाठीही कोणी तुला कामावर ठेवणार नाही; कारण तू अगदी गरीब घरात जन्मली नाहीस, तुझे आप्तस्वकीय रस्त्यात भीक मागत नाहीत. तुझ्यासमोर कोणताच मार्ग नव्हता आई, जर असता तर तू घर सोडले असतेस. एकदा दहा वर्षांच्या माझ्या धाकट्या भावाला घेऊन तू नोकरी शोधायला ढाक्क्याला गेली होतीस. ढाक्क्याला गेलीस, कारण मायमानसिंघात

तुला नोकरी मिळायची शक्यता नव्हती. एका धनवान, ख्यातनाम डॉक्टरची बायको हलके काम करू इच्छिते हे कोणी मान्य करणार नाही, आणि कोणी तुला घरकामालाही ठेवणार नाही. ढाक्क्याच्या इस्पितळात नर्सची नोकरी शोधत फिरलीस, पण तीही नोकरी तुला कोणी दिली नाही, कारण कुठून ना कुठूनतरी त्यांनाही कळले होते की तुझा पती डॉक्टर आहे. डॉक्टरच्या पत्नीला तर नोकरीची गरजच नाही, मग कशाला द्यायची? आणि संसार सोडून तू नोकरी करणार, हे आमच्या समाजधुरिणांना कसे मानवणार? तुला जरी मुळीच सांगायचे नव्हते की तू डॉक्टरची बायको आहेस, तरी खोदून खोदून विचारून त्यांनी तुझ्याबद्दलची सगळी माहिती काढलीच. तू खोटे सांगू शकली नाहीस. खोटे बोलणे तुला माहीतच नव्हते. पती डॉक्टर, पण तू तर नव्हतीस, पैसाअडका सगळा नवऱ्याचा, तुझा तर नव्हता ही गोष्ट त्यांना पटवून द्यायचा प्रयत्न केलास पण व्यर्थ. निराश होऊन मायामानसिंघात परत आलीस. घरातली हलकी कामे करायचीस; पण ती सगळी बिनपगारी, फुकट. तू निघून गेलीस, तर एखादी सावत्र आई येऊन आमचे जीवन असह्य करून टाकेल, या काळजीने तू शेवटपर्यंत कुठेही गेली नाहीस.

◆

व्हिक्टिम ब्लेमिंग
बळी पडलेल्यांनाच दोष देणे

बळी पडलेल्यांनाच दोष देण्याची लोकांना अनेक वर्षांपासून सवय लागली आहे. याची सुरुवात बहुधा इतिहासापासूनच झाली असावी. जेव्हा राजे-महाराजे एखाद्या माणसाला फासावर लटकवायचे, सुळावर चढवायचे; तेव्हा इतर लोक त्याच्याकडे तिरस्काराने पाहायचे, त्याला शिव्या द्यायचे; त्याच्यावर चिखलफेक, दगडफेक करायचे. त्याला कोणत्या अपराधाबद्दल शिक्षा दिली गेली आहे, त्या अपराधाला ही शिक्षा योग्य आहे की नाही, याचा विचार करणे कठीण आहे, आणि माणूस कठीण कामे करायला सहसा जात नाही. सोपी कामे सहज झेलतो.

धर्म सोपा, विज्ञान कठीण. धर्माची गोष्ट जितक्या सहजपणे डोक्यात शिरते. तितका सहज विज्ञानातला सिद्धान्त शिरत नाही. त्यामुळेच सरळ सोप्या धर्माचा माणूस स्वीकार करतो, जटिल विज्ञानाचा नाही. ज्या कोणाला ज्या कारणासाठी शिक्षा दिली आहे, ती पूर्ण विचारांतीच दिली आहे, असे लोक समजून चालतात आणि त्या शिक्षेला पाठिंबा देतात.

एकविसावे शतक चालू आहे. आजही स्त्रीवर बलात्कार झाला, तर त्या बलात्कारित स्त्रीलाच दोषी मानले जाते. त्यामुळे आजही बलात्कारित स्त्रीला भीतीने, लज्जेने तोंड लपवावे लागते. बहुतांश लोक अजूनही म्हणतात, 'नक्कीच त्या स्त्रीची वेषभूषा, तिचे वागणे-बोलणे पुरुषांच्या लैंगिक भावना चेतवणारे असणार.' इतके जे स्त्रीवादी चहूबाजूंनी सांगत आहेत, 'बलात्काराला जबाबदार बलात्कार करणाराच असतो, बलात्कारित स्त्री नव्हे, व्हिक्टिम ब्लेमिंग बंद करा,' त्याचा फारसा उपयोग होत नाही. अगदीच थोड्या माणसांच्या मानसिकतेत परिवर्तन होते. बाकी सगळे अजूनही बलात्काराबद्दल बलात्कारित स्त्रीलाच दोषी धरतात.

बांगलादेशात लेखक, बुद्धिजीवींच्या हत्या होतात. मुक्त विचार करणाऱ्यांना तर लक्ष्य केलेच जाते. संस्कृतिमूल्ये जपणाऱ्यांनाही वगळले जात नाही. त्यातून मुसलमान– मुस्लिमेतर कोणाचीही सुटका होत नाही. फेसबुकवर लिहिले, गाणे गायले, सतार वाजवली, कविता लिहिली, कवितासंग्रह छापला; तरी जिवाला मुकावे लागते. समलिंगी, भिन्नलिंगी कोणीही सुटत नाही. बुरख्याबद्दल कोणी दोन शब्द उच्चारले की संपले. हत्याकांडाचा देशभरात कुठेही निषेध नाही. देश जसा चालत

होता, तसाच चालतो आहे. जणू काही घडलेच नाही. जणू कोणी कोणाची वार करून हत्या केलीच नाही. किंवा हत्या केली म्हणून काय झाले. इस्लामी अतिरेक्यांकडून एखाद्याचा खून झाला, तर हल्ली लोक धरूनच चालतात की तो नास्तिक होता. नास्तिक होता म्हणूनच त्याचा खून झाला. तसे नसते, तर त्याचा खून कशाला झाला असता! कोणालाही शिक्षा दिली, कोणीही दिली तरी बहुतांश लोक धरून चालतात की न्यायाधीशाने योग्य न्यायनिवाडा केला. ज्या माणसाला शिक्षा झाली, तो निरपराध असेल किंवा दिलेली शिक्षा अन्यायकारक आहे, असा विचार फारच कमी लोकांच्या डोक्यात येतो. बहुधा असा विचार करणे अवघड असते म्हणून असेल. हा माणूस निरपराध असेल तर त्याचा खून कोणत्या कारणासाठी झाला असेल, ज्यांनी खून केला त्यांनी तो का बरे केला असेल, आणि या प्रकरणात खून करणाऱ्यांचा काय फायदा असेल– असे सगळे विचार करणे सोपे नाही. लोकांना गुंतागुंतीचे विचार नको असतात. सगळ्यांना सोप्या आकृती काढायला हव्या असतात; अवघड, जटिल नको असतात.

रस्त्यात खिसेकापू सापडला, तर त्याला सगळे मारतात. कोणी कोणाला मारताना दिसले, की आणखी मारायला सगळ्यांचे हात शिवशिवतात. मारामारी सोडवायला येणाऱ्यांपेक्षा मारामारीत सामील होणाऱ्यांची संख्या खूप जास्त असते. खिसेकापूला का मारताहेत, त्याने का, किती अन्याय केला आहे, कोणाच्या खिशातून किती पैसे मारले, कशासाठी मारले, मुळात तो खिसेकापू आहे का की त्याला उगीचच खिसेकापू समजून मारहाण होते आहे- हे सगळे शोधायला लोकांना वेळ कुठे आहे! हे शोधणे फारच अवघड आहे. त्यापेक्षा 'सगळे मारताहेत मग तुम्हीही मारा, मारायला काही अडचण नाही; तुरुंगवास, दंड काहीही भोगावे लागणार नाही, ज्या लोकांनी मारण्याचा निर्णय घेतला तो योग्यच असला पाहिजे, नक्कीच त्यांची न्यायबुद्धी योग्य असणार,' तो माणूस कोण आहे, त्याचे चारित्र्य कसे आहे इत्यादी गोष्टी माहीत नसताना जे लोक निर्णय घेतात, त्यांची न्यायबुद्धी चांगली? त्यांच्या विचारात, समजुतीत काही चूक झाली असेल, अशी शंका कोणालाच येत नाही!

माणसे कोणालाही न्यायाधीश मानतात. सुप्रीम कोर्टाचा न्यायाधीशही न्यायाधीश आणि खिसेकापूवर पहिला हात जो उचलतो तोही न्यायाधीश. प्रगतिशील लोकांना जे जिहादी खुशाल ठार मारतात, ते जिहादीसुद्धा न्यायाधीश. जो पती पत्नीला मारहाण करतो, त्यालाही न्यायाधीश मानले जाते. पत्नीचा नक्कीच काहीतरी दोष असणार. प्रगतिशील लोकांचा पण नक्कीच काहीतरी दोष असणार. मुलाने निश्चितच कोणाचातरी खिसा कापला असणार. बळी गेलेल्यांनाच दोष देता देता आम्हाला त्याची इतकी सवय झाली आहे की लेखक, बुद्धिजीवींच्या निर्घृण हत्या झाल्या की

आम्ही त्या लेखक, बुद्धिजीवींनाच दोष देतो. बलात्कारासाठी, हिंसेसाठी, खुनासाठी आम्ही खुनी, बलात्कारी किंवा अतिरेक्यांना दोषी मानत नाही.

बांगलादेशात नास्तिकांना दहशतवादी घाव घालून ठार मारतात, हे सगळ्या जगाला माहीत आहे. आता एखाद्या आस्तिकाला ठार मारले तरी म्हणतील की तो नक्कीच नास्तिक असला पाहिजे. हसीनाच्या मुलाला– जयला– जरी ठार मारले, तरी हसीना म्हणेल, 'जयसुद्धा कदाचित आतून नास्तिक असेल. मलाच माहीत नव्हते. नास्तिक नसता किंवा मुक्त विचार करणारा नसता, तर अतिरेक्यांनी त्याला कशाला मारले असते!' दहशतवाद्यांच्या न्यायावर देशाच्या पंतप्रधानांचासुद्धा विश्वास आहे. विश्वास आहे म्हणूनच तर पंतप्रधान खुन्यांना शिक्षा देण्याला अनुकूल नाहीत. उलट त्यांनी मुक्त विचार करणाऱ्यांना सल्ला दिला, की तुमच्या मनाला मोकळे सोडू नका, त्याला बंधन घाला; जटिल, अवघड लिहिणे बंद करा.

खुनी, हल्लेखोर, द्वेष्टे यांच्या न्यायबुद्धीवर लोकांचा भलताच विश्वास आहे. त्यांचा न्याय आणि कोर्टाचा न्याय यात लोकांना काही फरकच वाटत नाही. 'त्याचा ज्या अर्थी खून झाला, त्याअर्थी त्यामागे निश्चितच काहीतरी कारण असणार. कारण नसताना खून कशाला होईल?' असे पंतप्रधान बोलतात आणि सामान्यजनही. इस्लामी दहशतवादी नास्तिकांचे खून करू लागल्यापासून नास्तिकांना निरपराध मानणाऱ्यांपेक्षा अपराधी मानणाऱ्यांची संख्या खूप जास्त आहे. नास्तिकांनी खून होण्याजोगता घोर अपराध केला आहे, अशीच लोकांची धारणा झाली आहे. अतिरेकी आणि खुनी यांच्यावरचा लोकांचा विश्वास दिवसेंदिवस वाढतो आहे, आणि बळी जाणाऱ्यांबद्दलची घृणा आणि अविश्वासही दिवसेंदिवस वाढतो आहे. अतिरेकी आणि खुन्यांवर लोकांचा जो विश्वास आहे, तो बराचसा ईश्वरावरच्या श्रद्धेसारखाच आहे. ईश्वर जसा कधीच चूक करू शकत नाही, तसा खुनीसुद्धा कधीच चूक करू शकत नाही, असे लोकांना वाटते. कोण माणूस काय करतो, कोणाच्या मनात काय आहे हे जसे ईश्वराला कळते, तसेच ते खुन्यांनादेखील कळते. ईश्वर जसा माणसांना शासन करतो, कर्माचे फळ देतो; तसेच अतिरेकीही देतात. ईश्वराला जसा माणूस घाबरतो, तसाच अतिरेक्यांनाही घाबरतो.

◆

बलात्कार

काही दिवसांपूर्वी तनू नावाच्या एका एकोणीस वर्षांच्या मुलीवर कोमिलातील लष्करी छावणीत सामूहिक बलात्कार करून तिचा खून करण्यात आला. या अमानुषतेचा काही संवेदनशील लोकांनी निषेध केला. अनेकांना वाटले, की सैनिकांनीच हे दुष्कृत्य केले. अनेकांनी बलात्काराच्या बाजूनेही मत दिले, काही जण म्हणाले, हिजाबाच्या आड तनू एक नर्तकी होती, त्यामुळे तिच्या बलात्काराला आणि मृत्यूला ती स्वतःच कारणीभूत आहे. काही जणांनी त्याचीच री ओढली. मुहम्मद आसिफ नावाच्या एका सैनिकाने तर फेसबुकवर लिहिले, की तनू वाईट चालीची मुलगी होती, त्यामुळे तिच्यावर बलात्कार झाला ते योग्यच झाले.

तनूचा हिजाब तिला बलात्कारापासून किंवा खून होण्यापासून वाचवू शकला नाही. पुरुष जेव्हा स्त्रीवर अत्याचार करतो, तेव्हा तिचा पोशाख बघून करत नाही. तिच्यावर अत्याचार करण्याचा त्याला अधिकार आहे, असे समजून करतो. जर लहानपणापासूनच पुरुषांना शिकवले गेले की स्त्री म्हणजे एक माणूसच आहे, भोगवस्तू नाही; तर असे बघायला मिळेल, की त्याच समाजात स्त्रिया नग्नावस्थेत फिरल्या तरी त्यांच्यावर अश्लील शेरे मारण्याचा किंवा त्यांना स्पर्श करण्याचा पुरुषांना अधिकार आहे, असे पुरुषांना वाटणार नाही.

असंस्कृत समाजात, स्त्रीने कोणताही पोशाख घातला, तरी पुरुष तिचे लैंगिक शोषण करतात. सुसंस्कृत समाजात, स्त्रीने कोणताही पोशाख घातला तरी पुरुष तिचा लैंगिक छळ करत नाहीत.

तनूवर सैन्यातील लोकांनीच बलात्कार केला असण्याची दाट शक्यता आहे. रक्षक किती सहजतेने भक्षक बनू शकतात! 'सुरक्षितता' हा बहुधा आता स्त्रियांसाठी अधिकार उरला नाही तर ती एक 'लक्झरी'– चैन बनली आहे. हल्ली जे बलात्कार करतात, ते बलात्कार करणे हा अन्याय आहे, हे समजूनउमजूनच करतात. माणूस जसा सुसंस्कृत होत जातो, तशी बलात्काराची व्याख्या बदलते. एके काळी बलात्कार म्हणजे अपराध आहे, असे कोणालाच वाटत नसे.

भारतातही बांगलादेशासारखीच परिस्थिती आहे.

'बारा वर्षांच्या एका मुलीवर सामूहिक बलात्कार करत करत तिला मारून

टाकले' ही बातमी भारतातील विविध वयांच्या, विविध स्तरांतील लोकांना, अर्धा लाख लोकांना कळल्यावर त्यातील सत्तर टक्के लोक म्हणाले, 'त्यांचे लिंग कापून टाका,' बावीस टक्के म्हणाले, 'मृत्युदंड द्या'. आठ टक्के लोक काहीच्या बाही बोलले, 'स्त्रियासुद्धा पुरुषांवर अत्याचार करतात की, तेव्हा?' 'त्या मुलीने निश्चितच पुरुषांच्या वासना चाळवणारे असे काहीतरी अंगावर घातले असेल किंवा फवारले असेल.' वगैरे. त्यांच्याकडे बलात्काराच्या समस्येवर उपाय दोनच– मारून टाकणे किंवा लिंग कापणे. या दोन शिक्षांमुळे म्हणे बलात्कार संपेल. संपला तर नाहीच, उलट तशा घटनांची संख्या गगनाला भिडली आहे. बलात्कारी धनंजयला फाशी झाल्याबरोबर लगेच पश्चिम बंगालमध्ये बलात्कार वाढला.

ज्या सर्व देशांत बलात्काराचे प्रमाण सर्वांत कमी आहे, त्या देशांत पुरुषांचे लिंग कापणे किंवा मृत्युदंडाच्या शिक्षा नाहीत, तर त्या देशांत स्त्रियांचा मान राखण्याची रीत आहे. त्या देशांत स्त्रियांचे स्वातंत्र्य आणि अधिकार इतर देशांच्या तुलनेत खूप जास्त आहेत. त्या सर्व देशांत स्त्रिया सुशिक्षित आहेत, स्वावलंबी आहेत, आरक्षित जागांच्या संधीव्यतिरिक्त देखील संसद सदस्यांपैकी पन्नास टक्के महिला आहेत.

त्या सर्व देशांत सर्रास बलात्कार होतात, ज्या देशांतील बहुतांश पुरुष स्त्रियांना भोगवस्तू, दासी-बटकी, प्रजोत्पादनाचे यंत्र, निर्बुद्ध, हलक्या जातीचे प्राणी वगैरे समजतात. ज्या सर्व देशांत गजबजलेल्या वेश्यावस्त्या असतात, शेकडो लहान मुले, मुली, स्त्रिया मानवी तस्करीची शिकार बनतात. लैंगिक छळ, बलात्कार, पतीचे अत्याचार, हुंड्यासाठी छळ, हुंडा दिला नाही म्हणून खून – अशा दुर्घटना रोज घडतातच, घडतच राहतात.

बलात्कार बाकी काहीही असो, संभोग नक्कीच नाही. कोणी वासनेची भूक मिटवण्यासाठी बलात्कार करत नाही. बहुतेक सगळ्या बलात्कारी पुरुषांची नेहमीची संभोग संगिनी असते. बलात्कार हा पूर्णपणे आपल्या स्नायूंची ताकद, पुरुषार्थ, आणि पुरुषांगाची ताकद सिद्ध करण्याचा प्रकार. सारांश म्हणजे पुरुषप्रधान समाजाच्या परमपूजनीय पुरुषांगाच्या मस्तकी मुकुट चढवणे किंवा विजयपताका फडकावणे याचेच दुसरे नाव बलात्कार.

बलात्कार कधी बंद होतील किंवा कसे बंद होतील, या प्रश्नाचे सगळ्यात योग्य उत्तर म्हणजे 'ज्या दिवशी पुरुष बलात्कार करणे बंद करतील, त्याच दिवशी बलात्कार थांबतील.' कधी, केव्हा बंद करायचे ही सर्वस्वी पुरुषांची बाब आहे. सर्वांनी मिळून निर्णय घ्यावा, की या दिवसापासून किंवा या आठवड्यापासून, किंवा या महिन्यापासून अथवा या वर्षापासून आपल्याच जातीच्या व्यक्तीवर असे भयावह, बीभत्स अत्याचार करणार नाही.

बलात्कार बंद करण्याच्या मार्गावर चालायचे असेल, तर काय काय केले पाहिजे! रस्त्यांवर, ऑफिसमध्ये, कोर्टात, दुकानांत, वस्त्यांत स्त्रियांचा लैंगिक छळ बंद झाला पाहिजे; बालविवाह, हुंडा, जातपात हे सगळे बंद झाले पाहिजे. स्त्रियांना शिक्षण दिले पाहिजे, स्वावलंबी बनवले पाहिजे. शाळेच्या सुरुवातीपासूनच स्त्री-पुरुषांच्या सामनाधिकारांबद्दल मुलामुलींना शिक्षण दिले पाहिजे. चांगले शिक्षण आणि चांगले वातावरण मिळाले की लहान मुले चांगली घडतात. बलात्कारी पुरुषांची जीवनकहाणी तपासली तर असे आढळते, की बहुतेकांचे बालपण अतिशय वाईट परिस्थितीत गेले, चांगले शिक्षण संस्कार काहीच मिळाले नाही, मारामारी बघत बघत द्वेष, तिरस्कार बघत बघत, पुरुषी अरेरावी बघत बघत ते मोठे झाले. हेच सगळे शिकले. शिकणे सोपे असते, पण शिकलेले विसरणे- अनलर्निंग– सोपे नसते. शिकलेले तंत्र-मंत्र-पुरुषप्रधानता आणि स्त्रीविरोधी अंधविश्वास हे सगळे काहीही कसेही करून अनलर्निंगच्या कचराकुंडीत फेकून दिले पाहिजे.

देशाला बलात्कारमुक्त करण्यासाठी सरकारला खूप कष्ट घ्यायला पाहिजे आहेत. त्यापेक्षा बलात्काऱ्याला फाशी देण्यासारखे सोपे काम दुसरे नाही. देशवासीही खूश होतात. तेव्हाप्रमाणे सर्व समस्यांना छानपैकी आवरण घालायचे. अशाच प्रकारे सरकार लोकांना मूर्ख बनवत आहे. लोक हुशार झाले, तर अवघड होऊन बसेल. मग जे काम करणे खरोखर समाजाच्या हिताचे आहे, ते करण्याची मागणी थेट सरकारकडे बुद्धिमान लोक करतील. त्यांची मागणी मान्य करून समाजाला सर्वांसाठी सुरक्षित बनवण्यात गुंतून राहिले, तर मग मते मिळवण्याचा मतलब कोण साधणार? याला लफड्यात अडकव, त्याला देश सोडायला लाव, गेंड्यासारखे गुंड पाळ आणि तपामागून तपे सत्तेच्या खुर्चीवर बसून राहण्याची योजना आख; या सगळ्यासाठी सरकारला मग वेळ कसा मिळणार?

बलात्कार झाले नाहीत, तर कदाचित खूनही होणार नाहीत. बलात्कार कमी झाले, तर एक दिवस खूनही कमी होतील. तनूला ज्यांनी मारले, ते म्हणे अजूनही सापडले नाहीत. सापडावे, अशी इच्छाच नव्हती म्हणूनच सापडले नाहीत. नास्तिक ब्लॉगर्सचा खून कोणी केला, तेही अजून सापडले नाहीत. समाजातील अधिकांश लोक ज्यांचा तिरस्कार करतात, त्यांचा खून झाला तर लोकांना एकप्रकारे आनंदच होतो. खुन्याचा तपास, निवाडा याबद्दल कोणी आवाज उठवत नाही. चोर, फसवणारे, नास्तिक, स्त्रिया सगळ्यांचाच तिरस्कार करण्याची लोकांना वाईट सवय लागली आहे.

सैनिकदेखील इतरांप्रमाणे एक माणूसच आहे, हे मी समजू शकते. तोही पुरुषच. त्याचीही बलात्कार करण्याची इच्छा जागृत होते. बलात्कार आणि खून करण्याचा अधिकार फक्त सामान्य माणसांना आहे, सैनिकांना नाही असे तर काही

नाही. पोलीससुद्धा बलात्कार करतात, खून करतात. एखाद्या पुरुषाचा खून करणे आणि एखाद्या स्त्रीचा खून करणे यांत फरक आहे. पुरुषाचा खून केला तर खुन्याला दोष दिला जातो, पण स्त्रीचा खून केला तर स्त्रीला दोष दिला जातो. स्त्री-पुरुष विषमतेचे निर्मूलन जोपर्यंत होत नाही. तोपर्यंत ही हिपोक्रसी– दुतोंडीपणा- भेद राहणारच.

◆

एकाहत्तरच्या स्मृती

गेल्या १७ मार्चला पेंग्विन इंडियाने आयोजित केलेल्या एका चर्चासत्राला गेले होते. विषय होता 'पाकिस्तान कोणाच्या दृष्टिकोनातून कसा?' माजी मंत्री शशी थरूर होते. आणखीही मोठे मोठे वक्ते होते. मीही वक्त्यांपैकी एक होते, पण मितभाषी आणि अर्थातच मृदुभाषी. पाकिस्तान्यांना प्रथम केव्हा पाहिले, यासारख्या प्रश्नाचे उत्तर देताना मी म्हटले, ''एकाहत्तरच्या युद्धाच्या वेळी, जेव्हा पाकिस्तानी सैनिक आमचे घर लुटायला आले, माझ्या वडिलांना नारळाच्या झाडाला बांधून मारहाण केली, संगिनीचे घाव घालून त्यांचे शरीर रक्तबंबाळ केले; आमचा पैसाअडका, सोनेचांदी सगळे काही घेऊन गेले. मलाही कदाचित त्यांच्या छावणीत घेऊन गेले असते, महिनोन्महिने माझ्यावर बलात्कार केला असता. आत्महत्या करायला मला भाग पाडले असते; पण माझे वय लहान म्हणून मला घेऊन गेले नाहीत. त्या रात्री झोपेचे सोंग घेऊन मी पडून राहिले होते. अजूनही एकाहत्तर सालातली ती मध्यरात्र माझ्यासाठी एखाद्या दुःस्वप्नाप्रमाणे आहे.''

बाकी वक्ते भारताचे पाकिस्तानबरोबरचे संबंध सुधारण्यासाठी काय काय पावले उचलणे आवश्यक आहे, याबद्दल बोलले. त्यामध्ये सगळ्यांनी सांस्कृतिक देवाणघेवाणीचे महत्त्व अधोरेखित केले. ते योग्यच आहे. त्याचबरोबर, मला वाटते, पाकिस्तानला आणखी एक महत्त्वाचे काम केले पाहिजे, ते म्हणजे राष्ट्र आणि धर्म हे एकमेकांपासून संपूर्णपणे वेगळे केले पाहिजेत. धर्माला देशाच्या कामकाजात ढवळाढवळ करू दिली, तर एक ना एक दिवस देश कट्टरपंथीय देश बनेल, सुसंस्कृत देश नाही.

त्या रात्री, मध्यरात्री, पाकिस्तानी सैन्य आमच्या घरात घुसले. मी काय केले? 'छोटकू– माझा धाकटा मामा– त्या रात्री मेल्यासारखा झोपला होता. डोके उशीला टेकले रे टेकले की छोटकू गाढ झोपायचा. तो झोपला नसता तर निश्चित त्याने आरडाओरडा केला असता आणि सैनिकांनी नेम धरून त्याला गोळी घातली असती; त्यालाच कशाला, त्या बिछान्यात झोपलेल्या मला, माझी धाकटी बहीण यास्मिनला सगळ्यांना मारून टाकले असते. अर्थात मी झोपले नव्हते, झोपेचे सोंग घेऊन पडून राहिले होते, जणू झोपेत मी निद्रादेवीच्या राज्यात निद्रापरीशी खेळत होते, झोपाळ्यावर झुलत होते, जणू मी आता माणसांच्या प्रदेशात नाही, जणू मला जाणीवच नव्हती

की घरात अनेक जण बूट घालून फिरताहेत. त्यांच्या खांद्यांवर बंदूक आहे, कोणत्याही क्षणी ते हसता हसता, बोलता बोलता, चेष्टामस्करी करता करता कोणालाही गोळी घालू शकतात, जे कोणी झोपले नाही असे कळल्याबरोबर गोळीने त्याची कवटी उडवली जाईल, त्याला धरून छावणीत नेले जाईल, छावणीत नेऊन चाबकाने मारून, संगिनीच्या टोकाने घाव घालून हाडांचा चुरा केला जाईल. बूट घातलेले लोक पाहिजे ते करू दे पण मुली, तू झोपून रहा, जेणेकरून तुझ्या डोळ्यांची पापणीदेखील हलणार नाही. तुझे शरीर, हात-पाय काहीही हलणार नाही, हाताचे बोटही हलणार नाही, तुझी छाती धडधडताना हलणार नाही, जर हललीच तर ते मच्छरदाणी उचलून तुझ्याकडे पाहतील. टॉर्चचा प्रकाश टाकतील तुझ्या छातीवर, जांघेवर, त्याच्या जिभेवरून लाळ गळेल, डोळ्यांतून अंगार बरसेल आणि अशा भाषेत बोलतील, जी तुला समजणार नाही. पण त्यांना जाणवू देऊ नको तुझे कणमात्र अस्तित्व, जाणवू देऊ नको की तू आहेस, जागी आहेस, जरी तू आहेस, जागी आहेस. आणि जरी त्यांना जाणवलेच, तरी ते असे बोलत बोलत जातील की तू अजून किशोरी नाहीस, युवती नाहीस, अजूनही तुला स्तन नावाची गोष्टच नाही.

माझ्या अंगावरून एक थंडगार साप जणू सरपटत गेला, सापाने माझा गळा दाबला, मला श्वास घ्यायला त्रास होत होता पण तरीही मी श्वास घेतला, टॉर्चच्या प्रकाशात माझ्या डोळ्यांच्या पापण्या हलू पाहत होत्या, पण तरी मी पापण्या घट्ट मिटून ठेवल्या, छोटकूचा एक पाय माझ्या पायावर होता, तो तसाच राहू दिला, माझा एक हात यास्मिनच्या पोटावर ठेवला होता, तोही तसाच राहू दिला, माझ्या पाठीशी एक लोड होता तोही तिथेच तसाच राहू दिला.

बूट घातलेले लोक पलंगाच्या कडेला उभे होते, एका हातात मच्छरदाणी आणि दुसऱ्या हातात टॉर्च आणि जिभेतून लाळ, डोळ्यांतून अंगार बरसत होता माझ्या केसांवर, डोळ्यांवर, नाक-कान, गळा, छाती, पोट, ओटीपोट, जांघेवर, पोटरीवर, पायांवर. त्यांच्या अंगावरून तो थंडगार साप सरपटत माझ्या अंगावर आला, संपूर्ण शरीरावरून फिरत राहिला– पाठ, पोट, ओटीपोट, गुप्तांग, सगळे त्याने गिळंकृत केले. तो साप माझ्या हाडामांसांत, रक्तात, नसानसांत घुसला.

मी किती वेळ तशीच पडून होते! किती वेळ झोपल्याचे सोंग घेऊन झोपले होते कुणास ठाऊक! वाटले, वर्षे लोटली तरीपण तो टॉर्चचा प्रकाश हटला नाही, तपे लोटली तरीपण त्यांच्या हातातून मच्छरदाणी सुटली नाही. मला वाटले, थंड पडत पडत मी मरून गेले. संपूर्ण शरीर हलके झाले, कबुतराच्या एखाद्या झडलेल्या पिसासारखे. मी आता झोपलेल्या छोटकू आणि यास्मिनच्या मध्ये पडलेली नाही. उत्तरेकडून एक वाऱ्याचा झोत आला आणि मला त्या दिशेला घेऊन गेला. आता समोर बूट घातलेले कोणी उभे असलेले दिसत नाहीत, सगळ्यांचे सान्निध्य सोडून

मी दुसऱ्याच कुठल्या देशात पोचले आहे.

चंद्रावरची म्हातारी चरखा फिरवते आहे आणि हात हलवून मला म्हणते आहे– ये गं ये. 'अगं म्हातारे, मला खूप तहान लागली आहे, पाणी देतेस का?' 'पाणी? चंद्रावर तर पाणी नाही.' 'तर मग मी मरूनच जाईन. तहानेने माझी छाती फुटायला आली आहे.' बुटांचा आवाज दूर जातो आहे, या घरातून दुसऱ्या घराकडे. चंद्रावरची म्हातारी म्हणते आहे , 'अगं मुली, डोळे उघड, इतक्या थंड रात्री तुला घाम का आला आहे?' 'नाही गं म्हातारे, मी डोळे उघडणार नाही, डोळे उघडले तर मला आग दिसेल, लाळ दिसेल, माझ्या अंगावरचा थंडगार साप दिसेल, नाही नाही, मी डोळे उघडणार नाही.' डोळे मिटलेलेच होते, यास्मिनच्या पोटावर माझा हात, माझ्या पायावर छोटकूचा पाय.

दुरून बासरीचे सूर कानांवर येताहेत. इतक्या रात्री कोण बासरी वाजवतंय? भलत्या वेळी माझी झोप कोण मोडू पाहतंय, आज रात्री आता मी आणखी जागणार नाही, सुन्या सुन्या रात्री सगळेच झोपले आहेत, सगळ्यांचे डोळे मिटलेले आहेत, निद्रेचा मेघ तुला उडत उडत चंद्राच्या देशात नेतो आहे, चंद्रावरची म्हातारीही आता चकार शब्द बोलणार नाही. चरखा थांबवून मेघाच्या मांडीवर डोके ठेवून तीसुद्धा झोपी जाईल.

वास्तविक हे बासरीसारखे वाटते आहे, पण ही बासरी नाही. हा माझ्या आईचा धाय मोकलून रडण्याचा आवाज आहे. आई कुठेतरी रडते आहे, घरात नाही घराच्या बाहेर. आई त्याच मातीत लोळण घेऊन रडते आहे, ज्या मातीत माझे बाबा तोंड खुपसून पडले आहेत. रासू खालू म्हणतोय, 'नाही, मेले नाहीत, वहिनी, रडू नका, दुल्लाभाई मेले नाहीयेत.' बाबांना नारळाच्या झाडाला बांधले होते, त्यांना रासू खालूने सोडवले आणि बाबांचे डोके त्यांच्या खांद्यावरून घसरले, घसरत घसरत मातीत, गवतात जाऊन उपडे पडले.

बाबांचे शरीर त्याने ओढत घरात नेले. घराच्या मध्यभागी त्यांचे जवळजवळ निष्प्राण झालेले शरीर पडून राहिले; तोंडातून, छातीतून, पोटातून रक्त वाहत होते.

'पाकिस्तान्यांनी आमच्या तीस लाख लोकांचे खून केले, दोन लाख स्त्रिया-मुलींवर बलात्कार केले. बांगलादेशातील युद्धाने सिद्ध केले की मुस्लीम बंधुत्व हा गैरसमज आहे, शाबीत केले की (द्विजातीतत्व) हा चुकीचा सिद्धान्त आहे.'

पाकिस्तान्यांनी १९५२मध्ये आमची हत्या केली, १९६९मध्ये हत्या केली आणि १९७१मध्ये केली. पाकिस्तान्यांची मला प्रचंड भीती वाटते, लहानपणापासूनच. मला वाटायचे की सगळेच पाकिस्तानी बहुतेक वाईट, कट्टरपंथीय असतात; सगळेच पुराणमतवादी, स्त्रीद्वेष्टे. पण ते खरे नाही. चांगले लोक तिकडेही आहेत. विज्ञानमनस्क, मुक्तचिंतक, तर्कवादी, मानवतावादी तिकडेही आहेत. कदाचित तेच

एक दिवस देश राहण्यायोग्य बनवतील. धर्माच्या अधिष्ठानावर आधारलेल्या एखाद्या देशाला आधुनिक देश म्हणून घडवणे बहुधा अशक्यच असते, तरीसुद्धा प्रयत्न करण्याशिवाय दुसरा कोणता उपायही नाही.

प्रत्येकच देशात मुक्तचिंतकांची संख्या पुराणमतवादी लोकांच्या संख्येपेक्षा कमी असते, पाकिस्तानातही तसेच आहे. पाकिस्तानातील मुक्तचिंतक, तर्कवादी जेव्हा कट्टरपंथीयांच्या ताब्यातून देशाला सोडवतील, बांगलादेशातील मुक्तचिंतकदेखील तसे करतील. पाकिस्तान आणि बांगलादेश यांमध्ये कधीकधी मला कुठलाच फरक दिसत नाही.

◆

बांगलादेशातील स्त्रियांची परिस्थिती

बांगला ट्रिब्यून सध्या शहरे आणि गावातील १६०० गृहिणी, १६०० नोकरी करणाऱ्या स्त्रिया, आणि १६०० विद्यार्थिनींशी संवाद साधून एक सर्वेक्षण करत आहे. 'सर्व बाजूंनी विचार केला, तर तुम्ही स्वतःला सुखी मानता का?' या प्रश्नाला नोकरी करणाऱ्या स्त्रियांपेक्षा जास्त गृहिणींनीच 'नाही' असे उत्तर दिले. 'तुमच्या विविध समस्यांमध्ये तुमचे कुटुंब तुमच्या पाठीशी असते का?' याच्या उत्तरादाखल गृहिणींचे 'नाही' हे उत्तर सर्वांच्या 'नाही'पेक्षा संख्येने कितीतरी जास्त होते. मानसिक, शारीरिक छळाची शिकारसुद्धा जास्त करून गृहिणीच होत्या. स्वतःच्या संपत्तीचा उपभोग न घेऊ शकणाऱ्यांमध्येदेखील गृहिणींची संख्या जास्त होती. फार कमी गृहिणींची स्वतःच्या मालकीची संपत्ती होती. जिथे पाहिजे तिथे स्वतंत्रपणे जाऊ शकणे, आवडीचा व्यवसाय निवडणे, या सगळ्यांत नोकरदार स्त्रियांना जितके स्वातंत्र्य असते, तितके गृहिणींना नाही. 'स्वतःच्या निर्णयाने कुटुंबाचा पैसा स्वतःसाठी खर्च करू शकता का?' याही प्रश्नाचे बहुतांश गृहिणींनी नकारार्थी उत्तर दिले.

हे बघून ऐकून असे वाटते, की आधीपेक्षा देश फार काही बदलला नाही. गृहिणी अजूनही सगळ्यांत मागे, सगळ्यांत खाली, सगळे काही हरवलेल्यांमध्ये. पण म्हणजे नोकरदार स्त्रिया फार काही डोक्यावर बसलेल्या नाहीत. दोन्ही पक्षांची अवस्था करुणच. गृहिणी आणि नोकरदार स्त्रियांच्या जीवन जगण्यात फार मोठा फरक नाही. नोकरी करणाऱ्या स्त्रियांनाही आपण मिळवलेले पैसे मोजून पतीच्या हातातच द्यावे लागतात. गृहिणींच्याप्रमाणेच नोकरदार स्त्रियांच्यासुद्धा हातात फुटकी कवडीही नसते. गृहिणी आणि नोकरदार स्त्रियांच्या सुखदुःखात खूप काही फरक का नाही? कारण स्त्री नोकरी करत असली, स्वतः अर्थार्जन करत असली, आर्थिकदृष्ट्या स्वावलंबी असली; तरी ती पुरुषांच्या बेडीत बांधलेली असते. पुरुषप्रधानता सगळ्या स्त्रियांना एकाच तराजूत तोलते. गरीब, श्रीमंत, खालच्या जातीतली, उच्च जातीतली, गृहिणी, नोकरदार– सगळ्या स्त्रिया पुरुषांच्या दृष्टिकोनातून सारख्याच. पुरुषसत्ताक कोणालाच सूट देत नाही.

आर्थिकदृष्ट्या स्वावलंबी असूनसुद्धा अनेक स्त्रिया समाजाच्या आणि कुटुंबाच्या दृष्टीने परावलंबीच आहेत, पुरुषांच्या अधीन आहेत. पुरुषप्रधान किंवा पितृसत्ताक

राज्य जोपर्यंत राहील, तोपर्यंत स्त्रियांना खरोखर मुक्ती नाही. असा प्रश्न उद्‌भवू शकतो, की पाश्चात्त्य देशांतसुद्धा पितृसत्ताक समाजव्यवस्था आहे, तरीसुद्धा पाश्चात्त्य देशांतील स्त्रिया आमच्या देशांतील स्त्रियांपेक्षा जास्त स्वातंत्र्य उपभोगतात? उपभोगू शकतात, कारण पाश्चात्त्य स्त्रियांचे शिक्षण, स्वावलंबन, सजगता आमच्यापेक्षा कितीतरी अधिक आहे. सुसंस्कृत, प्रजासत्ताक पाश्चात्त्य देशांत स्त्रियांच्या ज्या शोषणाविरुद्ध कठोर पावले उचलली जातात, त्या शोषणाला आमच्याकडे 'परंपरा' म्हणून मान दिला जातो. पाश्चात्त्य देशांत धर्मापासून राष्ट्राला वेगळे केले आहे, सगळे कायदे आधुनिक केले आहेत. स्त्रीविरोधी धर्मीय कायद्यांचा कुठे मागमूसही नाही. आणि आम्ही अजून अंधारातच.

सर्वेक्षणाचा अहवाल सांगतो, की प्रतिकूल परिस्थितही स्त्रिया स्वतःला सुखी समजतात. ते बरोबरच आहे म्हणा. खरे सुख कशाला म्हणायचे, सुख नक्की कशा प्रकारचे असू शकते; याचा अनुभवच नसल्यामुळे जे वाट्याला येते, त्यातच सुख शोधतात बिचाऱ्या. सुख सापेक्ष असते. एका स्त्रीला मी विचारले होते की, ती सुखी आहे की नाही. ती म्हणाली, रोज रात्री तिचा पती घरी येऊन तिला जोड्याने मारायचा; आता जोड्याने मारत नाही, हातानेच मारतो, थप्पड, ठोसा वगैरे. आता जोड्याचा मार खावा लागत नाही म्हणून आधीपेक्षा ती सुखात आहे. देशातील बहुतांश स्त्रिया संपत्तीच्या मालकीपासून वंचित आहेत. शहरातील नोकरदार स्त्रिया स्वतःच्या मालकीचा पैसा असूनही त्याचा उपभोग घेऊ शकत नाहीत. मी स्वतःच याचे एक उदाहरण आहे. माझ्या बाबांच्या संपत्तीचा खूपच कमी भाग माझ्या वाटणीला आला. जे काही वाटणीला आले, तेसुद्धा उपभोगण्याचा मला अधिकार नाही, हे माझ्या लक्षात आले आहे. स्त्रियांच्या समानाधिकारासाठी आयुष्यभर आंदोलन करूनसुद्धा मलाच जर वंचित राहावे लागते, तर सामान्य स्त्रियांना किती प्रमाणात वंचित राहावे लागत असेल याचा निश्चितच मी तर्क करू शकते.

सर्वेक्षणात आणखी एक आढळले, की लग्नाच्या निर्णयाच्या बाबतीत पुरुषाची भूमिका मुख्य, स्त्रीची भूमिका अत्यंत गौण. अजूनही पुरुषाला स्त्रीचे 'दान' केले जाते. एखाद्या वस्तूप्रमाणे स्त्रीचे दान केले जाते. लग्न करून पुरुष स्त्रीला त्याच्या घरी घेऊन जातो. स्त्रीच्या नावाच्या शेवटी पुरुषाचे नाव जोडले जाते. पुरुषाची पत्नी म्हणून ती ओळखली जाते. पुरुषप्रधान विवाह पद्धतीत अत्यंत स्वाभाविकपणे स्त्रीला काहीच भूमिका नाही, असलीच तर ती गौण.

इतर व्यवसाय करण्याची पात्रता असूनदेखील गृहिणीला हिंडण्याफिरण्याचे स्वातंत्र्य नाही, कारण गृहिणीच्या पायात एक साखळी बांधलेली असते. अगदी मजबूत साखळी. नोकरदार स्त्रीच्या पायातसुद्धा साखळी असते, त्या साखळीची लांबी गृहिणीच्या साखळीपेक्षा कितीतरी अधिक. त्या साखळीचे दुसरे टोक कर्त्या

पुरुषाच्या हातात असते. तो त्याच्या मर्जीप्रमाणे साखळीची लांबी कमीजास्त करतो. स्त्रियांना आता सगळ्यात जास्त आवश्यकता आहे ती म्हणजे ही साखळी काढून फेकण्याची.

पायातली साखळी काढून टाकण्याने सगळ्या समस्या सुटणार नाहीत. डोक्यात जे सगळे भरलेले आहे, ते काढून टाकावे लागेल. पुरुषच श्रेष्ठ, पुरुषांनाच सगळे कळते, समजते; पुरुषच सगळे करू शकतात, पुरुषच ईश्वर; स्त्री क्षुद्र, तुच्छ, अमंगळ. बायकांना काही समजत नाही, कळत नाही — या सगळ्या चुकीच्या गोष्टी आदिकाळापासून स्त्री-पुरुषांच्या मेंदूत ठासून भरवल्या आहेत. सर्वांत आधी हे सगळे जंजाळ साफ केले पाहिजे.

◆

पुरुषांची गरज संपली आहे

पुरुषांची गरज संपली आहे. विज्ञानच गाजावाजा करून ही गोष्ट सांगते आहे. ज्या कामासाठी पुरुषांची सर्वांत जास्त गरज होती, ते म्हणजे शुक्राणू निर्माण करणे. काही वर्षांपूर्वीच स्टेम सेल्सच्या संशोधकांना कळले होते, की स्टेम सेलपासूनच शुक्राणूंची निर्मिती होते. इतकी वर्षे ते ती निर्मिती दाखवू शकत नव्हते. विज्ञानाच्या बाबतीत नुसते तोंडाने बोललेल्या गोष्टीवर विश्वास ठेवण्याची पद्धत नाही, पुरावा दाखवला पाहिजे, अमुक घटना घडते हे ती घटना घडताना दाखवून सिद्ध केले पाहिजे. चीनमधील एका डॉक्टरने उंदराच्या स्टेम सेलपासून शुक्राणू तयार केले. स्टेम सेल्स गर्भाच्या नाभीत साठवलेल्या असतात. एक नवीन शरीर निर्माण करायला जेवढ्या स्टेम सेल्स आवश्यक असतात, तेवढ्या वापरल्यानंतर बाकी स्टेम सेल्स तशाच नाभीतच राहतात. त्याच उरलेल्या कोशातूनच नंतर शरीरातील विविध अवयव निर्माण केले जातात. उंदराच्या स्टेम सेल्सपासून जर शुक्राणू निर्माण केले जाऊ शकतात, तर माणसाच्या स्टेम सेल्सपासूनसुद्धा शुक्रजंतू निर्माण केले जाऊ शकतात, नाही का? होय केले जाऊ शकतात. उंदराच्या स्टेम सेल्सपासून तयार केलेले शुक्राणू आता उंदराचे पिल्लू तयार करण्यात व्यस्त आहेत.

प्रथम उंदरावर, गिनिपिगवर किंवा वानरांवर चाचण्या कराव्या लागतात, त्या यशस्वी झाल्या तर मग माणसांवर प्रयोग केले जातात. माणसावर केलेला प्रयोग जर यशस्वी झाला, तर काय होईल याचा आपण तर्क करू शकतो. कोट्यवधी स्टेम सेल्सपासून कोट्यवधी शुक्रजंतू निर्माण केले जातील, कोपर्‍याकोपर्‍यावर स्पर्मबँक्स थाटल्या जातील. स्पर्म बँकेतूनच स्पर्म्स नेण्याची पद्धत सुरू होईल. शुक्रजंतूंसाठी कोणी पुरुषांवर अवलंबून राहणार नाही. मानवजातीला टिकवण्याचे काम फक्त स्त्रीच करू शकेल, एकटी स्त्री, अशा दृश्याची कल्पना आपण करूच शकतो. यात पुरुषाची काहीही भूमिका नाही. मग निश्चितच स्त्रिया पुरुषांना देव मानणार नाहीत. पुरुषांशी लग्न करण्याच्या सामाजिक जबाबदारीतूनदेखील त्या मुक्त होतील. इतर कुठल्या मार्गाने तर पुरुषप्रधानतेला आळा घालता येत नाही, बहुतेक प्रजोत्पादनासाठी पुरुषाची गरज उरली नाही, तरच पुरुषांचे स्वामित्व स्त्रिया संपवू शकतील. समानाधिकाराची चर्चा होण्याची शक्यता कदाचित तेव्हाच निर्माण होईल. पण उत्क्रांतीच्या या

प्रवासात पुरुष दीर्घकालपर्यंत टिकू शकेल का? जगात, विश्वात जे अनावश्यक आहे, असे बरेच काही हळूहळू लुप्त होत जाते.

आता पुरुषांनी जर आपले प्रयोजन अधोरेखित करण्यासाठी घरसंसारातील कामे, मुलांचे संगोपन वगैरे गोष्टींत लक्ष घातले, तर पुरुषांचे महत्त्व स्त्रियांच्या दृष्टीने वाढेल, वाढू शकेल. पुरुषजात नष्ट व्हावी, अशी माझी मुळीच इच्छा नाही. पुरुषाने स्त्रीचा सहचर, सखा म्हणून राहावे अशी माझी इच्छा आहे. संभोगासाठी पुरुषाला स्त्रीची गरज नाही. स्त्रीदेखील स्वमैथुनाची सवय लावून घेऊ शकते. पण तरीसुद्धा जास्तीत जास्त आनंदासाठी पुरुषाला स्त्रीची गरज भासतेच आणि आनंद देण्याच्या बाबतीत पुरुष काही फार वाईट नाहीत.

'पुरुष आता देव नाहीत, दासही नाहीत. आधिपत्य विसर्जित केल्यावर ते आता राक्षसाच्या आसनावरून मनुष्याच्या आसनावर येऊन विराजमान झाले आहेत.'– असे दृश्य बघण्याची माझी तीव्र इच्छा आहे. पण मला हेही माहीत आहे, की माझ्या हयातीत हे घडण्याची मुळीच शक्यता नाही. भविष्यात कदाचित लोक त्याचा स्वाद चाखतील.

स्टेम सेल संशोधनात तितका उत्साह अजून दिसत नाही, कारण याच संशोधनाद्वारे माणसाचा मृत्यू रोखता येऊ शकेल. मृत्यू झाले नाहीत, तर पृथ्वीवर माणसे उतू जातील, मृत्यू झाले नाहीत तर सगळे धर्म खोटे ठरतील. माणसाचे मरण भगवान किंवा ईश्वर किंवा अल्लाच्या हातात असते, अशी विधाने केली जाणार नाहीत. साधारणपणे चांगल्या कामांत अडचणी येतात, स्टेम सेल संशोधनात पण अडचणी येतील.

कितीतरी प्रजाती पृथ्वीवरून लुप्त झाल्या आहेत. आपली मनुष्यजात लुप्त होऊ देता कामा नये. काहीही करून ती टिकवली पाहिजे. सगळ्याच प्रजातींना टिकून राहायचे असते, माणूसही त्याला अपवाद नाही.

माणसाच्या प्रजोत्पादनासाठी जर खरोखरच स्त्री-पुरुष संयोगाची गरज नसेल, जर प्रजाती टिकवण्यासाठी स्त्री एकटीच पुरेशी असेल; तर आज स्त्रीला दुर्बल समजून तिचा कितीही का छळ होईना, उद्या हीच स्त्री उठून उभी राहील, ती स्त्रीच मानवजातीची एकमेव तारणहार असेल. याच स्त्रीची अवहेलना, अपमान, अत्याचार, छळ करणे हेच जर पुरुषांचे कर्म असेल, तर मग मनुष्यजातीच्या स्वार्थासाठी पुरुष लुप्त होणेच आवश्यक आहे. आणि जर स्त्रीला आनंद, समाधान दिले, तिची काळजी घेतली, प्रेम- माया दिली, आदर- मान देऊन तिच्या पाठीशी पुरुष उभा राहिला, तरच म्हणता येईल की समाजात पुरुषाची अजूनही गरज आहे. तसे झाले नाही तर– गुडबाय! पुरुषांपेक्षासुद्धा श्रेष्ठ, मोठे, शक्तिशाली प्राणी पृथ्वीवरून नष्ट झाले आहेत. इतिहासातून पुरुष आजही बोध घेत नाही की स्नायूंची ताकद हीच

सर्वश्रेष्ठ बाब नाही. स्नायूंच्या बळावर कोणतीच प्रजाती टिकून राहू शकत नाही, स्नायूंची ताकद दाखवून काही प्रमाणात हिंसाच फक्त करता येते, त्यापेक्षा जास्त काही नाही.

३० कोटी वर्षांत पुरुषांनी त्यांच्या 'वाय' क्रोमोझोममधील शेकडो जीन्स गमावले आहेत. पुरुष जर लुप्त झाले, तर त्यांच्या वाय क्रोमोझोममुळेच होतील, असे वैज्ञानिक अनेक वर्षांपासून सांगत आहेत. 'एक्स' क्रोमोझोम किंवा स्त्रीच्या क्रोमोझोममध्ये १००० निरोगी, निर्दोष जीन्स असतात. स्त्रीमध्ये दोन एक्स क्रोमोझोम्स असतात. याचा अर्थ स्त्रीच्या शरीरात निरोगी जीन्सची संख्या जास्त असते. एके काळी वाय क्रोमोझोममध्येसुद्धा एक्स क्रोमोझोमसारखे जीन्स होते. पण ते नष्ट होत होत आता जे काही उरले आहे– अनेक शास्त्रज्ञांच्या मते– तो फक्त कचरा आहे. पुरुषांच्या शरीरात एकच एक्स क्रोमोझोम असतो– एकच. स्त्रीच्या शरीरात दोन असल्यामुळे तिचे क्रोमोझोम्स शक्तिमान. पण शास्त्रज्ञ म्हणतात, पुरुषांना लुप्त व्हायला ५० लाख वर्षे लागतील. काही काही वैज्ञानिक म्हणतात, या ५० लाख वर्षांत निश्चितच असा एखादा वैज्ञानिक जन्मेल जो वाय क्रोमोझोमचे दोष दूर करू शकेल. आणि बाकी सगळेच जरी फोल ठरले, तरी कदाचित एकच आशेचा किरण आहे. जपानमध्ये स्पाईनी नावाचा एक प्रकारचा उंदीर आहे, जो वाय क्रोमोझोमशिवायदेखील जिवंत आहे.

◆

भाषेसाठी

१) १९९१-९२ साली बांगला अकॅडमीने पुस्तकमेळ्यातून माझी पुस्तके उचलून नेली, मला मेळ्यात प्रवेश करायला बंदी घातली. का? कारण काही उनाड स्त्रीद्वेष्ट्या पोरट्यांना माझे लिखाण रुचत नव्हते, ते मला सहन करू शकत नव्हते, म्हणून. हीच रानटीपणाची सुरुवात. कोणी त्याचा निषेध केला? नाही. सगळे म्हणाले, 'ती तसलिमाची व्यक्तिगत बाब आहे.' त्यांच्या मते, मी जे लिहिते, त्याची पूर्ण जबाबदारी मलाच घेतली पाहिजे, माझ्यावर हल्ला झाला तर त्याचा मलाच सामना केला पाहिजे. आणि नीट समजून लिहिले नाही तर त्रास तर होणारच. माझ्यावर बांगला अकॅडमीच्या संचालकांनी, कट्टरपंथीयांनी, स्त्रीद्वेष्ट्यांनी आणि सरकारने केलेल्या निर्दय हल्ल्याचे आमच्या अधिकांश बुद्धिजीवींनीच एकप्रकारे आभार मानले. त्यानंतर तर भाषणस्वातंत्र्याच्या विरोधात कारवाया होतच आहेत. बांगला अकॅडमी तरी कुठेतरी लेखकांच्या अभिव्यक्ती स्वातंत्र्याच्या बाजूने उभी राहील, तर ते नाही, विरुद्ध बाजूनेच उभी राहून धर्मीय कट्टरपंथीयांसारखेच वागणार. गेल्या वर्षी 'रोदेला प्रकाशना'च्या विरुद्ध नाही नाही ते केले. इतक्या लेखक-ब्लॉगर्सचे खून झाले- त्याच्या निषेधार्थ या वर्षी काहीही केले नाही. माझी पुस्तकेबिस्तके मेळ्यातून बाहेर काढण्याचा कट शिजतो आहे, असे ऐकले. तालिबानी जसे गुहेत बसून मानवाधिकारविरोधी योजना आखण्यात गुंतलेले असतात, बांगला अकॅडमीचे लोकसुद्धा अकॅडमीत बसून मुक्त विचारांच्या विरुद्ध, प्रगतिशीलतेच्या विरुद्ध, अगदी तस्सेच करत आहेत. 'ब-द्वीप' नावाच्या एका प्रकाशन संस्थेच्या स्टॉलवर या दरम्यानच पुस्तकमेळ्यात बंदी जाहीर केली. 'ब-द्वीप'च्या प्रकाशकाला पोलिसांनी अटक केली, असे ऐकले. तेच ते जुनेपुराणे निमित्त– म्हणे कोणाच्यातरी धार्मिक भावना दुखावल्या- त्यालाच लोकांच्या लोकशाही अधिकारांच्या विरुद्ध, अभिव्यक्ती स्वातंत्र्याच्या विरुद्ध एका निर्बुद्ध, मुक्या दैत्यासारखे उभे करून ठेवले आहे कित्येक वर्षांपासून.

२) एकवीस फेब्रुवारीच्या पुस्तकमेळ्यात 'ब - द्वीप' प्रकाशनाचा जो स्टॉल होता, त्यावर बांगला अकॅडमीच्या अधिकाऱ्यांनी बंदी घातली. पुस्तकाच्या लेखक-प्रकाशकांना अटक झाली. या प्रसंगी प्रगतिशील लेखक म्हणून प्रसिद्ध असलेले

मुहम्मद जाफर इक्बाल म्हणाले, ''ज्या पुस्तकामुळे स्टॉलवर बंदी घातली गेली, त्यातल्या काही ओळी बांगला अकॅडमीचे संचालक शाम्सुज्जमान खान यांनी मला वाचून दाखवल्या. थोड्या ओळी ऐकल्यानंतर मला आणखी ऐकणे सहन होईना, इतके अश्लील, असभ्य लिखाण! या स्टॉलची इतर दहा साधारण स्टॉलशी तुलना करून चालणार नाही.'' पुढे म्हणाले, ''लिहिताना जरा सतर्क असावे असे मला वाटते, जेणेकरून कोणाच्याही धार्मिक भावनांना धक्का पोचणार नाही. आणि ज्या पुस्तकाविषयी चर्चा चालली आहे, ते कोणीही वाचू नये, अशी माझी विनंती आहे.''

काय भयंकर गोष्ट आहे ही! स्वतः लेखक असूनही- लिहिताना कोणाच्या धार्मिक भावना दुखावल्या जाऊ नये म्हणून सतर्क राहा- असे इतर लेखकांना सांगतात. माणसाच्या अभिव्यक्ती स्वातंत्र्याच्या अधिकारापेक्षा धार्मिक भावनांना ते जास्त किंमत देतात. स्वतःखेरीज इतर कोणाच्याही अभिव्यक्ती स्वातंत्र्याच्या अधिकारावर ज्यांचा विश्वास नाही ते धर्मीय कट्टरपंथीय अगदी असेच बोलतात. काही थोड्या ओळी ऐकून जाफर इक्बाल यांनी- ते लिखाण अश्लील, असभ्य आहे- असे मत प्रदर्शित केले, हे ऐकून मी अवाकच झाले.

कुठले लिखाण श्लील, कुठले अश्लील याचा निवाडा कोण, कसा करणार? कुठलेही लिखाण कोणाला अश्लील वाटते, कोणाला वाटत नाही. जो लिहितो, त्याच्या मते त्याचे लिखाण श्लील असते म्हणूनच बहुधा तो ते लिहितो. धरून चला, एखाद्या लेखकाचे लिखाण सर्वांनाच अश्लील, असभ्य वाटते, म्हणून काय त्या लेखकाला शिक्षा द्यायला पाहिजे? त्याच्या स्टॉलवर बंदी घातली पाहिजे? लेखकाला काय अश्लील लिहिण्याचा हक्क नाही? प्रकाशकाला काय अधिकार नाही अश्लील लिखाण छापण्याचा? पुस्तकमेळ्यात स्टॉल लावण्याचा त्याला अधिकार नाही? वाचकाला अधिकार नाही अश्लील पुस्तक विकत घेण्याचा? असभ्य पुस्तक वाचण्याचा?

पुस्तक लिहायचे असेल तर ते श्लीलच लिहिले पाहिजे, असे कोणी सांगितले आहे? माणसाचे जीवन जगणे अश्लील; माणसाचे विचार, भावना अश्लील; माणसाचे क्रौर्य अश्लील; माणसाने माणसाची केलेली फसवणूक, अपहरण, बलात्कार, खून हे सगळेच अश्लील आहे. अश्लील माणसाबद्दल लेखक अश्लील पुस्तक लिहू शकत नाही.

एखादे अश्लील पुस्तक लिहिण्यासाठी माझे हात शिवशिवत आहेत.

३) मी 'भाषा दिवस' असे कधी म्हणायचे नाही. 'एकवीस फेब्रुवारी' म्हणायचे. अजूनही एकवीस फेब्रुवारीच म्हणते. तो दिवस आला, की कसे ईद असल्यासारखे वाटायचे. दिवसभर पांढरी साडी नेसून रस्त्यावर अनवाणी चालत, शहीद मिनारापाशी फुले वाटत, गाणी गात, कविता वाचत वेळ जायचा.

ज्या भाषेसाठी मी लढले, त्या भाषेत मी बोलते, लिहिते. भाषा हे माझ्या स्वातंत्र्याचे दुसरे नाव आहे.

भाषेसाठी मी लढते. लोक पैशाअडक्यासाठी, धर्मासाठी, व्यापार-व्यवसायासाठी, जमीन बळकावण्यासाठी लढतात. भाषेसाठी लढणे सामान्य माणसाचे काम नाही. मी सगळी असामान्य कामेच करते.

आता अर्थात ते सगळेच नष्ट झाले आहे. तरीसुद्धा त्या दिवशी मी छानशी अल्पना रांगोळी रेखते. अजूनही पायी चालणाऱ्यांना काही फुले देते. जरी एक दिवस अचानक ऐकू आले, की एकवीस फेब्रुवारीला शहीद मिनारापाशी फुले द्यायला बंदी आहे, गाणी गायला बंदी आहे, पुस्तक बाहेर आणायला बंदी आहे — तरी अवाक होऊ नका. मी हल्ली कुठल्याच वाईट बातमीने अवाक वगैरे होत नाही. दुःखे झेलून झेलून मी दगड बनले आहे.

◆

धर्मव्यावसायिकांची विजययात्रा

धर्मव्यावसायिकांचा पुन:पुन्हा विजय होतो आहे. ते कोणतीही अन्यायकारक मागणी करोत; त्यांची मागणी सरकार मान्य करते, सामान्य माणूस मान्य करतो. जे खासगीत नमाज, कलमा पढतात; रमजानच्या महिन्यात रोजे ठेवतात, खोटे बोलत नाहीत, लाच घेत नाहीत, लोकांचे अकल्याण करत नाहीत, धर्माचा धंदा करत नाहीत; ती भली माणसे, त्यांच्याबद्दल काही प्रश्न नाही. प्रश्न आहे तो धर्मव्यावसायिकांबद्दल. धर्मव्यावसायिक मुळात स्त्रीद्वेष्टे, मुस्लिमेतर द्वेष्टे, शिया-अहमदियाद्वेष्टे, विज्ञानद्वेष्टे, प्रगतिविरोधक. स्वतःच्या स्वार्थासाठी, मूलतः पैसा, सत्ता बळकावण्यासाठी ते धर्माचा धंदा करतात. वीस वर्षांपूर्वी माझ्याविरुद्ध या धर्मव्यावसायिकांनी देशभर तांडव केले होते. सरकार आणि सजग समाज गप्प बसून सगळे बघत होता. मी विरुद्ध कट्टरवादी. कोणाचा विजय झाला? अर्थात धर्मव्यावसायिकांचा. माझी मानगूट धरून, धक्के मारून सरकारने मला देशाबाहेर हाकलून दिले. आणि धर्मव्यावसायिकांना मात्र परमआदराने देशातच ठेवले, कोणाला पक्षात घेतले, कोणाला एमपी केले, तर कोणाला मंत्री.

मी निदान नास्तिक तरी होते, पण *'इत्तेफाक'*च्या प्रभारी संपादक तस्मिमा हुसेन तर नखशिखांत आस्तिक. त्या नमाज पढायच्या, रोजे ठेवायच्या, अल्लाह रसूलवर त्यांची श्रद्धा होती. त्यांना का छळले धर्मव्यावसायिकांनी? निश्चितच त्यांना वाटले असेल, की महिलांच्या विरुद्ध युद्ध पुकारले, तर जिंकण्याची शक्यता अधिक. जिंकल्यावर पैसा, सत्तेची अधिक संधी. माझा अगदी मनापासून विश्वास आहे, की जे धर्माचा धंदा करतात, ते भयंकर प्रकारचे नास्तिक असतात. ते अल्लाला मनात नाहीत म्हणूनच लोकांना फसवतात, आणि घोर दुष्कृत्ये करतात. त्यांना कोणाचेच भय-भीती नसते. त्यांचा नास्तिकतेबरोबर स्त्रियांचे अधिकार, मानवाधिकार, तर्कवाद यांच्याशी काहीही संबंध नसतो, खरोखर सुतराम संबंध नसतो. धर्मव्यावसायिक धर्माच्या नावाखाली लोकांना फसवू शकतात. आस्तिक असते, तर इतका मोठा अधर्म ते करू शकले नसते.

तस्मिमा हुसेन ढाक्क्याच्या महिलांबरोबर एका मतविनिमय सभेत ध्वनिप्रदूषणाबाबत काही बोलल्या, जे एका वृत्तपत्रात विकृत स्वरूपात छापले गेले. तस्मिमा हुसेन यांनी

एक विधान केले की, 'ध्वनी प्रदूषणाच्या हानिकारक बाबी आता सजग नागरिकच जाणून घेऊ शकतील. विशेषतः ज्येष्ठ आणि लहान मुले यांच्यासाठी या हानिकारक गोष्टींचा विशेष उल्लेख करण्यासारखा आहे. विद्यार्थ्यांसाठी ध्वनी प्रदूषण विशेष समस्या निर्माण करते. पवित्र कुराण शरीफमध्येही अल्लातालाने सांगितले आहे, की कोणत्याही मर्यादेचा भंग करू नका. माणसाने अत्यंत हानिकारक अशा ध्वनी प्रदूषणाच्या मर्यादेचेही उल्लंघन करणे योग्य नाही.'

त्या म्हणाल्या की, 'ध्वनी प्रदूषण न करतासुद्धा कोणतेही धार्मिक अनुष्ठान किंवा आचार-विधींचे पालन करणे शक्य आहे. शब्द म्हणजे एक शांती आहे. अल्लातालाला कशाचाही कसलाही अपव्यय केलेला आवडत नाही. त्यांना शब्दशांतीचाही अपव्यय केलेला नक्कीच आवडणार नाही.'

मूलतः या धर्मीय शिकवणीतून तस्मिमा हुसेन यांनी सर्वच क्षेत्रांतील मापदंड ओळखण्याची आवश्यकता बोलून दाखवली.

कट्टरपंथीय धर्मव्यावसायिक आज इतके बलवान आहेत, की देशाच्या एका मंत्र्याची पत्नी असून, मीडिया मुगल असून, तस्मिमा हुसेन यांना मूर्ख, कूपमंडूक, स्त्रीद्वेष्ट्या, स्वार्थांध अपशक्तींसमोर झुकावे लागले, कोणतीही चूक नसताना, कोणताही अन्याय केला नसताना क्षमा मागावी लागली. 'जे बोलले ते बरोबरच बोलले' असे त्या म्हणू शकल्या नाहीत, कारण बांगलादेशात मूर्खांची संख्या भीती वाटावी इतकी जास्त आहे आणि त्यांचा हिंसेवर विश्वास आहे. कोणाचीही नस कापताना किंवा गळा चिरताना त्यांचा हात जरासुद्धा कापत नाही. त्यांना जराही भीती वाटत नाही. उलट त्यांचा ठाम विश्वास आहे, की दुसऱ्याचा खून केल्यामुळे त्यांचे स्वर्गातील स्थान निश्चित होणार आहे.

माझ्या बोलण्याचासुद्धा देशातील याच अपशक्ती विपर्यास करायच्या. मी जे बोललेच नव्हते, ते मी बोलले असा गवगवा करायच्या. मी म्हणे स्त्रियांना उभे राहून मूत्रविसर्जन करण्याचा, कपडे काढून उघडेनागडे फिरण्याचा, ज्याची-त्याची शय्यासोबत करण्याचा, चार विवाह करण्याचा सल्ला देते. मात्र माझ्या कुठल्याच लिखाणाचे उदाहरण यासाठी ते देऊ शकले नाहीत. धार्मिकांना भडकवण्यासाठी या खोटारड्यांना खोट्याचाच आधार घ्यावा लागतो. असे खोटारडे, ढोंगी लोकच इस्लामचे सेवक असल्याचा दावा करतात. अजूनही या ढोंगी सेवकांना चिन्हांकित करण्याची वेळ आली नाही काय? शांतिप्रिय लोकांना छेडल्याबद्दल, त्रास दिल्याबद्दल, यांना काही शिक्षा व्हायला नको?

'हिफाजते इस्लाम'चा युरोपमधील सभापती आणि 'जामियातुल उलामा'चा युरोपमधील सभापती शायखुल हादीस मुफ्ती शाह सदर उद्दीन एक विधान करताना म्हणाला, ''तस्मिमाची अजान, ताबलीग आणि प्रवचन सभा बंद करण्याची मागणी

खरोखर दुःखजनक आहे. सून असूनदेखील तिने मुसलमानांच्या धार्मिक भावना दुखावल्याबद्दल ताबडतोब तोबा करून तिने मुसलमानांची क्षमा मागितली पाहिजे. अन्यथा तस्मिमा मुसलमानांच्या रांगेत उभी राहू शकणार नाही. कोणत्याही मुसलमानाच्या अंत्ययात्रेत सामील होण्याची तिला परवानगी मिळणार नाही. एवढेच काय, पण मंत्री अन्वर हुसेन मंजूरशी तिला तलाक घ्यावा लागेल. कारण कुठल्या धार्मिक भावनेला धक्का लावल्यानंतर ती मुसलमान स्त्री राहू शकणार नाही.'' पुढे म्हणाले, ''कोणत्याही सरकारविरुद्ध आमचे आंदोलन नाही. आमचे आंदोलन आहे, नास्तिक- धर्मत्यागीविरुद्ध. जी व्यक्ती इस्लामच्या विरुद्ध भूमिका घेईल, तिच्याविरुद्धच आम्ही आंदोलन करणार. कोणालाही सोडणार नाही.''

आता प्रश्न आला, की आस्तिक तस्मिमा हुसेन आता क्षमा मागणार का? अन्याय केलेला नसतानासुद्धा क्षमा मागणार? तीसुद्धा ढोंगी, पाखंडी, धर्माभिमानी धर्मव्यावसायिकांसमोर?

अमेरिकेतील 'युनायटेड उलामा कौन्सिल'कडून सांगण्यात आले– 'तस्मिमा हुसेनला ताबडतोब अटक करून दृष्टान्तमूलक शिक्षा दिली पाहिजे. तस्मिमा हुसेनने की नाही मुसलमानांच्या धार्मिक भावनांवर आघात केला आहे. तिने प्रथम अल्लातालासमोर तोबा- पश्चात्ताप व्यक्त करायला पाहिजे आणि नंतर समग्र मुस्लीम जातीची क्षमा मागितली पाहिजे. तसे झाले नाही, तर देश-विदेशांतील धर्माभिमानी मुसलमान तीव्र आंदोलन घडवून आणतील.' अडचण अशी आहे, की या मूर्ख लोकांना दुसऱ्याचा लोकशाही अधिकार आणि अभिव्यक्ती स्वातंत्र्याचा अधिकार याबद्दल काहीही माहिती नाही. स्वतःचा राजकीय स्वार्थ साधण्यासाठी ते धर्माचे नाव पुढे करून आणि सरकारच्या मौनाचा फायदा उठवून सुबुद्ध, प्रगतिशील लोकांना लक्ष्य बनवतात. त्यांना नक्कीच इसिसचा मार्ग अनुसरून देशाला रसातळाला न्यायची इच्छा आहे.

सिलेटमध्येसुद्धा अपशक्तींनी मोर्चा काढला. जामे मशिदीपासून मोर्चा निघाला. मशिदींनी कशाला याच्यात दखल द्यायला पाहिजे? मोर्चातील गुंडांनी कठोर चेतावणी देत म्हटले, 'तस्मिमाने देशातील ९५ टक्के मुसलमानांच्या धार्मिक भावनांवर तीव्र आघात केला आहे. येत्या ७२ तासांत त्यांनी आपले शब्द मागे घेऊन जाहीर क्षमा मागितली पाहिजे. अन्यथा तौहीदी जनतेला सामूहिक आंदोलन करणे भाग पडेल. तस्मिमाची परिणती तसलिमा नसरीनपेक्षाही भयंकर होईल.'

तसलिमावर ज्या धर्मव्यावसायिकांनी हल्ला केला, त्यांची विजयपताका फडकावण्यासाठी खालेदा सरकारने मदत केली. तेव्हा जर ते विजयध्वज फडकवू शकले नसते, तर आज त्यांना कळले असते की धर्माच्या नावाखाली लोकांचे भाषणस्वातंत्र्य हिरावून घेणे, हिंसा करणे, तुरुंग भरणे, हद्दपारीची शिक्षा देणे, मनाला येईल त्याचा खून करणे शक्य नाही. त्यांना आज माहीत आहे, की त्यांना

सगळे काही करणे शक्य आहे, कारण संपूर्ण सरकारच त्यांचा मान राखून चालते, त्यांच्या शरीराला फुलानेसुद्धा स्पर्श करायला घाबरते.

कोणी कोणी तस्लिमाचे समर्थन करताना म्हणाले, 'तस्लिमा हुसेन म्हणाल्या की उच्च स्वरात अजान दिल्याने ध्वनी प्रदूषण होते. माइक वापरायला बंदी करावी, असे तर त्या म्हणाल्या नाहीत. बांगलादेशात कितीतरी मशिदी आहेत, ढाक्का शहराला तर मशिदींचे शहर म्हणतात. त्यामुळे या दाट लोकवस्तीच्या भागात जवळ जवळ असलेल्या मशिदींतून खूप मोठ्या आवाजात एकापाठोपाठ एक अजान होत राहिल्याने ध्वनी प्रदूषण तर होणारच. हजरत मुहम्मद (दः)च्या वेळी तर माइकच नव्हते. २००९ साली खुद्द सौदी सरकारच्या धर्म मंत्रालयाकडून उच्च स्वरात माइकवरून अजान दिली जात होती म्हणून अनेक मशिदींतून माइक काढून टाकले गेले. भारतातसुद्धा २०१४ साली अतिउच्च आवाजात अजान देण्यावर हायकोर्टाकडून बंदी आणली गेली आणि त्या निर्णयाचे मुस्लीम नेत्यांनी स्वागत केले.

मुफास्सिल इस्लाम नावाच्या एका धार्मिकाने सौदी अरेबियाहून एका वृत्तपत्रात लिहिले, 'सौदी अरेबियाच्या मशिदींतून सौदी सरकार जास्तीत जास्त माइक काढणार' – ही बातमी वाचून माझ्या स्वतःच्या देशातील गोष्टींची आठवण झाली. फक्त पाच वेळाच अजान नाही, तर दर शुक्रवारी अजानचा मुख्य माइक चालूच ठेवला जायचा. इकडे तिकडे उपदेश-प्रवचन सभांच्या वेळी शेकडो माइक तर लावले जातातच, त्याशिवाय त्याच्यावरून लांब तार ताणून मैलभर दूरसुद्धा माइक लावले जातात. प्रचंड आवाजामुळे लोकांच्या विश्रांतीची पंचाईत होते, मुलामुलींच्या अभ्यासाचे नुकसान होते. इतर धर्मांच्या अनुयायांचा विचारच केला जात नाही. जे आजारी आणि वृद्ध आहेत, त्यांच्याबद्दल तर न बोललेलेच बरे.

हे सगळे चुपचाप सहन करावे लागते. दातओठ आवळून. असे केल्याने इस्लामचा किती आणि काय लाभ होतो, हे सुशिक्षित लोकांना समजते. तसेच सामान्य माणसावर काय गुदरते, तेही सगळ्यांना कळू शकते. पण कोणीच काहीच बोलून काही फायदा नाही.

पूजेच्या – इबादतीच्या नावाखाली ध्वनी प्रदूषण होते. हेच ध्वनी प्रदूषण रोखण्यासाठी सौदी सरकारने घेतलेल्या निर्णयाची बातमी ऐकून किती छान वाटते आहे. आमच्या देशातील सरकारला हा उपद्रव रोखण्यासाठी काही उपाययोजना करण्याचे धैर्य नाही. पण इस्लामच्या मुख्य पीठाकडूनच या उपद्रवाविरुद्ध उपाय करायला सुरुवात झाली आहे. आमच्या देशात का सुरू होऊ नये? इस्लाम हा शांतीचा धर्म आहे. आरडाओरडा करून माइकवरून उपदेश, प्रवचन देणे; छान-सुंदर प्रकारे अजान न देता विचित्रपणे देऊन लोकांना त्रस्त करणे: शुक्रवारी,

जुम्म्याच्या दिवशी संपूर्ण जुम्म्याचा उपदेश, प्रवचन अनावश्यकरीत्या माइक चालू ठेवून जाहीरपणे देणे, हे सगळे सयुक्तिक नाही.

'इस्लाम हा शांतीचा धर्म– हे सगळ्यांना समजावून सांगण्याची वेळ आली आहे. धर्माचे नाव घेऊन इतर सगळ्यांना त्रास देण्याने आपला धर्म लहान होतो. हे पाप आहे, गुन्हा आहे. चला, आपण आपल्या धर्मविषयी सजग होऊ या.'

धर्मव्यावसायिक तस्लिमा हुसेनच्या भाषणस्वातंत्र्याचे उल्लंघन करण्याच्या मागे लागले आहेत. याच वेळी सरकारने कठोरपणे अपशक्तींचे सर्व प्रकारचे अपप्रचार आणि मोर्चे, सभांच्या नावाखाली दिल्या जाणाऱ्या धमक्या, होणारी हिंसा हे दडपले पाहिजे. तस्लिमा हुसेनला पक्के संरक्षण देणे आणि अपराध्यांना शिक्षा देण्याची व्यवस्था करणे या क्षणी अत्यंत आवश्यक आहे. अजूनही वेळ आहे; धर्माच्या नावाखाली जे अधर्म करतात, त्यांच्या हातांच्या मुठीत देश सोपवू नका.

◆

www.ingramcontent.com/pod-product-compliance
Lightning Source LLC
LaVergne TN
LVHW092350220825
819400LV00031B/302
* 9 7 8 9 3 5 3 1 7 4 4 4 6 *